मराठी सत्तेचा साम्राज्यविस्तार

छत्रपती शिवाजी महाराज ते पहिले बाजीराव पेशवे

डॉ. आर. एच. कांबळे

डायमंड पब्लिकेशन्स

मराठी सत्तेचा साम्राज्यविस्तार
डॉ. आर. एच. कांबळे
Marathi Sattecha Samrajyavistar
Dr. R. H. Kamble

पहिली आवृत्ती : एप्रिल, २०२३

ISBN : 978-93-91948-00-9

© डायमंड पब्लिकेशन्स

मुखपृष्ठ
संदीप देशपांडे

अक्षरजुळणी
अक्षरवेल, पुणे

मुद्रक
ट्रीनिटी अकॅडमी, पुणे

प्रकाशक
डायमंड पब्लिकेशन्स
२६४/३ शनिवार पेठ, ३०२ अनुग्रह अपार्टमेंट
ओंकारेश्वर मंदिराजवळ, पुणे–४११ ०३०
☎ ८६०००१०४१६
info@dpbooks.in

ऑनलाईन पुस्तक खरेदीसाठी भेट द्या
www.dpbooks.in

Go Through the originals
हा इतिहास संशोधनातील मंत्र देणारे
माझे एम. फिल पदवीचे
मार्गदर्शक
कै. डॉ. वसंतराव कदम
यांच्या स्मृतीला अर्पण...

मनोगत

१९९४ – ९५ या शैक्षणिक वर्षाकरिता मला एम. फिल. पदवी अभ्यासक्रमासाठी विद्यापीठ अनुदान आयोगाची एक वर्षाची फोलोशिप मिळाली आणि त्या अभ्यासक्रमासाठी मी त्याच वर्षी १ ऑगस्ट १९९४ रोजी, कोल्हापूरच्या शिवाजी विद्यापीठाच्या इतिहास विभागात एम. फिलचा विद्यार्थी म्हणून प्रवेश घेतला. १ ऑगस्ट १९९४ ते ३१ जुलै १९९५ या काळात मी विद्यापीठात राहून विशेषत: मराठ्यांच्या इतिहासविषयक पुष्कळच वाचन केले. त्या वाचनाचे फलित म्हणजेच प्रस्तुत लेखन होय.

वरील एक वर्षाच्या काळात माझा बराचसा वेळ मी शिवाजी विद्यापीठाच्या बॅरिस्टर बाळासाहेब खर्डेकर ग्रंथालयात घालवित असे. ते ग्रंथालय म्हणजे मराठ्यांच्या इतिहासाच्या संदर्भातील ग्रंथ भांडारच होय. अनेक जुने-नवे मराठी-इंग्रजी पोर्तुगीज (अनुवादित) फारसी (अनुवादित) ग्रंथ तिथे असल्याने त्यांच्या संगतीत वेळ कुठे जायचा ते कळतही नसे. विद्यापीठातील ग्रंथांच्या बरोबरच मी कधीकधी कोल्हापूरच्या पुराभिलेखागारातही जाऊन बसत असे व तेथील माझ्या विषयाच्या अनुषंगाने काही मूळ अप्रकाशित कागदपत्रे मिळतात का, त्याचा शोध घेत असे. अर्थात, मला माझ्या या लेखनासाठी तेथे फारसे काही हाती लागले नाही. परंतु तिथे जाण्याचा उपयोग मात्र मला माझ्या पुढच्या पी. एच. डी. च्या प्रबंध लेखनाच्या वेळी झाला.

याच काळात काही वेळेस मी पुण्याच्या शासकीय पुराभिलेखागारातही जाऊन आलो होतो. तिथे मात्र मला माझ्या विषयाच्या अनुषंगाने काही अप्रकाशित पत्रे मिळाली. ती मी शिवाजी विद्यापीठाला सादर केलेल्या लघु-शोध प्रबंधात सादर केली होती, आणि आताही या पुस्तकात त्यांचा अंतर्भाव केलेला आहे. ती पत्रे पुस्तक रूपाने प्रथमच प्रकाशित होत आहेत, हे या पुस्तकाचे वैशिष्ट्य म्हणता येईल.

ऋणनिर्देश

मी एम. फिल. पदवीसाठी शिवाजी विद्यापीठाच्या इतिहास विभागात प्रवेश घेतला आणि मला तिथे एक ऋषीतुल्य प्राध्यापक भेटले, प्रा. डॉ. व्ही. एस. कदम! त्यांच्या प्रत्यक्षातील सानिध्यात त्यांनी मला मराठ्यांच्या इतिहासातील अनेक खाचाखोचा समजावून सांगितल्या. स्वत: सतत अभ्यासात मग्न असलेल्या या सरांनी रियासतकारांच्या रियासतींपैकी स. मा. गर्गे यांच्या मुख्य संपादनाखाली 'विभाग संपादक' म्हणून 'बाळाजी बाजीराव उर्फ नानासाहेब पेशवे' या खंडाचे भाग संपादित केले होते. आणि ते वाचून आमच्या प्रत्यक्षभेटी अगोदरच मी त्यांच्याशी पत्रव्यवहर केलेला असल्याने व मला ते काम खूप आवडलेले आहे असे सांगितले असल्यामुळेही असेल कदाचित, आमच्यात शिक्षक-विद्यार्थी या नात्यापेक्षाही अधिक जिव्हाळा निर्माण झाला होता. पुढे त्यांच्या निधनापर्यंत हा जिव्हाळा टिकून होता. त्यांच्या मार्गदर्शनाखाली मी जे लेखन केले ते प्रकाशित होत असताना ते पाहायला मात्र आज सर नाहीत याची खंत जरूर वाटते.

'मूळ संदर्भसाधने पहा, तपासा तरच तुमच्या संशोधनला मोल प्राप्त होईल' असा अनुभवाचा सल्ला मात्र त्यांनी सतत दिला. त्याचा मला माझ्या पुढच्या काळात खूपच उपयोग झाला. मार्गदर्शक म्हणून ते केवळ सल्ला देऊन थांबत नसत, तर मला माझ्या लेखनासाठी उपयोगात येतील अशी साधने स्वत:च्या टेबलवर काढून ठेवत असत. त्यांच्या मार्गदर्शनामुळे मला केवळ एम. फिलची पदवीच मिळाली असे नव्हे, तर लाख मोलाचे ज्ञान मिळाले. त्याची गणती कशी करणार? त्यामुळे त्यांचे शाब्दिक ऋण मानून मोकळे होण्यापेक्षा त्यांच्या ऋणात राहणेच मला अधिक योग्य वाटते.

इतिहास विभागातच माझी वैचारिक नाळ ज्यांच्याशी अधिक चांगली जोडली गेली असे आणखी एक इतिहासाचे अभ्यासक म्हणजे डॉ. अरुण भोसले! ते आम्हाला एम. फिलच्या अभ्यासक्रमातील Teaching Methodology in History हा एक अभ्यासक्रम शिकवायचे. पण त्यापलीकडे त्यांच्या केबिनमध्ये जाऊनही त्या काळात त्यांच्याशी मी अभ्यासाशी संबंधित आणि इतरही खूप गप्पा मारायचो. अर्थातच त्याचाही मला माझ्या नंतरच्या संशोधनात खूपच उपयोग झाला. अतिशय उत्कृष्ट वक्तृत्व, सर्वांशी जिव्हाळ्याचे संबंध, आधुनिक भारताच्या इतिहासावर हुकमत असलेले प्राध्यापक भोसले

हे अतिशय निगर्वी आणि अनेकांचे कौतुक करण्यास फार पटकन पुढे येणारे! कुणाचंही काही बारीकसारीक लेखन जरी वाचनात आलं, तर त्या संबंधिताच कौतुक पत्राने अथवा फोनवरून करणारे डॉ. भोसलेंसारखं व्यक्तिमत्त्व दुर्मीळ! त्यांची-माझी भेट या निमित्ताने झाली, काही काळ सहवास लाभला, पण त्या तेवढ्या काळातही त्यांच्याकडून मला खूप काही शिकायला मिळालं. त्यामुळे या निमित्ताने मी त्यांचेही ऋण मान्य करतो.

याशिवाय विभागातील 'विभाग प्रमुख' डॉ. बी. आर.कांबळे, प्रा. डॉ. लोहार, प्रा. डॉ. पाटील, डॉ. खणे, डॉ. वारेकर आणि विभागातील कार्यालयीन कर्मचारी वर्ग या सर्वांशीच माझा कमी-अधिक संबंध आणि संपर्क आला. त्या सर्वांचेच मला उत्तम सहकार्य मिळाले. त्या सर्वांनाच मनापासून धन्यवाद!

गोंगटे-जोगळेकर महाविद्यालयाचे प्राचार्य कै. अ. ल. जडये आणि त्यानंतर प्राचार्य पद भूषविणारे कै. डॉ. सुभाष देव या दोघांचेही त्या त्या टप्प्यावर मला मोलाचे सहकार्य आणि मार्गदर्शन लाभले. त्यांचे स्मरण करणे मी माझे कर्तव्य समजतो.

प्रस्तुतचे लेखन करताना मी पुणे येथील शासकीय अभिलेखागार, रत्नागिरीतील शासकीय विभागीय ग्रंथालय, रत्नागिरी जिल्हा नगर वाचनालय आणि शिवाजी विद्यापीठाचे बॅ. खर्डेकर ग्रंथालय या संस्थांचा प्रामुख्याने उपयोग केला आहे. तेथील ग्रंथपाल आणि त्यांचे इतर सहकारी यांनी ग्रंथ देवघेवीच्या संदर्भात मला खूप चांगले सहकार्य केले. त्यामुळे त्या सर्व संबंधितांचे मनापासून आभार! पुस्तकामध्ये काही नकाशे दिलेले आहेत. ते रेखाटण्याचे काम माझे सहकारी डॉ. सुरेंद्र ठाकूर देसाईंनी केले आहे. त्यासाठी त्यांचे मन:पूर्वक आभार!

मुद्रितशोधक शुभांगी भिडे आणि दूसरे मुद्रितशोधक माझे विद्यार्थी मित्र प्रा. पंकज घाटे या दोघांनीही मुद्रितशोधनाचे काम अतिशय काटेकोरपणे केले. त्यासाठी त्यांनाही मनापासून धन्यवाद! माझी पत्नी सौ. ज्योत्स्ना हिचे माझ्या एम. फिल. आणि अर्थात, पुढील पी.एच.डी, च्या काळातील सहकार्य, फार महत्त्वाचे आहे. विशेषत: एम. फिल. पदवीच्या काळात मला एक वर्ष कोल्हापूर येथे राहावे लागले. त्या काळात तिने रत्नागिरीत राहून एकटीने आमचे घर, आमचा लहान मुलगा चि. कौस्तुभ यांना सांभाळले हे फार मोठे आणि महत्त्वाचे कार्य होते, पण तिने अतिशय आनंदाने आणि विनातक्रार ते पार पाडले. त्यासाठी तिला देऊ तितके धन्यवाद कमीच आहेत.

माझ्या हस्तलिखिताला येवढा सुंदर साज चढविण्याचे काम डायमंड पब्लिकेशन्स या संस्थेचे सर्वेसर्वा श्री. दत्तात्रेय पाष्टे, त्यांचे चिरंजीव श्री. निलेश पाष्टे आणि 'टीम डायमंड'चे सर्व सहकारी या सर्वांचे मन:पूर्वक आभार!

- डॉ. आर. एच. कांबळे

रत्नागिरी.

प्रस्तावना

सतराव्या शतकात महाराष्ट्रात मराठी सत्तेचा उदय झाला. त्या शतकाच्या उत्तरार्धातच येथे मराठ्यांचे राज्य निर्माण झाल्याचा पुकारा छत्रपती शिवाजी महाराजांनी स्वतःला राज्याभिषेक करवून घेऊन केला. छत्रपती शिवाजी महाराजांच्या मृत्यूनंतर या नवोदित स्वराज्याला अनेक संकटांना तोंड द्यावे लागले. छत्रपती संभाजी महाराजांनी अत्यंत बिकट परिस्थितीत कसोटीच्या काळात हे नवे राज्य सांभाळले. अखेर ते मोगलांच्या हातात सापडले. त्यांची हत्या झाली.

छत्रपती संभाजी महाराजांनंतर छत्रपती राजाराम महाराज (इ. स. १६८९-१७००) गादीवर आले. त्यांनाही मोठ्या संकटांना तोंड देत राज्य राखावे लागले. तथापि त्यांची दृष्टी केवळ राज्य राखण्यावर नव्हती, तर रामदासांच्या वचनाप्रमाणे –

आहे तितुके जतन करावे । पुढे आणिक मिळवावे ।
महाराष्ट्र राज्य करावे । जिकडे तिकडे ।।

या बाण्याची होती. याचा प्रत्यंतर त्यांच्या एका पत्रातून दिसते. राजाराम महाराजांनंतर महाराणी ताराबाई यांनीही अविरत संघर्ष करून मराठ्यांचे राज्य टिकविले. एवढेच नव्हे, तर त्यांच्या आणि अगोदर राजाराम महाराजांच्या काळात मराठी फौजा नर्मदा पार झाल्या होत्या.

छत्रपती शाहू १७०८ मध्ये महाराष्ट्रात आले आणि मराठ्यांच्यात यादवी सुरू झाली. राज्याभिषेक झाल्यानंतर छत्रपती शाहू महाराजांच्या नेतृत्वाखाली बाळाजी विश्वनाथाने मराठ्यांच्या साम्राज्य विस्तारास नवी क्षितिजे निर्माण करून दिली. पेशवा बाजीरावांच्या काळात तर मराठ्यांच्या स्वराज्याचे रूपांतर साम्राज्यात झाले. सर्वसाधारणपणे मराठ्यांचा साम्राज्यविस्तार म्हटले की, श्रीमंत पेशवा बाजीरावच समोर येतो. अनेकांनी त्यावर आत्तापर्यंत इंग्रजी, मराठीत लेखन केले आहे. परंतु शिवोत्तर कालखंड ते श्रीमंत पेशवा बाजीराव असा मराठ्यांच्या साम्राज्यविस्ताराचा आढावा घेण्याचा प्रयत्न केलेला दिसत नाही. त्या दृष्टीने बाजीराव पेशवेपूर्व काळातही मराठ्यांच्या साम्राज्यविस्ताराच्या प्रयत्नांची दखल घेऊन बाजीराव पेशव्यांच्या काळापर्यंतचा इतिहास मांडण्याचे योजले आहे.

आत्तापर्यंत शिवकाल आणि शिवोत्तर काल असे विभाजन करून अनेकांनी लेखन केले आहे. ग्रँट डफचा मराठ्यांचा इतिहास (खंड १ ते ३), रियासतकार सरदेसाई यांच्या मराठी रियासती, व्ही. जी. दिघे यांचा श्रीमंत बाजीराव पहिला आणि मराठ्यांच्या सत्तेचा विस्तार, एच. एन. सिन्हा यांचा Rise of Peshwas इत्यादी ग्रंथ उदाहरणादाखल सांगता येतील. प्रस्तुत पुस्तकासाठी वरील सर्वांचा उपयोग केलेला आहेच, परंतु त्याचबरोबर बऱ्याचशा अस्सल प्रकाशित साधनांचा तसेच पुणे पुराभिलेखागारातील काही अप्रकाशित कागदपत्रांचा उपयोगही केलेला आहे. भारत इतिहास संशोधक मंडळाच्या त्रैमासिकाच्या काही अंकांत तसेच मुंबईच्या इतिहास आणि संस्कृती या त्रैमासिकातील काही अंकांतून उपयुक्त माहिती मिळाली. तिचाही यथायोग्य उपयोग करून घेतला आहे.

प्रस्तुत पुस्तकाची मांडणी एकूण सहा प्रकरणांमधून केलेली आहे. पहिल्या प्रकरणात भौगोलिक परिस्थिती, शिवपूर्वकालीन राजकीय इतिहास आणि साधनांचा आढावा घेतला आहे. दुसऱ्या प्रकरणात बाजीराव पेशवेपूर्व मराठ्यांच्या साम्राज्य विस्ताराच्या प्रयत्नांची चर्चा केली असून विशेष संदर्भ कोकण किनारपट्टीचा घेतला आहे. तिसऱ्या प्रकरणात श्रीमंत बाजीराव पेशव्यांच्या कालखंडातील प्रदेश विस्तार, त्यांच्या प्रदेश विस्ताराच्या कल्पना, त्यांच्या संदर्भात उपस्थित केला गेलेला उत्तर-दक्षिण वाद आणि त्यांचे सरदार इत्यादींची चर्चा केली आहे. चौथ्या प्रकरणात मराठ्यांच्या माळवा, बुंदेलखंड, गुजराथ इत्यादी ठिकाणच्या प्रदेश विस्ताराचा विचार केला आहे. तर पाचव्या प्रकरणात मराठ्यांच्या विशेषतः दक्षिण धोरणाचा विचार केला असून सहावे प्रकरण हे उपसंहाराचे आहे.

महत्त्वाच्या संदर्भांचे संक्षेप

केळकर, न. चिं. आणि द. वि. आपटे – शिवकालीन पत्र सारसंग्रह – शि. प. सा. स.

खरे, ग. ह. – ऐतिहासिक फारसी साहित्य – ऐ. फा. सा.

गाडगीळ, स. रा. – सभासद बखर – स. ब.

गुजर, मा. वि. – करवीर छत्रपती घराण्याची कागदपत्रे – क. छ. घ. का.

जुवेकर, प्रमोदिनी – छत्रपती राजाराम महाराजांची बखर – छ. रा. म. ब.

जोशी, प्र. न. – आज्ञापत्र – आज्ञा.

पवार, अप्पासाहेब – ताराबाईकालीन कागदपत्रे खंड १ – ता. का.

पारसनीस, द. ब. – शाहू रोजनिशी – शा. रो.

पिंगुळकर, व्ही. पी. – सावंतवाडी संस्थानचा इतिहास – सा. सं. इ.

बेंद्रे, वा. सी. – महाराष्ट्रेतिहासाची साधने – म. सा.

राजवाडे, वि. का. – मराठ्यांच्या इतिहासाची साधने – म. इ. सा.

वर्टीकर, श. ह. – कापशीकर सेनापती घोरपडे घराण्याची कागदपत्रे – घो. घ. का.

सरदेसाई, गो. स. – पेशवे दफ्तरातून निवडलेले कागद – पे. द.

सरदेसाई, गो. स. – मुसलमानी रियासत – मु. रि.

सरदेसाई, गो. स. – मराठी रियासत – म. रि.

पगडी, सेतुमाधवराव – मराठे व औरंगजेब – म. औ.

पगडी, सेतुमाधवराव – मराठे व निजाम – म. नि.

पगडी, सेतुमाधवराव – मराठ्यांचे स्वातंत्र्ययुद्ध – म. स्वा. यु.

पगडी, सेतुमाधवराव – मोगल आणि मराठे – मो. म.

पगडी, सेतुमाधवराव – मोगल दरबारची बातमीपत्रे – मो. द. बा.

पिसुर्लेकर, पांडुरंग सखाराम – पोर्तुगीज मराठे संबंध – पो. म. सं.

देसाई, स. शं. – करवीर छत्रपती आणि कोल्हापूर – क. छ. को.

देसाई, स. शं. – पोर्तुगीज दफ्तर खंड ३ – पो. द.

देसाई, स. शं. – पोर्तुगीज मराठे संबंध – पो. म. सं.

देसाई, स. शं. – मराठ्यांच्या इतिहासाची साधने खंड २ – म. इ. सा.

देसाई, स. शं. – शिवशाही पोर्तुगीज कागदपत्रे – शि. पो. का.

अनुक्रम

१ भौगोलिक परिस्थिती, शिवपूर्वकालीन राजकीय इतिहास आणि साधनांची व्याप्ती

i) भौगोलिक परिस्थिती –

इतिहास हे भूगोलाच्या वृक्षावरील फळ होय, असे म्हटले जाते. भूगोलाशिवाय इतिहास म्हणजे परीकथा होय. तसेच इतिहासाशिवाय भूगोल म्हणजे नैसर्गिक पट्ट्यांचा अभ्यास होय. भौगोलिक घटक हे इतिहासाचा प्रवास, त्याची दिशा, त्याचा वेग आदी निश्चित करतात. भूगोल इतिहासाला वळण लावू शकतो. इतिहासाच्या जडणघडणीमध्ये भूगोलाचे म्हणजेच भौगोलिक घटकांचे अनन्यसाधारण महत्त्व असते, हे भारताच्या इतिहासातून स्पष्ट होणारे सत्य आहे.[१]

मराठ्यांच्या सत्तेचा ज्या महाराष्ट्रात उदय आणि विकास झाला, त्यालाही महाराष्ट्राचा भूगोल काहीसा उपकारक ठरला, यात वाद होण्याचे कारण नाही. न्या. म. गो. रानडे यांनी मराठ्यांच्या सत्तेच्या उदयाची कारणमीमांसा करताना असे म्हटले आहे की, ‘‘मराठ्यांच्या राजकीय उलाढालीत या भौगोलिक परिस्थितीने फारच महत्त्वाची भूमिका बजाविली आहे.’’[२] इतिहास म्हणजे एका अर्थाने भौगोलिक परिस्थिती, स्वाभाविक रचना, राज्यशास्त्रातील प्रमुख सिद्धांत किंवा राजनीतीतील प्रमुख कल्पना यांचा एकमेकांवर परिणाम होऊन घडलेल्या घटना होत. एखाद्या विशिष्ट देशाच्या भौगोलिक स्थितीचा त्या देशाच्या राजकीय जीवनावर परिणाम होतो, याचे उत्कृष्ट उदाहरण म्हणजे मराठ्यांची सत्ता. नैसर्गिक स्थिती व हवामान यांचा राजकीय जीवनावर परिणाम होत असतो. विजय किंवा पराभव बहुतांशी भौगोलिक परिस्थितीवर अवलंबून असतात.

विसाव्या शतकातील अत्याधुनिक अण्वस्त्रे, लांब पल्ल्याची क्षेपणास्त्रे, लढाऊ विमाने, युद्धनौका, प्रशिक्षित वायुसेना यांमुळे कदाचित भौगोलिक परिस्थितीचे महत्त्व कमी होत असेल. तथापि १७व्या, १८व्या शतकातील हिंदुस्थानचा इतिहास घडविण्यात

भौगोलिक परिस्थितीचा वाटा मोठा होता, हे नाकबूल करता येणार नाही.

छत्रपती शिवाजी महाराजांना गनिमी काव्याचा जो उपयोग करता आला, तो महाराष्ट्राच्या भौगोलिक रचनेमुळेच. छ. शिवाजी महाराजांनंतर छ. संभाजी महाराज, छ. राजाराम महाराज, महाराणी ताराबाई व त्यांचे सरदार यांनी औरंगजेबासारख्या बलाढ्य शत्रूस जेरीस आणले, ते तेथील भौगोलिक परिस्थितीमुळेच.

पेशवे काळात श्रीमंत बाजीराव पेशव्यांनी निजामाचा पालखेड व भोपाळ येथे जो पराभव केला, त्या पाठीमागे भौगोलिक परिस्थितीची जाण आणि तिचा प्रभावी वापर करण्याचे कौशल्य कारणीभूत होते. पेशवा बाजीरावास राजनीतीप्रमाणे भूगोलाचेही ज्ञान होते, म्हणूनच त्याला निजामास अडचणीत गाठून पराभूत करणे शक्य झालो.

मराठ्यांची सत्ता ज्या दक्षिण भारतात उदयास आली, त्या दक्षिणेची भौगोलिक परिस्थिती प्रथम पाहणे उचित होईल. हिंदुस्थानच्या मध्यभागी असणाऱ्या पूर्व-पश्चिम विंध्य पर्वताच्या रांगेमुळे उत्तर भारत व दक्षिण भारत अशी हिंदुस्थानची दोन भागांत विभागणी होते. ऐतिहासिक व राजकीय दृष्टीने पुढील विभाग पडतात.

दख्खन हा संस्कृत शब्द असून त्याचा अर्थ दक्षिण असा होतो. नर्मदेच्या दक्षिणेकडील परंतु कृष्णेपर्यंतच्या प्रदेशाला दख्खन असे भूगोल (हिंदू) तज्ज्ञांनी नाव दिले. सन १६९० मध्ये औरंगजेबाने दक्षिण जिंकली, तेव्हा दख्खनचे सहा सुभे होते. ते म्हणजे अहमदनगर, विजापूर, गोवळकोंडा, बिदर, खानदेश, गौंडवन.

वरील प्रदेशात हिंदू ही प्रबळ जमात होती आणि मराठा सत्तेच्या वर्चस्वाखाली हा प्रदेश मोडत होता.

दक्षिण पठार –

या पठाराचा गाभा कठीण खडकांचा बनलेला असून हे पठार पश्चिमेकडून पूर्वेकडे उतरते होत गेले आहे. या पठाराचा पश्चिमकडा म्हणजे सह्य पर्वत होय. यामुळे भारताच्या पश्चिम भागाचे संरक्षण झाले आहे. मराठ्यांनी याच सह्य पर्वत भागातील अनेक किल्ले जिंकून सत्तेचा विस्तार केला. या पठाराची समुद्रसपाटीवरील उंची ३०० ते ९०० मीटर आहे. या पठाराच्या उत्तरेस सातपुडा पर्वत असून त्याच्या उत्तरेस नर्मदा व दक्षिणेस तापी या दोन नद्या असून पूर्वेकडून पश्चिमेकडे वाहतात. याच पठारी प्रदेशात गोदावरी, कृष्णा, महानदी, कावेरी या नद्या आणि तुंगभद्राही उपनदी आहे.

दक्षिणेकडील नद्या पावसाळ्याच्या काळात वाहतुकीसाठी उपयुक्त ठरतात, तर उन्हाळ्याच्या काळात समुद्रालगतचा भाग सोडला तर कोरड्या पडतात. त्यामुळे एका ठिकाणाहून दुसऱ्या ठिकाणी धान्याची वाहतूक करण्यासाठी बैलगाड्यांचा वापर करावा

लागे. हा व्यापार–व्यवसाय वंजारी लोक करत. ते मूळ राजपुतान्यातील होय.[३]

सतराव्या शतकात या पठाराच्या पश्चिम घाटात व मैदानी प्रदेशात मराठ्यांची सत्ता उदयास आली आणि तीच पुढे उत्तर–दक्षिण अशी विस्तारत गेली.

पूर्व–पश्चिम किनारपट्टीचे प्रदेश –

दक्षिण हिंदुस्थानच्या पूर्व किनारपट्टीस कोरोमंडलचा किनारा असे म्हणतात. तर पश्चिम किनारपट्टीच्या उत्तर भागाला कोकणची किनारपट्टी व दक्षिण भागास मलबारची किनारपट्टी असे म्हणतात. पश्चिम किनारपट्टीस समांतर अशा अनेक पर्वतांच्या रांगा असल्यामुळे हा प्रदेश दुर्गम झाला आहे. या उलट अनेक नद्या पूर्वेकडच्या बंगालच्या उपसागरास मिळत असल्याने नदीमुखातून पूर्वेकडील किनारपट्टीच्या प्रदेशात प्रवेश करणे सुलभ झाले. या दोन किनारपट्टींच्या प्रदेशात डच, फ्रेंच, पोर्तुगीज व इंग्रजांनी प्रथम व्यापारी संबंध जोडले व कालांतराने भारतावर इंग्रजांचे राज्य निर्माण झाले.[४]

मध्यवर्ती मैदानी प्रदेश –

उत्तरेकडील पर्वतमय भाग व दक्षिणेकडील पठारी प्रदेश ह्यांमधील हा विस्तीर्ण भाग. पश्चिमेकडील राजपुतान्याच्या वाळवंटापासून पूर्वेस गंगेच्या त्रिभुज प्रदेशापर्यंत पसरलेला आहे. गंगा, यमुना, सतलज व ब्रह्मपुत्रा या रुंद पात्रांच्या नद्या वाहत असून या नद्यांच्या खोऱ्यांतील सुपीक प्रदेशातच आर्य संस्कृती उदयास आली. पुढे सुलतानशाही आणि मोगल बादशाही यांचाही येथेच उदयास्त झाला.

महाराष्ट्र –

सर जदुनाथ सरकार महाराष्ट्राच्या भौगोलिक परिस्थितीविषयी म्हणतात, ‘‘भौगोलिक परिस्थितीमुळे मराठ्यांच्यात स्वावलंबी वृत्ती, शौर्य, चिकाटी, काटकपणा इत्यादी गुणांचा प्रादुर्भाव झाला.’’[५] सरकारांचे वरील मत मान्य करण्यास हरकत असण्याचे कारण नाही. मराठ्यांचा स्वभाव काटक बनण्यास महाराष्ट्राची भौगोलिक स्थिती कारणीभूत ठरली असे निःसंदिग्धपणे न्या. रानडे यांनी अगोदर म्हटले होते. ते म्हणतात, ‘‘देशाचे स्वरूप असे असल्यामुळे लोक सशक्त, काटक व काटेकोर आहेत.’’[६]

वरील दोन विद्वानांची मते पाहिल्यानंतर महाराष्ट्राच्या भौगोलिक परिस्थितीचे थोडक्यात विवेचन करणे क्रमप्राप्त आहे.

कै. राम गणेश गडकरी यांनी आपल्या महाराष्ट्र गीतात महाराष्ट्राचे वर्णन करताना म्हटले आहे की,

"राकट देशा, कणखर देशा, दगडांच्या देशा । ...
नाजुक देशा, कोमल देशा, फुलांच्याही देशा
अंजन कांचन करवंदीच्या काटेरी देशा ।
बकुल फुलांच्या प्राजक्तीच्या दलदारी देशा ।।
भावभक्तीच्या देशा आणिक बुद्धीच्या देशा ।
शाहीरांच्या देशा, कर्त्या मदांच्या देशा ।।
ध्येय जे तुझ्या अंतरी निशाणावरी नाचते करी
जोडी इह परलोकासी व्यवहारी परमार्थासी वैभवासी वैराग्यासी ।।"[७]

इतिहासप्रेमी गो. नी. दांडेकर म्हणतात, ''सह्याद्रीने महाराष्ट्राला जगावे कसे ते शिकवले आणि मरावे कसे तेही शिकवले. एकदा बघावे त्याच्या उत्तुंग शिखराकडे, अशी शिखरे की, जी एकेकटीच आकाशाशी झटे घेत आहे. वारे वाहतात, वादळे कोसळतात, धावधावून मेघांचे समुदाय चालून येतात, विजा कडकडतात, आकाशातून निखळून पाताळवेरी शिरतात. तरी हे कडे अभंग आहेत. या कड्यांनीच महाराष्ट्रास स्वातंत्र्याचे पाठ दिलेत.''[८] महाराष्ट्र हा डोंगरदऱ्यांचा, पठारांचा, छोट्या छोट्या नद्यांचा प्रदेश आहे. सह्याद्रीच्या असंख्य रांगांनी व त्यावरील अभेद्य किल्ल्यांनी, घनदाट अरण्यांनी, नद्यांनी मराठ्यांच्या स्वराज्य निर्मितीत त्यांना अमोल साहाय्य केले.

महाराष्ट्राचा आकार त्रिकोणाकृती आहे. उत्तरेस सातपुडा, दक्षिणेस पंचगंगा, तर पश्चिमेस अरबी समुद्र अशा महाराष्ट्राच्या सर्वसाधारण सीमा आहेत. सह्याद्रीच्या उत्तर-दक्षिण विस्तारामुळेच महाराष्ट्राचे कोकण व देश असे दोन विभाग पडले आहेत. सह्याद्री समुद्र किनाऱ्यापासून २५-३० मैल अंतराने पसरलेला आहे. त्याच्या प्रचंड रांगा तीन-चार हजार फूट उंचीच्या असून महाराष्ट्राचा २५-३० मैल रुंदीचा पट्टा त्याने अतिशय दुर्गम व निबिड अरण्याचा करून सोडला आहे. सह्याद्री व अरबी समुद्र यांच्या दरम्यान असलेला कोकण भाग हा असंख्य खाड्या व नद्या यांनी उंचसखल बनलेला आहे. देशावरून कोकणात जाण्यासाठी त्या वेळेस घाट होते. परंतु ते इतके धोकादायक व अडचणीचे होते की, कोकणात उतरणारे शत्रूंचे सैन्य परत जाण्याची शाश्वती नसे. सह्याद्रीच्या रांगांवर महाराष्ट्राचे किल्ले उभे आहेत. पर्वतांनी दुर्गम बनलेला प्रदेश, सभोवतालच्या दऱ्यांतील दाट झाडी, उंच उंच कडे यांमुळे हे किल्ले म्हणजे मराठ्यांची आश्रयस्थाने बनली होती. असे पुष्कळसे किल्ले कोकण व देश यांच्या मध्यावर बांधले गेल्यामुळे या भागाला एक अनन्यसाधारण भौगोलिक स्थान प्राप्त झाले होते. सह्याद्रीच्या पूर्वेस कमी पावसाचा प्रदेश लागतो. सह्याद्रीच्या कुशीत उगम पावून गोदावरी, भीमा, निरा, कृष्णा, वारणा, घटप्रभा अशा अनेक लहान-मोठ्या नद्या पूर्वेकडे वाहतात. या

नद्यांची खोरी सुपीक असली तरी पूर्व–पश्चिम पसरलेल्या अनेक डोंगररांगांनी हा प्रदेश उंचसखल बनला आहे. उदा. भू–राजकीय –चांदोर डोंगररांग, महादेव डोंगररांग अशा अनेक डोंगररांगांनी या प्रदेशाचे अनेक छोटे छोटे भौगोलिक प्रदेश बनविलेले आहेत.

महाराष्ट्राची नैसर्गिक जडणघडण आणि मराठ्यांचा इतिहास –

मराठ्यांच्या इतिहासाचा विचार करताना सह्याद्री, कोकणची किचकट खडकाळ किनारपट्टी, देशावरची पठारे, मान्सूनचा लहरीपणा, बेसाल्ट, काळी माती आणि एकंदरीतच निसर्गाची अवकृपा असलेला महाराष्ट्र आपल्या डोळ्यांसमोर येतो.

तथापि, चार हजार वर्षांपूर्वी शेतकी संस्कृतीची सुरुवात गोदावरी खोऱ्यात झाली आणि मानवी जीवनाला एक प्रकारचे स्थैर्य आले. महाराष्ट्राच्या पठारी प्रदेशातून वाहणाऱ्या तापी, गोदावरी, भीमा आणि त्यांच्या काठची काळी माती ह्यांवरून ही शेतकी प्रधान संस्कृती बहरायला सुरुवात झाली. पण इ.स. पू. १०००० च्या सुमारास महाराष्ट्रात फार मोठा दुष्काळ पडला आणि या संस्कृतीची फार मोठ्या प्रमाणावर वाताहत झाली. ह्या लोकांना महाराष्ट्र सोडून दक्षिण भारतात जावे लागले. या उदाहरणावरून असे म्हणता येईल की, मनुष्य नैसर्गिक परिस्थितीचा पूर्ण गुलामही नाही, पण त्याला त्यावर मात करणेही शक्य नाही. मानवाचा संपूर्ण इतिहास आपणास हेच दाखवितो. मराठ्यांचा इतिहासही याला अपवाद नाही.

महाराष्ट्रातील किल्ले –

सह्याद्रीच्या घाटमाथ्यावर आणि त्याच्या थोडेसे पश्चिमेकडे महाराष्ट्रातील बरेचसे गिरिदुर्ग आहेत. ह्या किल्ल्यांची भूशास्त्रीय दृष्टीने वैशिष्ट्ये म्हणजे हे किल्ले बहुतांशी घट्ट बेसाल्टच्या थरावर वसले आहेत. ह्या घट्ट बेसाल्टमधील संधीमुळे त्याचे विदरण असे होते की, त्या थरातील खंड अगर स्तंभ जरी अलग होऊन कोसळून बाहेर पडले, तरी मूळ थरात एक प्रकारचा तीव्र उताराच्या भिंतीसारखा कडा निर्माण होतो. ह्या कड्यामुळे एक प्रकारची भिंत तयार होते. या कड्यावर मग तट, बुरूज वगैरे बांधून संरक्षण व्यवस्था मजबूत करणे शक्य होते. परत घट्ट बेसाल्टमध्ये जलधारकता चांगली असल्यामुळे पठारी प्रदेशापासून उंचावर किल्ल्यावर पाणी चांगले मिळणे तितकेसे अवघड नाही. हा घट्ट बेसाल्ट बांधकामालापण चांगला होता. तसेच पठारापासून उंच असल्याने सभोवतालच्या प्रदेशावर ताबा ठेवण्यास उपयुक्त असे हे सह्याद्रीवरील किल्ले मराठी राज्याला वरदानच ठरले. ह्या उलट जे किल्ले (पुरंदर, सिंहगड) सह्याद्रीच्या पूर्वेकडील पठारी प्रदेशात होते, त्यांची तुलनात्मकदृष्ट्या दुर्गमता कमी असल्याने ते किल्ले मराठ्यांना ताब्यात ठेवणे नेहमीच जड गेले. महाराष्ट्रातील सागरी किल्लेही समुद्रात शिरलेल्या कठीण खडकांच्या

सुळक्यांवरच बांधले आहेत.

थोडक्यात म्हणजे भूरचना गिरिदुर्ग आणि सागरीदुर्ग यांना पोषक होती आणि त्याचा फायदा मराठ्यांना निश्चितच झाला.

महाराष्ट्राची भू-रचना आणि हवामान -

पश्चिम महाराष्ट्र आणि कोकण हे प्रदेश उत्तर महाराष्ट्र, मध्यप्रदेश, म्हैसूर राज्यांपेक्षा निश्चितपणे मागासलेले होते. ह्या भागात वारंवार पडणारे दुष्काळ, शेतीला उपयुक्त असलेल्या गाळाच्या जमिनीची कमतरता, वर्षातील पाच-सहा महिने कोरड्या पडणाऱ्या नद्या, उपयुक्त खनिजांची कमतरता ह्या सर्व कारणांनी हा भाग दुर्लक्षिला गेला आणि परकीयांच्या दृष्टीनेही तितकासा महत्त्वाचा राहिला नाही. या मागासलेल्या भागात मराठी माणसाची एक वेगळीच प्रतिमा तयार झाली. हे लोक किरकोळ शरीरयष्टीचे, साधे व काटक होते.[१] महाराष्ट्राच्या पठारी भागावर चांगले गवत असल्यामुळे भीमथडी तट्टांची पैदासही चांगली झाली.

इ.स. १६३० मध्ये पडलेल्या दीर्घ अवर्षणामुळे महाराष्ट्रातील मुसलमानी शासकीय व्यवस्था खिळखिळी झाली व या व्यवस्थेविरुद्ध असंतोष धुमसत होता. ह्या कठीण परिस्थितीचा फायदा शिवाजी महाराजांना मिळाला. ह्यामुळे गनिमी युद्धाला पोषक असलेल्या या भूमीत मराठी राज्याची स्थापना झाली. ज्याप्रमाणे महाराष्ट्राच्या पठारी प्रदेशाचा मागासलेपणा मराठ्यांना राज्य स्थापन करताना उपयोगी झाला, त्याचप्रमाणे कोकणची भूमीपण स्वराज्य टिकविण्यास उपयुक्त ठरली. कोकणच्या पूर्व-पश्चिम वाहणाऱ्या नद्या, या नद्यांच्या मुखाजवळ तयार होणारे वाळूचे पट्टे, समुद्रापर्यंत येणारे डोंगरांचे सुळके, जांभ्याची शेतीला निरुपयोगी असलेली पठारे, चार महिने कोसळणारा पाऊस आणि उन्हाळ्यात पिण्याच्या पाण्याची चणचण, डोंगराळ भूरचना आणि समुद्रकाठचा दलदलीचा प्रदेश हे सर्व गुणधर्म कोकणच्या भूमीत सार्वभौम असे एकसंध राज्य होण्याच्या विरुद्ध गेले. कोकणच्या किनाऱ्यावर पोर्तुगीजांनी आणि ब्रिटिशांनी काही ठिकाणी सत्ता स्थापन केली, पण त्यांना सबंध कोकणावर सत्ता स्थापता आली नाही. कारण कोकणची दुर्गमता. ह्यामुळेच मराठी राज्य अबाधित राहिले.

ह्याउलट मराठी राज्याचा विस्तार ज्या वेळेस होऊ लागला, त्या वेळेस त्यांना उत्तर भारतातील वेगवेगळ्या भौगोलिक परिस्थितीशी जुळवून घेणे अवघड झाले. गंगा-यमुनेच्या खोऱ्यातील दलदलीची पूरमैदाने, विषम हवामान, वारंवार पात्र बदलणाऱ्या नद्या ह्यांमुळे मराठे आपला पाय त्या भागात चांगल्या प्रकारे रोवू शकले नाहीत.

मराठी राज्याचा उदय, विस्तार आणि ऱ्हास यांवर भौगोलिक परिस्थितीचा निश्चितपणे परिणाम झाला, पण केवळ ह्यामुळेच हे सर्व घडले असे म्हणणेही चुकीचे ठरेल.

मराठ्यांच्या उदयास्ताच्या इतिहासाला कारणीभूत ठरलेल्या अनेक घटकांपैकी (राजकीय, सामाजिक, सांस्कृतिक, धार्मिक, वगैरे) एक म्हणजे भौगोलिक परिस्थिती. तिचा विचार अपरिहार्य ठरत असल्याने वरीलप्रमाणे तिचे थोडक्यात, पण समग्र विवेचन करण्याचा प्रयत्न केला आहे.

ii) शिवपूर्वकालीन राजकीय इतिहास –

वरील भौगोलिक परिस्थितीचा परिणाम राजकारणावर होणे स्वाभाविक होते. विविध प्रकारची भौगोलिक परिस्थिती, नद्या, किल्ले, जंगले, पर्वतराजी, दळणवळणांच्या साधनांचा अभाव यांमुळे प्रत्येक प्रांत एकाकी राजकीय घटक बनला होता. राजकीय ऐक्याचा अभाव असल्याने एकछत्री अंमल निर्माण होणे कठीण होते. प्राचीन काळी चंद्रगुप्त मौर्य (इ.स.३२४-३०० पूर्व), सम्राट अशोक (इ.स.२७२-२३६ पूर्व), हर्षवर्धन (इ.स.६००-६४७ पू.) यांनी एकछत्री अंमल प्रस्थापित करण्याचा प्रयत्न केला होता. मध्ययुगात अकबराने (इ.स. १५५६-१६०५) तसा प्रयत्न केला होता. मात्र औरंगजेबानंतर मुघल सत्तेचा झपाट्याने ऱ्हास झाला, तर मराठ्यांच्या सत्तेचा विस्तार झाला.

सतराव्या शतकात मराठ्यांच्या सत्तेचा जो उदय झाला, त्याबद्दल अनेकांनी आत्तापर्यंत चर्चा केली असून विविध मते प्रतिपादली आहेत. त्यावर उलट-सुलट चर्चाही झाली आहे. येथे त्या चर्चेत शिरण्याचे कारण नाही. मात्र मराठ्यांच्या सत्तेचा जो उदय झाला, त्याला येथील भौगोलिक वातावरण, येथील सांस्कृतिक वातावरण, संतांची कामगिरी, भाषा आणि साहित्य, येथील शिवपूर्वकाळातील राजकीय परिस्थिती इत्यादी सर्वच घटक कमी-अधिक प्रमाणात कारणीभूत ठरले, असे म्हणता येईल.

एकंदरीत परिस्थिती अनुकूल होती. आवश्यकता होती फक्त खंबीर नेतृत्वाची आणि सर्व मराठ्यांना (महाराष्ट्रीय माणसांना) एका सूत्रात गोवणाऱ्या कुशल संघटकाची. छत्रपती शिवाजी महाराजांच्या रूपाने असे नेतृत्व महाराष्ट्राला लाभले. त्यांनी अतिशय प्रतिकूल परिस्थितीशी टक्कर देऊन महाराष्ट्रातील विखुरलेला मराठी समाज एक केला आणि येथे हिंदवी स्वराज्याची स्थापना केली. पुढे त्याच स्वराज्याचे साम्राज्यात रूपांतर झाले. परंतु ते पाहण्याअगोदर अगदी आवश्यक तेवढा भूतकाळ समजून घेणे आवश्यक असल्याने त्याची मांडणी अगोदर करू.

विजयनगरचे हिंदू साम्राज्य आणि बहामनी संघर्ष–

महंमद तुघलकाच्या कारकिर्दीत (इ. स. १३२५-१३५१) त्याच्या साम्राज्याचे विघटन होऊन दक्षिणेत मुसलमानी राज्य आणि विजयनगरचे बलाढ्य व ऐश्वर्यसंपन्न हिंदू राज्य उदयास आले. परंतु त्या राज्यांचे एकमेकांशी सतत झगडे होत राहिले. अखेर

अशाच एका संघर्षात विजयनगरचा दारुण पराभव होऊन पुढे अल्पावधीतच ते राज्य धुळीला मिळाले.

तेराव्या शतकाच्या अखेरीस अल्लाऊद्दीन खिलजीने नर्मदा ओलांडून दक्षिणेत प्रवेश केला आणि त्याने देवगिरीच्या यादवांचे राज्य जिंकून घेतले. त्यानंतर त्याचा सरदार मलिक काफूर याने इ.स. १३०९ ते १३२६ या काळात वारंगळ, द्वारसमुद्र ही राज्ये जिंकून घेतली. अशा रीतीने चौदाव्या शतकाच्या आरंभीच दक्षिण भारतात मुसलमानी सत्ता नांदू लागल्या. हिंदू धर्म आणि हिंदूंची श्रद्धास्थाने यांना कोणीही त्राता उरला नाही.

अशा आणीबाणीच्या परिस्थितीत दक्षिणेत विजयनगर येथे हिंदू राज्याची स्थापना झाली. ही स्थापना इ.स. १३३६मध्ये हरिहर आणि बुक्क या उभय बंधूंनी शृंगेरीच्या मठाचे शंकराचार्य श्री माधवाचार्य उर्फ विद्यारण्य स्वामी यांच्या सल्ल्याने केली. वर उल्लेख केल्याप्रमाणे त्याच सुमारास दुसरी एक राजवट म्हणजे बहामनी राजवट इ. स. १३४७ मध्ये उदयास आली (१३४७). दिल्लीच्या सुलतानाऐवजी बहामनी सुलतानाचा अंमल महाराष्ट्रावर सुरू झाला. विजयनगर आणि बहामनी यांचे संघर्ष सतत घडून येतच होते. २३ जानेवारी १५६५ च्या तालिकोटच्या लढाईत बहामनी राज्यातील वेगवेगळ्या शाह्यांनी एकत्र येऊन विजयनगरचा धुव्वा उडविला. अशा रीतीने १३३६ ते १५६५ या सुमारे सव्वा दोनशे वर्षांच्या काळात विजयनगरने हिंदू साम्राज्य निर्माण करण्याचा प्रयत्न केला. तथापि तालिकोटच्या पराभवाने त्यांचे ते स्वप्न धुळीस मिळाले.

दक्षिणेतील मुघलांचे राजकारण –

दक्षिणतले बहामनी राज्य १५२६–२७ मध्ये नष्ट झाले. त्याच वेळेस उत्तरेत इब्राहीम लोदीचा पराभव करून बाबराने मोगल बादशाहीची मुहूर्तमेढ रोवली. बाबरापासून औरंगजेबापर्यंत सर्व बादशहांनी सर्व हिंदुस्थान स्वतःच्या वर्चस्वाखाली आणण्याचे स्वप्न पाहिले. अकबराच्या कारकिर्दीत मुघलांचा दक्षिणेच्या राजकारणाशी पहिल्यांदा संबंध आला. त्याच्याच कारकिर्दीत काबूलपासून बंगालपर्यंत व काश्मीरपासून भीमानदीपर्यंतचा हिंदुस्थान जिंकला गेला. त्याने खानदेश, वऱ्हाड आणि अहमदनगर हेही प्रदेश जिंकले. हे प्रदेश आता मुघली सुभे म्हणून ओळखले जाऊ लागले व त्यांच्यावर मुघली सुभेदार नेमले जाऊ लागले. शहाजहानने निजामशाहीची अखेर करताच गोवळकोंड्याच्या कुतुबशहाने व विजापूरच्या आदिलशहाने त्याचे मांडलिकत्व स्वीकारले. शहाजहान उत्तरेत निघून गेला व त्याचा पुत्र औरंजगेजब दक्षिणेचा सुभेदार बनला. त्याच्या अमलाखाली दक्षिणेतील खानदेश, वऱ्हाड, तेलंगण व दौलताबाद असे चार प्रांत मोडत होते.

दक्षिणेतील आणखी दोन सत्ता –

पश्चिम किनाऱ्यावर आपले सागरी वर्चस्व निर्माण करणाऱ्या सिद्दी व पोर्तुगीज या दक्षिणेतील आणखी दोन सत्ता. मराठ्यांच्या शत्रूंच्या यादीत या दोघांची भर पडली होती. मोगल व दक्षिणेतील सुलतान मराठ्यांना भूमीवर अजिंक्य ठरले होते, तर सिद्दी व पोर्तुगीज त्यांना सागरावर अजिंक्य ठरले होते.

सिद्दी ही मूळची आफ्रिकेतील ॲबसेनिया या देशातील इस्लामी जमात होय. मुंबईच्या दक्षिणेला ४५ मैलांवर असलेल्या समुद्रातील जंजिरा किल्ला व राजपुरीच्या खाडीवर असणारी दंडाराजपुरी ही ठिकाणे हे त्यांचे पश्चिम किनाऱ्यावरील प्रदेश होत. पश्चिम किनाऱ्यावरील ही सत्ता मराठ्यांच्या स्वातंत्र्याच्या मार्गात उभी राहिलेली अडचण होती.

दुसरी सत्ता ही पोर्तुगीजांची. ही व्यापारी व राजकीय अशा दुहेरी स्वरूपाची होती. इ. स. १५१०मध्येच आदिलशहाकडून त्यांनी गोवा जिंकून घेतला होता. पुढे सन १५४३मध्ये खुद्द आदिलशहानेच त्यांना साष्टी व बारदेश हे गोव्यालगतचे प्रांत बक्षिस म्हणून दिले. गुजराथच्या सुलतानाकडून त्यांना वसई प्रांत मिळाला. इ. स. १५३६मध्ये त्यांनी तेथे वसईचा किल्ला बांधला.

अशा प्रकारे सोळाव्या शतकाच्या शेवटी पोर्तुगीजांच्या राज्यात दीव-दमण, मुंबई, वसई, चौल, गोवा, साष्टी हे महाराष्ट्राला जवळ असणारे प्रदेश मोडत असत. पोर्तुगीज हे केवळ व्यापारावर समाधानी नसल्याने त्यांनी राज्यवृद्धी व धर्मप्रसार हे उद्योग केले. स्वाभाविकच आदिलशाही, मोगल व मराठे यांच्याशी त्यांचे राजकीय व लष्करी संघर्ष घडून आले.

थोडक्यात–

इ. स. १६३६ पर्यंत म्हणजे निजामशाही बुडेपर्यंत महाराष्ट्राचे निरनिराळे भू-भाग दक्षिणेतील वर उल्लेखिलेल्या शाह्या आणि दिल्लीचे मोगल यांच्या आधिपत्याखाली विखुरलेले होते. त्या काळात महाराष्ट्राचा बराचसा भाग आदिलशाही आणि मोगल यांच्यात वाटलेला होता. मुंबई बेट थेट इंग्रजांचे, गोवा पोर्तुगीजांचा तर जंजिरा हबशांचा होता.

प्रा. सदाशिव आठवले यांच्या शब्दात सांगायचे तर, ''राजकीय सत्तेच्या दृष्टीने शिवाजीच्या उदयापूर्वी हा महाराष्ट्र अनेकांचा होता. तो नव्हता फक्त काय तो मराठ्यांचाच.''११ आत्तापर्यंत शिवजन्मापूर्वीच्या इतिहासाचे जे धावते वर्णन केले आहे, त्यावरुन प्रा. आठवले यांचे मत मान्य करण्यास कोणाचीही हरकत असू नये.

iii) साधनांची व्याप्ती –

मराठ्यांच्या उदय-विस्तारावर अनेक विद्वान संशोधकांनी विपुल लेखन केले आहे. ग्रँट डफ, बाळकृष्ण, सर यदुनाथ सरकार, सरदेसाई, डॉ. हाताळकर, डॉ. मुद्दाचारी, रघुवीर सिंग, डॉ. वि. गो. दिघे, डॉ. एच. एन. सिन्हा इत्यादींनी इंग्रजीत तर मराठीत राजवाडे, रानडे, शेजवलकर, सरदेसाई, बेंद्रे, खरे, पगडी, पोतदार यांनी अनेक साधने प्रकाशात आणून प्रसंगी त्यांचे लेखन संपादन केले आहे. तथापि वरीलपैकी बहुतेकांनी आपल्या लेखनाचे दोन भाग केले. शिवकाल आणि पेशवेकाल. पेशवेकाळात मराठ्यांच्या साम्राज्यास गती आली, असे सर्वसाधारण चित्र बहुतेकांनी रेखाटले.

येथे प्रथमच शिवकाल ते बाजीराव असा एकत्रित काळ घेऊन मराठ्यांच्या प्रदेश विस्ताराचा आढावा घेण्याचा प्रयत्न केला आहे. कारण प्रस्तुत काळात एक ऐतिहासिक सलगता आहे, ती शोधण्याचाही हा एक नम्र प्रयत्न आहे. तो करण्यासाठी जी साधने वापरली, त्यांचा थोडक्यात गोषवारा पुढीलप्रमाणे :

अप्रकाशित साहित्य–

पुणे येथील पेशवा दफ्तरातील अप्रकाशित पत्रे. या विषयाच्या अनुषंगाने पुणे येथील पेशवा दफ्तर आणि भारत इतिहास संशोधक मंडळ येथे उपलब्ध असलेल्या काही अप्रकाशित साधनांचा मागोवा घेतल्यानंतर पेशवा दफ्तरामध्ये अप्रकाशित अशी काही चार-पाच पत्रे मिळाली. ती चार-पाच पत्रे विशेषतः पेशवा दफ्तरामध्ये असलेल्या संशोधनासाठी निवडलेली कागदपत्रे यातून घेतलेली आहेत. त्यापैकी एक पत्र महाराणी ताराबाईकालीन असून ते दफ्तर क्र. १, पुडके क्र. १, पत्र क्र. ७ हे असून ते महाराणी ताराबाईंचे एका फुटीराला असलेले अभयपत्र आहे. साम्राज्य विस्ताराच्या काळात जशी जीवावर उदार होऊन साम्राज्यरक्षण आणि विस्तारार्थ त्याग करणारी माणसे होती, तशीच शत्रूलाही जाऊन मिळणारी होती. अशाच एका शत्रूकडे गेलेल्या माणसाला महाराणी ताराबाईने अभय देऊन परत बोलावले. त्यावरून तिच्या स्वभावावर चांगला प्रकाश टाकता येतो. याच कागदपत्रांतून आणखी तीन-चार पत्रे मिळाली असून ती पेशवा बाजीरावकालीन आहेत. दफ्तर क्र.१ आणि ३ मध्ये पुडकी क्र. अनुक्रमे २, ३, ४ मध्ये मिळाली असून त्यांचे पत्र क्र. अनुक्रमे १५१६, ३६६ आणि ६५० असे आहेत. मराठ्यांचा प्रदेश विस्तार होत असताना एकमेकांला एकमेकांकडे बोलावणे, त्यासाठी देण्या-घेण्यांचे व्यवहार इ. गोष्टींवर उपरोक्त पत्रांवरून प्रकाश पडतो. वरील तीन पत्रांचा उपयोग प्रकरण नं.३ आणि ४ मध्ये केलेला आहे, तर पहिल्या पत्राचा उपयोग दुसऱ्या प्रकरणात करून घेतला आहे.

या मूळ अप्रकाशित अस्सल पत्रांशिवाय लेखन करीत असताना पुढील प्रकाशित, परंतु अस्सल साधने वापरण्यात आली आहेत. ती साधने म्हणजे करवीर छत्रपती घराण्याच्या इतिहासाची साधने खंड १ आणि २ संपादक-मा. वि. गुजर, कापशीकर सेनापती घराण्याची कागदपत्रे - संपादक श. ह. वर्टीकर, ताराबाईकालीन कागदपत्रे - डॉ. आप्पासाहेब पवार, पुरंदरे दफ्तर - संपादक कृष्णाजी वासुदेव पुरंदरे, तसेच राजवाडे खंड २, ३, ५, ६, ८ आणि १५ इ. तसेच रियासतकार सरदेसाई संपादित पेशवे दफ्तरातून निवडलेल्या कागदांचे खंड क्र. ७, १०, १२, १३, १४, १५, १७, २०, ३०, ४०, ४४ आणि ४५ इतक्या खंडांचा उपयोग केला. त्याचप्रमाणे सभासद बखर-संपादक स.रा.गाडगीळ, छत्रपती राजाराम महाराजांची बखर - संपादक सौ. प्रमोदिनी जुवेकर, नागपूरकर भोसल्यांची बखर - संपादक या. मा. काळे, मल्हार रामराव चिटणीस विरचित थोरल्या शाहू महाराजांचे चरित्र इत्यादी बखर वाङ्मयाचाही उपयोग केला आहे.

त्याचप्रमाणे या विषयाच्या अनुषंगाने महत्त्वाची अशी फारसी आणि पोर्तुगीज साधनांची मराठी भाषांतरे उपयोगात आणलेली आहेत. सर्वच फारसी भाषांतरे सेतुमाधवराव पगडींनी संपादित केली आहेत, तर पोर्तुगीज भाषांतरे स. शं. देसाई आणि डॉ. पी. एस. पिसुर्लेकर यांची विशेषतः उपयोगात आणलेली आहेत.

अनुवादित फारसी साधने - मराठी अनुवाद - सेतु माधवराव पगडी

मासीरे आलमगिरी - लेखक साकी मुस्तैदखान, अनुवाद - मराठे व औरंगजेब
उर्दू-फारसी साधने - अनुवाद मराठे आणि निजाम
खाफीखान - अनुवाद - मराठ्यांचे स्वातंत्र्ययुद्ध
तारीखे दिलकुशा - भिमसेन सक्सेना, अनुवाद - मोगल आणि मराठे

याशिवाय मोगल दरबारची बातमीपत्रे खंड १ आणि खंड २ यांचाही उपयोग केला आहे.

अनुवादित पोर्तुगीज साधने -

अनुवादित पोर्तुगीज साधनांमध्ये स. शं. देसाईंची शिवशाही पोर्तुगीज कागदपत्रे, मराठ्यांच्या इतिहासाची साधने, पोर्तुगीज-मराठे संबंध, पोर्तुगीज दफ्तर खंड २ आणि खंड ३, करवीर छत्रपती आणि पोर्तुगीज इ. ग्रंथांचा उपयोग केला आहे. तर डॉ. पी. एस. पिसुर्लेकरांच्या पोर्तुगीज -मराठे संबंध या ग्रंथाचाही उपयोग केला आहे.

याशिवाय भारतीय इतिहास संशोधक मंडळ, पुणे यांच्या त्रैमासिकाचे काही अंक, तर भारतीय इतिहास आणि संस्कृती यांच्या त्रैमासिकाचे काही अंक उपयोगात आणले

आहेत. तसेच नवभारतच्या काही अंकांचा वापर केला आहे. याशिवाय महत्त्वाचे इंग्रजी आणि मराठी ग्रंथ उपयोगात आणले आहेत.

संदर्भ टीपा

१. मोरवंचीकर रा. श्री., 'प्राचीन भारत', नागपूर, १९९०, पृ. ५-७

२. रानडे, म. गो., 'मराठी सत्तेचा उदय' (अनुवाद) वि. गो. विजापुरे, मुंबई, १९९५, पृ.३०

३. Walter Hamiltan, 'Description of Hindustan', Delhi, 1971, p.p. 1-4

४. मोरवंचीकर रा. श्री., उपरोक्त, पृ. १२

५. Jadunath Sarkar, 'Shivaji and His Times', Calcutta, 1919, (1 st edition) p.p.10

६. रानडे , म. गो., उपरोक्त, पृ. ३०

७. गडकरी, रा. ग., 'वाग्वैजयंती', (संपादक) रा. शं. वाळिंबे, पुणे, १९६५, (दु. आ.) पृ. १६६-७

८. दांडेकर, गो. नि., 'महाराष्ट्र दर्शन', मुंबई, १९६९, (दु. आ.) पृ.७७

९. रानडे, म. गो., उपरोक्त, पृ. ३०

१०. केळकर, य. न., 'वसईची मोहीम', पुणे, १९३७, पृ. ९
डॉ. पिसुर्लेंकर म्हणतात, सन १५३४ साली पोर्तुगीजांनी वसई प्रांत गुजराथच्या सुलतानाकडून मिळविला. पुढच्या वर्षी त्यांनी दीवचा किल्ला बांधण्यास सुरुवात केली. पण डॉ. पिसुर्लेंकर वसई किल्ल्याच्या बांधकामाचा उल्लेख करत नाहीत.
पाहा. – पा. स. पिसुर्लेंकर, 'पोर्तुगीज – मराठे संबंध', पुणे, १९६७, पृ. २

११. आठवले, सदाशिव, 'शिवाजी आणि शिवयुग', कोल्हापूर, १९७१, पृ. २९

२ १७२० पर्यंतचा मराठ्यांचा प्रदेश विस्तार – विशेष संदर्भ कोकण किनारपट्टी

इ.स.१७२० ते १७४० या कालखंडात पेशवा बाजीराव हा पेशवा होता. त्याने आपल्या कारकिर्दीत मराठ्यांच्या सत्तेचा पेशवा या नात्याने मराठा सत्तेच्या विस्तारासाठी प्रत्यक्ष/ अप्रत्यक्ष काय प्रयत्न केले, याची सविस्तर चर्चा पुढील तिसऱ्या प्रकरणी आपण करणार आहोत. प्रस्तुत प्रकरणात आपणास मराठी सत्तेच्या उदयापासून ते पेशवा बाळाजी विश्वनाथाच्या मृत्यूपर्यंतच्या काळाचा म्हणजे १७२०पर्यंतच्या मराठ्यांच्या साम्राज्य विस्ताराचा आढावा घ्यावयाचा आहे.

यामध्ये छत्रपती शिवाजी महाराज, छत्रपती संभाजी महाराज, छत्रपती राजाराम महाराज, महाराणी ताराबाई आणि छत्रपती शाहू तसेच त्यांचे श्रीमंत पेशवे बाळाजी विश्वनाथ यांच्या कारकिर्दीचा आढावा घेणे क्रमप्राप्त आहे.

छत्रपती शिवाजी महाराजांनी १६७४ मध्ये स्वतःला राज्याभिषेक करवून घेतला आणि स्वतःचे स्वतंत्र राज्य निर्माण झाल्याचे जाहीर केले. आतापर्यंतच्या महाराष्ट्राच्या अंधकारमय इतिहासाच्या पार्श्वभूमीवर ही गोष्ट फार मोठी होती. सभासदाच्या शब्दांत सांगायचे तर, "राजे सिंहासनारूढ झाले, या युगी सर्व पृथ्वीवर म्लेच्छ बादशहा मऱ्हाटा पातशहा येवढा छत्रपती झाला. ही गोष्ट काही सामान्य झाली नाही."[१] छत्रपती शिवाजींनी स्वतःला राज्याभिषेक करून मराठ्यांचे स्वतंत्र राज्य निर्माण केले. त्या अगोदर सर्वसाधारण १६४५-४६ पासून ते राज्याभिषेकांपर्यंत त्यांना अनेक स्वकीयांशी व परकीयांशी सतत लढे देत राहावे लागले. इथे प्रश्न असा उपस्थित होतो की, शिवाजी महाराजांना एकदम स्वराज्याची कल्पना कशी सुचली? शिवाजी महाराजांची स्वराज्याची कल्पना त्यांची स्वतःचीच की अन्य कुणाची? वा. सी. बेंद्रे म्हणतात, "राज्यक्रांतीच्या उठावास जी भूमिका तयार असावी लागते, ती सर्व जवळजवळ मालोजी राजे आणि शहाजी राजे यांच्याच कालखंडात तयार झाली होती."[२] इतिहासतज्ज्ञ दि. वि. काळे म्हणतात,

"शिवाजी महाराजांच्या पराक्रमाला जी अनुकूल परिस्थिती मिळाली, तिची सुरुवात त्याचा आजा मालोजी याच्याच कर्तबगारीने झाली."[३] रियासतकार सरदेसाई म्हणतात, "जर शिवाजी महाराजांस राज्य संस्थापक म्हणावयाचे तर शहाजी राजांना राज्य संकल्पक असे पद देण्यास हरकत नाही."[४] याउलट मराठी राज्याच्या स्थापनेचे सर्व श्रेय छत्रपती शिवाजी महाराजांनाच देणारे काही इतिहास संशोधक आहेत. प्रा. त्र्यं. शं. शेजवलकर, सेतुमाधवराव पगडी, न. र. फाटक, प्रा. सदाशिव आठवले इत्यादी मंडळींच्या मते मराठ्यांच्या स्वराज्य निर्मितीमागे इतर प्रेरणा वगैरे काही नव्हत्या. स्वराज्याचा मामला हा फक्त शिवाजी महाराजांचाच होता. वस्तुतः महाराष्ट्रात सतराव्या शतकाच्या उत्तरार्धात मराठ्यांचे स्वराज्य शिवाजी महाराजांनी स्थापन केले, त्याला अनेक घटक जबाबदार ठरले. किंबहुना तत्कालीन परिस्थितीचा यथायोग्य उपयोग करून घेऊन शिवाजी महाराजांनी महाराष्ट्रात मराठ्यांचे स्वराज्य निर्माण केले, असे म्हणणेच अधिक सयुक्तिक होईल.

शिवाजी महाराजांनी स्वराज्य निर्माण केले. पण साम्राज्य निर्माण केलेली नाही. मात्र 'पुण्यात येताच बारा मावळे काबीज केली.'[५] असे जे सभासद म्हणतो, त्यापेक्षा शिवाजी महाराजांच्या मृत्यूच्या सुमारास पुष्कळच प्रदेश शिवाजी महाराजांच्या ताब्यात होता आणि शिवाय हा सर्व स्वतंत्र होता. बारा मावळाच्या पलीकडे जाऊन राज्य विस्ताराच्या योजना शिवाजी महाराजांनी आखल्या. त्यातूनच त्यांच्यावर मोऱ्यांशी, अफजलखानाशी लढण्याचा प्रसंग आला. शिवाजी महाराजांच्या आयुष्यातील अफजलखान प्रकरण हे भयंकर दिव्य होते. १० नोव्हेंबर १६५९ रोजी शिवाजी महाराजांनी अफजलखानाशी जी सलामी दिली, त्यात ते पराभूत झाले असते तर इतिहास कदाचित बदलला असता. तथापि त्या प्रकरणात शिवाजी महाराजांनी अफजलखानाचा पराभव करून विजापूरला एक मोठा हादरा दिला, हेच खरे.

i) कोकण किनारपट्टी आणि मराठे –

छत्रपती शिवाजी महाराज स्वातंत्र्याच्या प्रेरणेने भारावलेले होते आणि म्हणून त्यांनी इतर अनेक प्रांतांप्रमाणे कोकण प्रांतातही आपल्या हालचाली सुरू केल्या. या हालचाली विशेषतः जावळी विजयानंतरच्या दिसतात. राज्याभिषेकापर्यंत कोकणवर महाराजांनी अनेक युद्ध-मोहिमा काढल्या. तथापि त्याचबरोबर महाराजांच्या सैन्याने दूरवर कर्नाटकाकडेही मजला मारलेल्या दिसतात. १ ऑक्टोबर १६५८ च्या एका पत्रात उल्लेख आहे की, "साहेब कर्नाटक प्रांती मसलतीस गेले."[६] प्रा. ग. ह. खरे म्हणतात, याचा अर्थ असा की, "शिवाजी महाराज सन १६५८मध्येच कर्नाटक स्वारीवर गेले होते. हे

स्पष्ट होते.''[७] परंतु या पलीकडे जाऊन खरे त्या स्वारीचा खुलासा करताना दिसत नाहीत. इ. स. १६५९ नंतर शिवाजी महाराजांच्या दृष्टीने महत्त्वाचे प्रसंग म्हणजे शाईस्तेखान प्रकरण (इ. स. १६६३), सुरतची लूट, पुरंदरचा तह, आग्रा भेट-सुटका, राज्याभिषेक, कर्नाटकचे राजकारण आणि अखेर मृत्यू; असा त्यांचा जीवनपट आहे, हे सर्वश्रुत आहेच.

मात्र या प्रकरणात मराठे आणि किनारपट्टी असाच विचार करावयाचा असल्याने सुरुवातीस शिवाजी महाराजांच्या कोकण स्वारीचा विचार केलेला आहे.

छत्रपती शिवाजी महाराजांच्या कोकण मोहीमा –

शिवाजी महाराजांनी जावळी जिंकल्यानंतर राज्याभिषेकापर्यंत कोकणवर अनेक युद्ध-मोहिमा काढल्या. या युद्ध मोहिमांत त्यांना मोंगल, आदिलशाही, सिद्धी, इंग्रज, पोर्तुगीज आणि डच या परकीय सत्तांना तोंड द्यावे लागले. याशिवाय त्यांना शृंगारपूरचे सुर्वे, सावंतवाडीचे लखम सावंत, कुडाळचे देसाई, दाभोळचे दळवी, पालवणचे जहागीरदार, बेदनूरचे नाईक इत्यादी देशस्थ शत्रूंशी सामना करावा लागला. यांतले बहुतेक सर्वच शत्रू पश्चिम समुद्र किनारपट्टीवरून आरमाराद्वारे महाराजांना एकसारखे सतावत होते. तेव्हा महाराजांनी स्वराज्य संरक्षणासाठी सागरी महत्त्व जाणून पश्चिम किनारपट्टीवर आरमारी दुर्गांची अभेद्य रांगच नव्याने निर्माण केली. 'ज्याच्याजवळ आरमार त्याचा समुद्र'[८] हे ओळखून महाराजांनी परकीय सत्तांना शह देण्यासाठी प्रचंड आरमाराची उभारणी केली. आरमाराकडे लक्ष देणारा मध्ययुगातला शिवाजी महाराज हाच एकमेव एतद्देशीय राजा 'द्रष्टा राष्ट्रपुरुष' ठरतो.

मुघल आदिलशाही आणि शिवाजी महाराज यांचे संबंध –

महमद आदिलशहाच्या मृत्यूनंतर विजापुरी दरबारात माजलेल्या गोंधळाचा फायदा घेऊन महाराजांनी कोकणात प्रवेश केला. याच वेळी राजपुत्र औरंगजेब दक्षिणेच्या सुभेदारीवर आला होता. त्याने दक्षिणी शाह्या पादाक्रांत करण्यासाठी युद्ध-मोहिमा चालू ठेवल्या होत्या. कुतुबशाहीवर स्वारी करून त्याने गोवळकोंड्याचे राज्य मांडलिक बनविले. त्यानंतर त्याने विजापुरावर हल्ला करून शहराला वेढा घातला.

सन १६३६मध्ये मुघल व आदिलशहा यांनी निजामशाही खालसा केल्यानंतर निजामशाही आपसात वाटून घेतली. त्यांच्यात झालेल्या तहानुसार मुघल बादशाहाला उत्तर कोकणचा भाग मिळाला. उत्तर कोकणात नगर, कल्याण, भिवंडी, वसई, जुन्नर, महाड, डहाणू, चौल, पनवेल, नागोठणा, माहुली वगैरे भाग मोडत होता. यालाच 'निजामशाही कोकण' म्हटले जाई.

याच तहानुसार आदिलशाहीला निजामशाहीतला दक्षिण कोकणचा भाग मिळाला. यात दाभोळपासून ते गोव्यापर्यंतचा प्रदेश मोडत होता. म्हणजेच पुणे, सुपे, चाकण, बारामती, इंदापूर, दाभोळ, संगमेश्वर, रत्नागिरी, चिपळूण, विशाळगड इत्यादी प्रदेश 'आदिलशाही कोकणा'त येत होता.

याच वेळी आदिलशाही व शहाजीराजे यांच्यात तह होऊन त्यांनी आदिलशाहीची नोकरी पत्करली. तेव्हा आदिलशहाने शहाजीराजांना भीमा व नीरा या नद्यांमधला प्रदेश जहागीर म्हणून दिला. या शहाजीराजांच्या जहागिरीत पुणे, सुपे, इंदापूर, चाकण, बारामती वगैरे भाग मोडत होता. त्यानंतर सन १६३७ मध्ये शहाजीराजांना बेंगळूरची जहागीर मिळाली. त्यामुळे शहाजीराजांनी दादोजी कोंडदेवाकरवी शिवाजी महाराजांना पुण्याची जहागीर दिली.

मुघल-आदिलशाही तह -

विजापूरचा महंमद आदिलशहा सन १६५६मध्ये मृत्यू पावल्यानंतर बडी साहेबीण छोट्या अली आदिलशहास गादीवर बसवून विजापूरचा कारभार करू लागली. तिच्या अंतस्थ कारस्थानामुळे विजापूर दरबारात गोंधळ माजला. या संधीचा फायदा घेऊन राजपुत्र औरंगजेबाने विजापुरावर हल्ला केला.

१) अली आदिलशहा हा महंमदचा तोतया वारस आहे, त्यामुळे त्याला विजापूरच्या गादीवर बसण्याचा अधिकार नाही. २) गादीवर बसण्यापूर्वी त्याने मुघल सम्राटाची मान्यता घेतली नाही. ही कारणे पुढे करून औरंगजेबाने जून १६५७ मध्ये विजापूरला वेढा घातला. त्याने द्रव्याचे आमिष व धाक दाखवून अनेक विजापुरी सरदारांना आपल्याकडे वळवून घेतले. अशा परिस्थितीत शहाजहान बादशाहाने औरंगजेबास विजापूरचे राज्य खालसा करण्याची आज्ञा दिली. जरी आदिलशाही खालसा करता आली नाही, तरी १६३६च्या तहानुसार विजापूरकरांना दिलेले दक्षिण कोकण ताब्यात घ्यावे किंवा दीड कोट खंडणी घेऊन विजापूरकरांशी तह करावा, असा तगादा शहाजहान बादशाहाचा होता.

बादशाहाच्या आज्ञेनुसार औरंगजेबाने विजापुराभोवती प्रचंड सैन्यानिशी वेढा घातला. तेव्हा हा धोका टाळण्यासाठी आदिलशहाने ऑगस्ट १६५७मध्ये औरंगजेबाबरोबर तह केला. या तहानुसार आदिलशहाने मुघलांना दक्षिण कोकण (आदिलशाही कोकण) आणि एक कोट खंडणी देऊ केली. तेव्हाच औरंगजेबाने विजापूरचा वेढा उठवून माघार घेतली.

या तहानुसार आदिलशहाने मुघलांना शहाजीराजांच्या जहागिरीतला भाग दिल्यामुळे शिवाजीमहाराजांच्या स्वराज्यातील पुणे, सुपे, चाकण, बारामती, इंदापूर, कल्याण वगैरे

भाग मुघलांकडे जाणार होता. या भागालाच त्या काळी 'आदिलशाही कोकण' म्हणून ओळखले जात होते.

हा प्रदेश विजापूरकरांनी तहाद्वारे मुघलांच्या स्वाधीन केल्यामुळे महाराजांच्या स्वराज्याचे अस्तित्वच धोक्यात आले. त्यांनी आदिलशहाची कमकुवत शक्ती जाणून तिचे लचके तोडले होते. परंतु प्रचंड मुघली शक्तींशी संघर्ष करून स्वराज्याचा प्रदेश जिंकून घेणे त्यांना शक्य नव्हते. तेव्हा महाराजांनी सोनोपंत डबीर या वकिलास मुघलांकडे पाठवून त्यांच्याशी मैत्रीचे संबंध जोडले. त्यांनी पुणे, कल्याण, भिवंडी व चौल हा प्रदेश जहागीर म्हणून मुघलांच्याकडे मागितला. या मोबदल्यात महाराजांनी मुघलांची तात्पुरती मांडलिकी मान्य केली. परंतु औरंगजेबाने शिवाजी महाराजांना 'दाभोळ घेऊन ते तुमच्याकडे ठेवा', असे सांगितले. दाभोळचा प्रदेश हा आदिलशाहीतला होता. तेव्हा हा संघर्ष टाळण्यासाठी महाराजांनी आदिलशाहीशी मैत्रीचे संधान बांधले. मुघलांना आदिलशाहीसारखा शत्रू जिवंत ठेवून महाराजांनी मुघलांना शह देण्याचे ठरविले.

सप्टेंबर १६५७मध्ये शहाजहान बादशाह आजारी पडला. अशा वेळी दारा, शुजा आणि मुराद हे औरंगजेबाचे भाऊ तख्त बळकावण्यासाठी दिल्लीकडे निघाले होते. याचा सुगावा औरंगजेबास लागताच, त्याने दक्षिणेतले राजकारण अर्ध्यावरच सोडून दिले. त्यानंतर तो घाईघाईने आपल्या भावंडांचा पराभव करण्यासाठी आणि दिल्लीचे तख्त बळकाविण्यासाठी उत्तरेकडे निघाला. या संधीचा फायदा घेऊन महाराजांनी स्वराज्यविस्तार करण्यासाठी कोकणावर मोहीम काढली.

कोकण मोहीम –

औरंगजेब कुतुबशाही आणि आदिलशाही स्वारीवर असताना महाराजांनी जून १६५७मध्ये कोकणावर चढाई केली. त्यांनी मुघलांचा अहमदनगर व जुन्नरचा प्रदेश लुटला. या लुटीत त्यांना अमाप संपत्ती व पुष्कळ घोडे मिळाले. त्यानंतर औरंगजेब उत्तरेकडे गेल्याचे पाहून महाराजांनी जानेवारी १६५८ मध्ये दाभोळ, भिवंडी, संगमेश्वर, चिपळूण, तळे, घोसाळे, बिरवाडी आणि माहुलीचा किल्ला इत्यादी भाग जिंकून घेतला. ह्या प्रदेशावर ताबा ठेवण्यासाठी महाराजांनी जवळच असलेल्या सागाच्या जंगलाचा उपयोग करून तारवे बांधली. त्यामुळे महाराजांचे आरमार पनवेल, भिवंडी, कल्याण वगैरे बंदरातून ये-जा करू लागले. या आरमाराचा पोर्तुगीज, सिद्दी व इंग्रज यांच्या आरमारी हालचालींना शह बसू लागला. त्यानंतर महाराजांनी कोकणची व्यवस्था लावण्यासाठी कल्याणच्या सुभेदारीवर दादाजी बापूजीची नेमणूक केली आणि ते सावंतवाडीस आले.

शिवाजी महाराज आणि लखम सावंत यांचे संबंध –

कल्याण व भिवंडीची व्यवस्था लावल्यानंतर महाराज सावंतवाडीस आले. कारण वाडीचे सावंत हे एक बडे प्रस्थ होऊन बसले होते. १५ व्या शतकाच्या उत्तरार्धापासून सावंतवाडीचा प्रांत आदिलशाहीच्या ताब्यात होता. आदिलशहाने खेमसावंत भोसले यांना हा प्रांत जहागीर म्हणून दिला होता. परंतु सन १६२७ मध्ये खेमसावंत यांनी आदिलशाहीचे मांडलिकत्व झुगारून आपले स्वातंत्र्य जाहीर केले. त्यानंतर १६५० मध्ये खेमसावंत यांच्या लखम सावंत या पुत्राने कुडाळच्या देसायांचा मुलूख काबीज केला. आदिलशाहीच्या भीतीमुळे लखम सावंताने महाराजांचे मांडलिकत्व स्वीकारले. महाराजांनी त्याला सरदेसाई हा किताब देऊन स्वराज्याच्या सेवेत रुजू करून घेतले.

गोव्याच्या पोर्तुगीज व्हाईसरॉयने ५ मे १६५८च्या पत्रात शिवाजी महाराज आणि लखम सावंत यांच्या संबंधाचे वर्णन केले आहे. लखम सावंताने शिवाजी महाराजांची मांडलिकी पत्करताच आदिलशहाने सावंताचे पारिपत्य करण्यासाठी रुस्तुमजमान यांस स्वारीवर पाठविले, त्याने सावंताचा रांगणा किल्ला घेतला. परंतु सावंताने त्याचा पराभव करून त्याचे पंधराशे लोक ठार मारले. पुढे ५ मार्च १६५९ रोजी शिवाजी महाराज आणि लखम सावंत यांच्यात तह होऊन त्याने शिवाजी महाराजाचे मांडलिकत्व स्वीकारले.[१]

शिवाजी महाराज आणि लखम सावंत यांचा तह–

१. या तहानुसार लखम सावंताने राज्याचा अर्धा भाग शिवाजी महाराजांच्या स्वाधीन करावा आणि त्यातला महसूल दरसाल द्यावा. जहागिरीतल्या अर्ध्या उत्पन्नात तीन हजार शिपाई ठेवावेत आणि ज्या वेळी बोलावणे होईल त्या वेळी फौजेनिशी महाराजांच्या सेवेत रुजू व्हावे.
२. जहागिरीतील फोंडा किल्ला महाराजांच्या ताब्यात ठेवावा आणि किल्ल्याच्या संरक्षणासाठी सावंताने मदत करावी. बेदनूरसारख्या संस्थानाच्या खंडण्या घेण्यास स्वारी निघेल, त्या वेळी सावंताने महाराजांच्या मदतीस यावे.
३. स्वराज्य विस्ताराच्या कार्यात मदत करावी.
४. महाराजांचे अधिकारी जमाबंदीच्या चौकशीसाठी जहागिरीत वेळोवेळी येतील, त्यांस सावंताने मदत करावी.
५. या प्रांताची देसकत (मालकी), वतने व बहादूर किताब सावंताकडेच राहावा आणि त्यातील किल्ले व ठाणी सावंताच्या ताब्यात असावी.

अशा प्रकारे लखम सावंत यांनी शिवाजी महाराजांस राजा मानून त्यांच्या स्वराज्यात राहण्याचे कबूल केले. त्यामुळे तूर्त तरी कोकणातल्या परकीय सत्तांना शिवाजी महाराज

व सावंताचा शह बसला. परंतु हा तह क्षणभंगुर ठरला. कारण लखम सावंताने हा तह अमान्य करून विजापूरच्या सुलतानाचे मांडलिकत्व स्वीकारले.

शिवाजी महाराज –सुर्वे संबंध–

दक्षिण कोकणात शृंगारपूरचे सुर्वे हे विजापूरकरांचे जहागीरदार होते. ते विजापूरकरांच्या आज्ञेत होते. त्यांनी शिवाजी महाराजांच्या स्वराज्यात हस्तक्षेप केला होता. तेव्हा शिवाजी महाराजांनी त्याला स्वराज्यात सामील करून घेण्याचा प्रयत्न केला. परंतु तो स्वराज्याच्या आड येऊ लागला. हा स्वराज्यातला अडसर दूर करण्यासाठी शिवाजी महाराजांनी शृंगारपूरावर हल्ला केला. तेव्हा सूर्यराव सुर्वे पळून गेला. अशा प्रकारे शिवाजी महाराजांनी शृंगारपूर आणि सावंतवाडीचा काही भाग स्वराज्यात आणला. त्यानंतर त्यांनी अफजलखानाच्या भयंकर संकटाला तोंड देण्यासाठी जावळीस प्रयाण केले.

शिवाजी महाराजांनी अफजलखानावर पूर्ण विजय मिळविल्यानंतर विजापूर, पन्हाळा आणि कोकणात दंडराजपुरीकडे युद्ध-मोहिमा काढल्या. या वेळी महाराज स्वतः फौज घेऊन पन्हाळा, कोल्हापूर व मिरज प्रांतावर चाल करून गेले. त्यांनी केवळ १८ दिवसांतच पन्हाळा घेऊन मिरजेच्या किल्ल्यास वेढा घातला. परंतु सिद्दी जौहरने महाराजांचा पाठलाग करून २ मार्च १६६० रोजी पन्हाळ्यास वेढा घातला. त्याचा वेढा लवकर उठेना, म्हणून महाराजांनी १३ जुलै १६६०च्या रात्री पन्हाळ्याहून विशाळगडास पलायन केले.

शिवाजी महाराज कोकणच्या स्वारीवर–

पन्हाळ्याच्या वेढ्यातून मुक्त झाल्यानंतर महाराजांनी जानेवारी १६६१ मध्ये कोकणावर चौफेर मोहीम काढली. कारण आदिलशाही आणि मुघल यांची युती होण्यापूर्वीच त्यांना कोकणचे राजकारण उरकावयाचे होते. पश्चिम किनारपट्टीवर इंग्रज, पोर्तुगीज, सिद्दी, सुर्वे, दळवी, लखम सावंत इत्यादी शत्रू महाराजांच्या विरुद्ध पुनः पुनः डोके वर काढीत होते. या सर्वांना साम, दाम, दंड, भेद या नीतीने वठणीवर आणावयाचे होते. त्यामुळे महाराजांनी उत्तर कोकणावर चाल केली आणि उंबरखिंडीत मुघलांना चोपून काढले.

उंबरखिंडीची लढाई–

महाराज पन्हाळ्याच्या वेढ्यात अडकले, त्या वेळी शाहिस्तेखानाने पुणे व चाकणला तळ दिला होता. तेव्हा महाराजांनी पन्हाळगडच्या वेढ्यातून निसटून मुघलांशी युद्ध करण्याची तयारी चालू ठेवली. पावसाळा संपल्यानंतर शाहिस्तेखानाने कोकणच्या

मोहिमेवर कारतलबखानास पाठविले. या मुघल सैन्यात रायबागीण ही शूर स्त्री होती. ती उदारामाची बायको होती. या सैन्याने कोकणातील कल्याण, भिवंडी, चौल हा भाग ताब्यात घेतला. महाराजांनी मुघलांच्या या सैन्याला उंबरखिंडीत उतरू दिले. उंबरखिंड इतकी अरुंद होती की, तेथे एका वेळी एकच सैनिक जाऊ शकत होता. मुघल सैन्य खिंड उतरून पायथ्याशी सपाट प्रदेशावर आले. ही जागा उंच डोंगरांनी वेढली होती. सभोवतालच्या घनदाट जंगलामुळे तेथे वाऱ्याची झुळूकही येत नव्हती. अशा सपाट प्रदेशाच्या सर्व बाजूंस महाराजांनी आपले सैन्य लपवून ठेवून एकदम रणभेदीचा आवाज केला. या वेळी महाराजांचे सैन्य दृष्टीस न पडल्यामुळे मुघलांचे सैन्य गोंधळून गेले. तेव्हा रायबागिणीने कारतलबखानास महाराजांना शरण जाण्याचा सल्ला दिला.[१०] त्याप्रमाणे मुघल सैन्य शरण येताच महाराजांनी त्यांच्याकडून खंडणी घेऊन त्यांस परत जाऊ दिले.[११] त्यामुळे महाराजांचे उत्तर कोकणावर वर्चस्व स्थापन झाले.

शिवाजी महाराज –इंग्रज यांची कोकणात चुरस–

अफजलखानाच्या वधानंतर महाराजांनी दोरोजीस दक्षिण कोकणावर पाठविले. कारण दाभोळ येथे अफजलखानाने आपली तीन गलबते ठेवली होती. खानाच्या वधानंतर विजेता या नात्याने शिवाजी महाराजांची मालकी त्या गलबतांवर होती. तेव्हा दोरोजीने दाभोळवर हल्ला केला. त्या वेळी महमूद हा दाभोळचा सुभेदार होता. दोरोजीच्या हल्ल्याची वार्ता समजताच सुभेदाराने राजापूरला गलबते पाठवून इंग्रजांचा आश्रय घेतला. दोरोजीने राजापुरावर हल्ला करून इंग्रजांचा माल जप्त केला आणि गिफर्डला कैदेत टाकले. रेव्हिंग्टन हा तेथील अधिकारी पळून गेला. पुढे त्याने कित्येक दिवस महाराजांच्याजवळ गिफर्डच्या सुटकेची रदबदली चालू ठेवली. तेव्हा महाराजांनी गिफर्डची सुटका केली. अशा प्रकारे शिवाजी महाराज–इंग्रज वितुष्ट काही काळ तरी मिटले.

महाराज पन्हाळगडच्या वेढ्यात अडकले, त्या वेळी राजापूरच्या इंग्रजांनी पुनः शिवाजी महाराजांविरुद्ध उचल खाल्ली. इंग्रजांनी सिद्दी जौहरला तोफा व दारूगोळ्याचे साहाय्य केले. तेव्हा महाराजांनी मार्च १६६१मध्ये तानाजी मालुसरे व पिलाजी निलकंठ यांच्या फौजा बरोबर घेऊन राजापुरावर हल्ला केला. तेथील इंग्रजांच्या मदतीस असलेल्या मुसलमानी फौजांचा पराभव करून त्यांनी राजापूर लुटले. तेथील रेव्हिंग्टन व सात इंग्रज यांना महाराजांनी कैदेत टाकले. त्यानंतर मराठ्यांनी त्यांची वखार लुटून तेथील रोकड व मालमत्ता जप्त केली. तसेच जमिनीखाली पुरलेली संपत्ती उकरून काढून महाराजांनी तेथील श्रीमंत व्यापाऱ्यांकडून खंडणी वसूल केली. इंग्रज कैद्यांच्या सुटकेसाठी ऑक्झिंडेन या कंपनीच्या प्रेसिडेंटने महाराजांशी अनेक वेळा बोलणी केली. परंतु महाराजांनी कैद्यांची

सुटका करण्यासंबंधी टाळाटाळ केली. तेवढ्यात रेव्हिंग्टन हा राजापूरच्या वखारीचा अधिकारी डिसेंबर १६६१ मध्ये आजारी पडून मृत्यू पावला. शेवटी महाराजांनी इंग्रजांच्याकडून खंडणी घेऊन त्यांची जानेवारी १६६३ मध्ये सुटका केली. याशिवाय इंग्रजांनी महाराजांना सिद्दीविरुद्ध मदत करण्याचे अभिवचन दिले. अशा प्रकारे दक्षिण कोकणात महाराजांच्या स्वराज्य विस्ताराला अडथळे निर्माण करणाऱ्या इंग्रजांना त्यांनी कडक शासन केले.

महाराज दाभोळ व राजापूर घेऊन सावंतवाडीस गेले. कारण वाडीचे लखम सावंत, पालवणचा जसवंतसिंग, शृंगारपूरचे सुर्वे व कुडाळचे सावंत हे महाराजांना वारंवार त्रास देत होते. या वेळी महाराजांना बांदा व वेंगुर्ला प्रदेशात लखम सावंतांनी रोखून धरले. परंतु महाराजांनी त्याचा पुनः पराभव केला. त्यामुळे त्याने महाराजांचे वर्चस्व मान्य केले. विजापूरकरांचे संरक्षण मिळण्याची शक्यता नसल्यामुळे तेथील जहागीरदारांनी महाराजांचे वर्चस्व स्वीकारले आणि त्यांनी खंडणी व चौथाई देण्याचे कबूल केले. यातल्या सूर्यराव जहागीरदाराने महाराजांचा विश्वासघात केल्यामुळे महाराजांनी पालवणवर स्वारी करून त्यास कडक शासन दिले. त्यानंतर महाराजांनी खारेपाटण, शृंगारपूर व मुधोळ ही महत्त्वाची ठाणी घेतली. अशा प्रकारे सन १६६१च्या दक्षिण कोकण मोहिमेत दाभोळ, प्रभानवल्ली, राजापूर, शृंगारपूर, मुधोळ, सावंतवाडी, संगमेश्वर, चिपळूण ते गोव्यापर्यंत आपले वर्चस्व स्थापन केले. त्यानंतर महाराज संगमेश्वर, महाड, कल्याण, भिवंडीमार्गे राजगडास जून १६६१ मध्ये पोहोचले.

शिवाजी महाराजांची कुडाळ प्रांतावर स्वारी–

महाराजांनी पुण्यास शाहिस्तेखानावर छापा (५ एप्रिल १६६१) घातल्यानंतर जून १६६३पर्यंत स्वराज्याची व्यवस्था लावली. तोपर्यंत कोकणात लखम सावंत सुर्वे व डच यांनी महाराजांविरुद्ध हालचाली सुरू केल्या. तेव्हा महाराजांनी चार हजार सैन्य बरोबर घेऊन मे १६६३मध्ये कुडाळ प्रांतावर स्वारी करून तो प्रांत घेतला.[१२] त्यानंतर त्यांनी वेंगुर्ला घेऊन डच लोकांना लुटले. त्यामुळे शृंगारपूरच्या सुर्व्यांना महाराजांचा शह बसला. या वेळी आदिलशहा कर्नाटकात बहिलोलखानाचे बंड मोडण्यात गुंतल्यामुळे त्याने महाराजांना कुडाळ व वेंगुर्ला हे दोन प्रांत जहागिरी म्हणून दिले. याच सुमारास महाराजांनी राजापूर, विजयदुर्ग, देवगड व मालवण येथील खाड्यांत नवी जहाजे बांधून आपले आरमार भक्कम केले.

शाहिस्तेखानाचा पराभव झाल्यानंतर औरंगजेबाने आदिलशहाकरवी महाराजांना कोकणातून हुसकून लावण्याचे प्रयत्न सुरू केले. आदिलशहाने खवासखानास कोकणवर

पाठविले. त्याला बाजी घोरपडे जाऊन मिळाले. या स्वारीचा पूर्व इशारा शहाजीराजांनी महाराजांना दिला होता. तेव्हा या दोघांची युती होण्यापूर्वीच महाराजांनी बाजी घोरपड्याच्या मुधोळ या ठाण्यावर हल्ला करून त्यास ठार मारले.

बाजी घोरपडे ठार झाल्यानंतर खवासखान वेंगुर्ल्यास आला आणि त्याने ते शहर जाळले. त्यानंतर तो महाराजांवर चाल करून आला. परंतु महाराजांच्या एका फौजेने त्यास अडचणीत गाठून पराभूत केले. याउलट महाराजांनी आपले सैन्य विजापूरकरांच्या घाटमाथ्यावर पाठवून हुबळी व इतर शहरे लुटली. त्यामुळे त्याला कोकण सोडून घाटमाथ्यावर जाणे भाग पडले. परिणामी कोकण प्रांतावर पुनः महाराजांचे प्रभुत्व स्थापन झाले. त्यांनी याच वेळी सिंधुदुर्ग व हर्णे हे किल्ले बांधून पूर्ण केले.

शिवाजी महाराजांची बसरुरवर स्वारी−

बसरुरचे (बेदनूर) राज्य शिवाप्पा नायकाच्या ताब्यात होते. त्याने सन १६६० मध्ये गोकर्ण−महाबळेश्वरपासून ते नीलेश्वरापर्यंतचा मुलूख आपल्या वर्चस्वाखाली आणला होता. तो सन १६६० मध्ये मृत्यू पावला. त्याच्यानंतर त्याचा भद्राप्पा नावाचा मुलगा गादीवर बसला, परंतु तो सन १६६४ मध्ये एकाएकी मृत्यू पावला. त्यामुळे बसरुरच्या राज्यात गोंधळ निर्माण झाला.

बसरुरचे राज्य गोव्याच्या दक्षिणेस असून त्याच्या समुद्रकिनाऱ्यावर कारवार, अंकोला आणि बार्सिलोर ही बंदरे होती. याशिवाय या राज्यात बार्सिलोरचा व गांगुळीचा किल्ला हे दोन किल्ले होते. तेथील बाजारपेठा प्रसिद्ध होत्या. या प्रदेशावर पोर्तुगीज, डच व सावंत यांचा डोळा होता. परंतु त्यांना महाराजांची धास्ती वाटत होती. या परिस्थितीचा फायदा घेऊन महाराजांनी ८ फेब्रुवारी १६६५ रोजी स्वतः आरमारानिशी जाऊन बसरुरवर स्वारी केली.[१३] याच दिवशी पोर्तुगालच्या चार्ल्स राजाने इंग्रजांना मुंबई हे बेट आंदण म्हणून भेट दिले.

बसरुरच्या स्वारीत महाराजांना पाच लाखांची लूट मिळाली. परंतु सभासदाने, ''महाराजांना या स्वारीत सुरतेच्या लुटीएवढी संपत्ती मिळाली'',[१४] असे म्हटले आहे. परत येताना त्यांनी शेरखान सुभेदार, इंग्रज व इतर व्यापाऱ्यांकडून खंडणी वसूल केली. महाराजांनी स्वतः आरमारातून जाऊन केलेली ही शेवटची स्वारी होय. परंतु या स्वारीचे आरमारी महत्त्व जाणून त्यांनी आरमार हे आपल्या स्वराज्याचे राज्यांग बनविले. त्यासाठी त्यांनी स्वराज्यातली अर्धी संपत्ती खर्च केली. त्यांनी नजीकच्या काळात खांदेरी, अलिबाग, सुवर्णदुर्ग, विजयदुर्ग, सिंधुदुर्ग, रत्नागिरी, मालवण, ठाणे, कुलाबा इत्यादी जलदुर्गांची रांगच पश्चिम समुद्र किनारपट्टीवर उभी केली.

शिवाजी महाराज व आदिलशहा यांचा तह–

महाराजांनी आग्र्याच्या सुटकेनंतर (१९ ऑक्टोबर १६६६) कोकणवर स्वारी केली. कारण आदिलशहाने बहिलोलखानास कोकणात पाठवून तेथे महाराजांचा प्रदेश जिंकण्यास प्रारंभ केला होता. तेव्हा महाराजांनी बहिलोलखानाचा पराभव करून त्यास कोकणातून पळवून लावले. परंतु सन १६६७ मध्ये शिवाजी महाराज व आदिलशहा यांच्यात तह होऊन त्याने महाराजांच्याकडे 'आदिलशाही कोकण' ठेवण्याचे मान्य केले. त्या मोबदल्यात त्याने महाराजांकडून खंडणी घेण्याचे मान्य केले. सारांश, महाराजांनी दक्षिण कोकणवर आदिलशाहीचे नामधारी वर्चस्व मान्य करून दोघातला संघर्ष संपुष्टात आणला.

शिवाजी महाराजांची बारदेशावर स्वारी–

पोर्तुगीजांनी गोव्यात हिंदूंच्यावर सक्तीने धर्मांतर करण्याबाबतचे हुकूम काढले होते. तसेच त्यांनी लखम सावंत व केशव नाईक या महाराजांच्या शत्रूंना आश्रय दिला होता. डचांनीसुद्धा महाराजांना पोर्तुगीजांच्या विरुद्ध चिथावणी दिली होती. अशा अनेक कारणांमुळे महाराजांनी २० नोव्हेंबर १६६७ रोजी पोर्तुगीजांच्या ताब्यात असलेल्या बारदेशवर स्वारी केली.[१५] त्यांनी तेथील चार पाद्र्यांची मुंडकी तोडून तो मुलूख उद्ध्वस्त केला. त्यामुळे पोर्तुगीजांनी सक्तीच्या धर्मांतराचे आदेश मागे घेऊन सावंत व केशव नाईक यांना आश्रय देण्याचे मान्य केले.

शिवाजी महाराजांची गोव्यावर स्वारी–

नोव्हेंबर १६६८ मध्ये महाराजांनी अष्टमी व राजापुरामार्गे गोव्यावर स्वारी करण्याचा बेत रचला होता. परंतु या स्वारीचा सुगावा पोर्तुगीजांना लागल्यामुळे त्यांनी शिवाजी महाराजांविरुद्ध लढण्याची तयारी केली. त्यामुळे महाराजांचा गोव्यावर स्वारी करण्याचा प्रयत्न फसला. तेव्हा महाराजांनी कोकणची व्यवस्था लावून रायगडास प्रयाण केले.

सिद्दीवर स्वारी–

जंजिरा हा दुर्ग अरबी समुद्रात एका मोक्याच्या जागी होता. त्यामुळे त्याचे आरमारी व व्यापारी महत्त्व वाढले होते. हा दुर्ग फत्तेखान सिद्दीच्या ताब्यात होता. जंजिऱ्यावर मुघल, पोर्तुगीज इत्यादींचा डोळा होता. परंतु अद्यापि कोणत्याच सत्तेला जंजिरा घेण्यात यश आले नव्हते. महाराजांनी मात्र जंजिऱ्याभोवतालचा दंडाराजपुरी, तळे, घोसळे व बिरवाडी हा प्रदेश घेतला होता. परंतु त्यांनी १६५८, ५९, ७०–७१, ७५, ७६ व ७८ या साली जंजिऱ्यावर युद्ध–मोहिमा काढूनसुद्धा त्यांना जंजिरा घेता आला नाही, याचे शल्य

त्यांना शेवटपर्यंत बोचत राहिले. या दुर्गाचे महत्त्व ओळखून महाराजांनी सन १६७०
मध्ये जवळजवळ जंजिरा जिंकलाच होता. परंतु महाराजांना शरण येत असलेल्या
फत्तेखानाविरुद्ध सिद्दी संबूळ व सिद्दी कासम यांनी क्रांती करून त्यास कैदेत टाकले.
त्यामुळे महाराजांना हा दुर्ग शेवटपर्यंत घेता आला नाही.

अली आदिलशहाच्या मृत्यूनंतर (२४ नोव्हेंबर १६७२) विजापूरच्या गादीवर
शिकंदर हा त्याचा पाच वर्षांचा मुलगा आला. त्याने सुरुवातीस महाराजांविरुद्ध चढाईचे
धोरण स्वीकारले. परंतु महाराजांनी त्याला प्रत्येक युद्ध आघाडीवर नामोहरम केले.
महाराजांनी १६७४ पर्यंत सर्वच शत्रूंवर विजय मिळवून महाराष्ट्रात सार्वभौम स्वराज्य
निर्माण केले. त्यांचा विजापूरकर, मुघल, पोर्तुगीज व सिद्दी यांना धाक बसला. कोकणावर
त्यांचा पूर्ण अंमल बसला. अशा प्रकारे स्वराज्याची कार्यसिद्धी पूर्ण झाल्यानंतर महाराजांनी
स्वतः 'छत्रपती' होण्यासाठी राज्याभिषेक करवून घेतला. त्यामुळेच परकीय सत्ता आणि
स्वजन त्यांना 'राजा' मानू लागले.

सारांश-

मुघलांशी झालेल्या तहानुसार उत्तर कोकणातील कल्याण प्रांत आदिलशाहीकडे
आलेला होता. इ.स. १६५६मध्ये आदिलशहा मृत्यू पावल्यामुळे आदिलशाहीत गोंधळ
माजला. त्या गोंधळाचा शिवाजी महाराजांनी फायदा घेऊन इ.स. १६५७ मध्ये त्यांनी
आपल्या तुकड्या कोकणात रवाना केल्या व कल्याण आणि भिवंडी ही दोन्ही ठिकाणे
जिंकून तेथे आपले अधिकारी नेमले. समुद्र व खाड्यांनी वेढलेल्या कोकणच्या प्रदेशावर
आपला ताबा ठेवण्यासाठी शिवाजी महाराजांनी आपले आरमारी सामर्थ्यही उभारले.
कुडाळच्या लखम सावंतास त्यांनी आदिलशाहीविरुद्ध मदत करून त्याच्या मोबदल्यात
त्यांनी फोंडा किल्ला व त्याच्या सभोवतालचा प्रदेश हस्तगत केला. किल्ला अरबी समुद्रात
मोक्याच्या जागी असलेला जंजिरा किल्ला घेतला. मालवणजवळ सिंधुदुर्ग बांधला. इ.
स. १६६० मध्ये शाहिस्तेखान मराठ्यांचे स्वराज्य नष्ट करण्याच्या जिद्दीनेच महाराष्ट्रात
आला होता. त्या वेळी शिवाजी महाराज पन्हाळ्यावर अडकल्याचा फायदा घेऊन
शाहिस्तेखानाने व काही स्वकीयांनी शिवाजी महाराजांच्या कोकणातील प्रदेशावर हल्ले
केले. त्यामुळे एकीकडे शाहिस्तेखानाशी मुकाबला व दुसरीकडे कोकणातील प्रदेशांचा
बंदोबस्त ही दोन्ही कामे त्यांना उरकावयाची होती. त्यासाठी त्यांनी खानाशी बोलणे
लावले, त्याच्याशी मुकाबला करण्याची शक्य ती तजवीज करून शिवाजी महाराज
स्वतः १६६१ मध्ये कोकणात उतरले. त्यांना कोकणात जंजिरेकर सिद्दीचा समाचार
घ्यावयाचा होता. आदिलशाही प्रदेशाचे लचके तोडावयाचे होते. सुर्वे, दळवी, सावंत

इ. स्वकीयांना समजावयाचे होते व इंग्रजांना धडा शिकवायचा होता. त्यामुळे तातडीने कोकणात उतरून त्याप्रमाणे त्यांनी १६६१ ते १६६३ या दोन वर्षांत संधीसाधू स्वकीयांचा बंदोबस्त केला. राजापूरची वखार लुटून त्यांनी इंग्रजांना धडा शिकविला. बराचसा आदिलशाही प्रदेश आपल्या आधिपत्याखाली आणला. परंतु सिद्दीस मात्र वठणीवर आणण्यास त्यांना फारसे यश आले नाही.

ii) छत्रपती संभाजी महाराज (१६८० ते १६८९)

छत्रपती शिवाजी महाराजांचे थोरले पुत्र छत्रपती संभाजी महाराज हे मराठ्यांच्या इतिहासातील मोठे विवाद्य प्रकरण समजले जाते. छत्रपती संभाजी महाराज शिवाजी महाराजांचा थोरला मुलगा. त्यांचा जन्म १४ मे १६५७ रोजी पुरंदरवर झाला. सुव्यवस्थित राज्यकारभाराची आणि गडकोटांची व्यवस्था असलेल्या एक करोड होन उत्पन्नाच्या, पण शत्रूने वेढलेल्या अशा स्वराज्याचा वारसा संभाजी राजांकडे आला. तत्कालीन परिस्थितीत थोरला मुलगा या नात्याने संभाजी महाराज हे स्वराज्याच्या गादीचे खरे वारस होते. तथापि न्याय्य पद्धतीने ते शिवाजी महाराजांच्या मृत्यूनंतर लगेच सुखासुखी गादीवर आले, असे झाले नाही. मात्र शिवाजी महाराजांच्या राज्याभिषेकाच्या वेळी (६ जून १६७४) छत्रपतींचा वारस म्हणून युवराज शंभूराजांना योग्य तो मानमरातब व सन्मान प्राप्त झाले. मराठ्यांच्या गादीचा वारस म्हणून युवराजांना ब्रिटिश साम्राज्याचा वकील हेन्री ऑक्झिंडेननेही मौल्यवान नजराणे बहाल केले. तथापि एवढे असूनही शिवाजी महाराजांनंतर संभाजी महाराजांस छत्रपतींच्या गादीवर बसता आले नाही. याला कदाचित पूर्वी १६७८मध्ये संभाजी राजे मुघलांना जाऊन मिळाले होते व त्यामुळे शिवाजी महाराजांच्या अष्टप्रधान मंडळाला त्यांच्याविषयी वाटणारा अविश्वास कारणीभूत असावा. तसेच सोयराबाईंच्या 'संभाजी महाराजांना अधिकार नसावा, राजाराम महाराजांना असावा' ह्या वृत्तीतून अखेर हा वारसा हक्काचा प्रश्न उद्भवला असावा. शिवाजी महाराजांनीही हा प्रश्न स्वतः निर्णायक रीतीने सोडविला नव्हता. उलट त्यांनी वारसा हक्काचा प्रश्न अष्टप्रधान मंडळावर सोपविला होता.[१६]

संभाजी महाराज कायदेशीर छत्रपतिपद मिळण्यासारखे असतानाही ते त्यांना त्वरित मिळाले नाही, याला तीन कारणे संभवतात. १) छत्रपती शिवाजी महाराजांचा स्पष्ट आदेश नसणे. २) छत्रपती संभाजी महाराजांचे अष्टप्रधान मंडळाबरोबरचे संबंध . ३) महाराणी सोयराबाईंची महत्त्वाकांक्षा.

त्या महत्त्वाकांक्षेपोटीच एप्रिल १६८०च्या शेवटच्या आठवड्यात राजाराम महाराजांस गादीवर बसवून त्याच्या नावे कारभारास प्रारंभही झाला. परंतु जून १६८०

पर्यंत संभाजी महाराजांनी काहींना लालूच दाखवून तर काहींना शिक्षा करून आपला पक्ष निर्माण केला. याकामी त्यास सेनापती हंबीररावांची मिळालेली साथ फार महत्त्वाची होती. जुलै १६८१पासून संभाजी महाराज सर्वाधिकारी कारभार पाहू लागले. जानेवारी १६८१मध्ये त्यांचा राज्याभिषेक झाला. काही पाठिंबा मिळवून, रायगडावर थेट धडक मारून, मंत्रीमंडळास बाजूस सारून स्वतःस स्थानापन्न करण्यात संभाजी महाराजांनी जी धडाडी दाखविली आणि जे शौर्य गाजविले, ते कायदेशीर वारस असलेल्या राजपुत्राला शोभण्यासारखेच होते. काही असले तरी १६८१च्या अखेरीपासून संभाजी महाराजांनी आपले शासन अगदी पक्के केले आणि पुढे सात-आठ वर्षे त्यांनी सर्वसत्ताधीश असा छत्रपती म्हणून राज्य केले.

छत्रपती संभाजी महाराज व शहाजादा अकबर –

प्रस्तुत मुद्यावर आतापर्यंत सरदेसाई, वा. सी. बेंद्रे, डॉ. कमल गोखले यांनी बरेच लेखन केले आहे. अलीकडेच प्रकाशित झालेल्या छत्रपती संभाजी महाराज स्मारक ग्रंथाचे संपादक डॉ. जयसिंगराव पवारांनीही या संबंधात आपले विचार व्यक्त केले आहेत. त्या सर्वांच्यात या अकबर प्रकरणाबाबत मतभिन्नता आढळते. रियासतकार लिहितात, ''मनुष्य जोडण्याची कला व चातुर्य संभाजी महाराजांकडे असते तर औरंगजेबावर मात करण्यास ही उत्कृष्ट संधी होती; असे असता शहजाद्याला त्याच्याकडून पाठबळ मिळाले नाही.''[१७]

वा. सी. बेंद्रे यांच्या मताप्रमाणे, ''शहाजादा अकबराचा मोगली परचक्रास शह देण्यात संभाजी महाराजांनी पुरेपूर उपयोग करून घेतला.''[१८] डॉ. सौ. कमल गोखले लिहितात, ''त्याच्याशी वागताना महाराष्ट्राच्या राजाने कुठे नमते घेतले नाही की त्याच्यापुढे मान वाकविली नाही. त्याला कधीही अनावश्यक महत्त्व दिले नाही. मात्र शक्य असेल तेव्हा तेवढा त्याचा उपयोग करून घेतला.''[१९] वरील सर्व विद्वानांच्या मतांचा अर्थ संभाजी महाराजांची या प्रकरणात भलावण करण्याचा दिसतो. मात्र एक गोष्ट नक्की की, या अकबर प्रकरणामुळे मराठ्यांच्या इतिहासाच्या दृष्टीने महत्त्वाची गोष्ट म्हणजे अकबराचा पाठलाग करण्यासाठी प्रथम औरंगजेबाचा दुसरा मुलगा आझमशहा आणि पाठोपाठ स्वतः औरंगजेब दक्षिणेत उतरले आणि पुन्हा एकदा जीवन-मरणाचा मुघल-मराठा संघर्ष सुरू झाला. मुघल-मराठा संघर्षातच अखेर संभाजी महाराजांची हत्या झाली. तथापि ते सर्व पाहण्याअगोदर संभाजी महाराजांना मुघलांखेरीज इतर कोणाकोणाशी कसकसे सामने द्यावे लागले, ते पाहणे उचित होईल.

छत्रपती संभाजी महाराज व जंजिऱ्याचे सिद्दी –

जंजिऱ्याचे सिद्दी हे शिवकालापासून मराठ्यांचे कट्टर वैरी होते. सभासद त्यांचे वर्णन करताना, "घरात जैसा उंदीर, तैसा महाराजांकडे राज्यास सिद्दी",[२०] असे म्हणतो. औरंगजेबाच्या प्रोत्साहनामुळे सिद्दीने संभाजी महाराजांविरुद्ध कुरापती सुरू केल्या. त्याच सुमारास इंग्रजांचेही त्यास साहाय्य मिळाले. त्यामुळे तो मराठी मुलखात लुटालूट करू लागला. तेव्हा संभाजी महाराजांनी उंदेरी बेट जिंकण्याचे ठरविले. मराठ्यांची २२ गलबते व ३००० नाविक दल सज्ज होते. पण ऑगस्ट १६८०चा हा प्रयत्न फसला. नंतर मराठ्यांनी १८ जुलै १६८१ला सिद्दीवर हल्ला चढविला. सिद्दीने तोही हल्ला परतवून लावला. त्यानंतर काही काळ संभाजी महाराज–सिद्दी लढे चाललेच. सिद्दीला कधी इंग्रजांची तर कधी औरंगजेबची मदत होत असे. त्यातच मराठ्यांना एकाच वेळेस सिद्दी, पोर्तुगीज, इंग्रज आणि सर्वांत मोठे मुघल असे अनेक शत्रू होते. त्या सर्वांसमोर टिकाव लागणे अशक्य झाले. काही असले, तरी बेंद्रे म्हणतात त्याप्रमाणे सिद्दीच्या लढ्यात जरी अपयशाचे धनी व्हावे लागले, तरी मराठ्यांची त्यामुळे आरमार क्षेत्रात व्याप्ती व प्रगती होऊ लागली. याच अनुभवाने तयार झालेले कान्होजी आंग्रे यांनी आपल्या चिकाटीने व मेहनतीने याही आरमारी युद्धकलेत मराठ्यांच्या आरमारास श्रेष्ठत्व प्राप्त करून दिले.[२१] बेंद्रेंच्या या मतापेक्षा डॉ. गोखले यांचे संभाजी महाराज – सिद्दी प्रकरणावरचे मत अधिक ग्राह्य आणि वास्तव असे आहे. त्या लिहितात, "सिद्धीचा उपद्रव शिवाजी महाराजांपासून चालू होता. तसाच तो संभाजी राजांच्या नंतरही चालू होता. संभाजी महाराजांनी या निमित्ताने नाविक दलात वाढ केली. पण सिद्दी प्रकरणाचा निर्णय लावण्यात पिता–पुत्रांना अखेरपर्यंत यश आले नाही,[२२] हे मात्र खरे.

छत्रपती संभाजी महाराज व पोर्तुगीज –

संभाजी महाराज सत्तेवर आल्यावर अल्पावधीतच मराठे–पोर्तुगीज संबंध बिघडू लागले होते. ३० जानेवारी १६८१ रोजी तानाजी राम यास गोव्याचा व्हिसेराई लिहितो, "संभाजीराजे यांच्या अरेरावीमुळे प्रस्तुत शांतता आणि सलोखा टिकणे कठीण झाले आहे. मला त्यांची वागणूक असह्य झाली असून युद्ध सुरू करावे की काय याचा मी विचार करीत आहे. कारण मिळमिळीत तहापेक्षा ढळढळीत युद्ध बरे असे मला वाटू लागले आहे."[२३]

एकीकडे अशी युद्धाची भाषा करणारे पोर्तुगीज संभाजी महाराजांशी तहाच्या वाटाघाटी करण्याची भाषाही करतात, हे त्यांच्या १७ फेब्रुवारी १६८३च्या पत्रावरून दिसते. या पत्रात गोव्याच्या व्हिसेराईने संभाजी महाराजांचा कोकणातील सुभेदार अण्णाजी

पंडित यास लिहिले, 'आपण संभाजीराजे यांचे विश्वासू सेवक आहात. आपण त्यांना आमच्याशी तहाच्या वाटाघाटी करण्यास प्रवृत्त कराल अशी आशा आहे.'[२४]

पण पोर्तुगीज वास्तवात संभाजी महाराज आणि औरंगजेब या दोघांनाही खूश ठेवण्याचे संधीसाधूपणे राजकारण करीत होते. तेव्हा पोर्तुगीजांच्या ह्या विश्वासघातकी कृत्याचा संभाजी महाराजांना राग येऊन त्यांनी पोर्तुगीजांच्या डहाणू, असेरी, सैबण आणि तारापूर या ठिकाणांवर हल्ले केले. तारापूरचे ठाणे मराठ्यांनी आठ दिवस लढविले. पोर्तुगीजांनी या प्रकरणाचा बदला म्हणून येसाजी गंभीर याला नजरकैदेत ठेवले. पण त्याचबरोबर पोर्तुगीजांच्या चौल येथील कॅप्टनने संभाजी महाराजांच्या वरच्या चौकीच्या ठाण्यावर तोफा डागून त्याचा काही भाग उद्ध्वस्त केला.[२५]

फोंड्याचा संग्राम (नोव्हेंबर १६८३) –

मराठ्यांची उत्तर कोकणातील आगेकूच थांबवण्यासाठी गोव्याचा गर्व्हनर कोंदि-दि-आल्वोर याने मराठ्यांच्या फोंड्याच्या किल्याला १ नोव्हेंबर १६८३ रोजी वेढा घातला. किल्लेदार येसाजी कंक आणि त्याचा मुलगा कृष्णाजी यांनी ८०० शिबंदीसह किल्ला मोठ्या नेटाने लढविला. त्याच वेळेस संभाजी महाराजांचे तेथे आगमन झाले. त्यांच्या आगमनाने दोघांचा हुरूप वाढला. त्याच बरोबर मराठा सैनिकांनाही हुरूप चढला. दररोज होणाऱ्या हानीमुळे पोर्तुगीज गव्हर्नर हताश झाला. १० नोव्हेंबर १६८३ ला तो वेढा उठवून गोव्याला निघून गेला. ११ नोव्हेंबर १६८३ ला तो राजधानीत परतला. तो थेट जेसुईटांच्या मठात जाऊन तब्बल चार दिवस राहिला. त्या काळात त्याने कुणाचीच भेट घेतली नाही.[२६]

छत्रपती संभाजी महाराजांची गोव्यावरील स्वारी –

२४ नोव्हेंबर १६८३ रोजी संभाजी महाराजांच्या सैन्याने जुवे बेट घेतले.[२७] शत्रूचे हाल झाले. पण संभाजी महाराजांनी गोवा बेटावर स्वारी केली नाही. गोवा शहर संभाजी महाराजांच्या स्वारीपासून मुक्त झाले. परंतु व्हिसेराईने मराठ्यांची एवढी दहशत खाल्ली की, त्याने गोव्याची राजधानी मुरगाव बंदरात नेण्याचे ठरविले. दि. २५ जानेवारी १६८४ रोजी व्हिसेराईने गोव्याच्या बिकट अवस्थेचे वर्णन केले आहे व म्हटले आहे, मुघल निघून गेले तरी संभाजी महाराजांच्या स्वारीचा धोका पुन्हा आहेच. हे राज्य आमच्या हातून निसटून जाण्याची भीती आहे.[२८] वरील पत्रावरून संभाजी महाराजांची धास्ती पोर्तुगीजांनी किती घेतली होती हे स्पष्ट दिसते. तथापि, संभाजी महाराजांनी गोवे शहर घेण्याचा प्रयत्न केला नाही. परंतु पोर्तुगीजांच्या साष्टी आणि बार्देश प्रांतात आणि ठाणे जिल्ह्यातील पोर्तुगीज वसाहतीत मराठ्यांच्या फौजा होत्या. चौलचा वेढा चालूच होता.

अशा परिस्थितीत औरंगजेब पुत्र शाहआलम मराठ्यांच्या प्रदेशात शिरला. परिणामी, पोर्तुगीज आणि मराठे यांच्यात एक करार घडून आला. संभाजी महाराजांच्या वतीने त्या करारात कवी कलशने भाग घेतला.[२९] संभाजी महाराजांचा पोर्तुगीजांना एवढा वचक वाटत होता की, ते त्यांना सार्वभौम राजा मानीत होते. शिवाजी महाराजांना ते शिवाजी राजे म्हणून संबोधित तर संभाजी महाराजांच्या नावामागे 'छत्रपती' हे अभिधान लावीत.[३०] स. शं. देसाई म्हणतात, ''संभाजी महाराजांनी पोर्तुगीजांना नरमाईचे धोरण स्वीकारावयास लावले, ते तलवारीच्या बळावर. ते जर आणखी काही वर्षे जगते, तर पोर्तुगीजांना ठाणे जिल्ह्यातून आणि गोव्यातून हाकलून लावण्यात यशस्वी झाला असते. परंतु पोर्तुगीजांचे नशीब बलवत्तर होते, हेच खरे.''[३१]

गोव्यापासून माघार घेत असता मराठ्यांनी पोर्तुगीजांच्या साष्टी आणि बार्देश या प्रांतांवर हल्ले चढविले व तेथील खेड्यांची व ठाण्यांची लूटमार केली. गोव्यावरील या स्वारीत मराठ्यांनी पोर्तुगीजांची अनेक चर्चेस जाळून टाकली व अनेक स्त्री-पुरुषांना कैद केले.

मराठा-पोर्तुगीज कराराच्या वाटाघाटी -

संभाजी महाराजांनी माघार घेतल्यावर मराठा-पोर्तुगीज यांच्या दरम्यान वाटाघाटी सुरू झाल्या. उभयपक्षांत शहाजादा अकबर मध्यस्थी करत होता. मराठ्यांच्या बाजूने कवीकलश वाटाघाटी चालवित होता. जानेवारी, फेब्रुवारी १६८४ मध्ये फोंडा किल्यावर या वाटाघाटी होऊन खालील कलमांचा करार करण्यात आला.

१) संभाजी महाराजांनी पोर्तुगीजांकडून जे प्रदेश व किल्ले जिंकून घेतले असतील, ते त्यातील युद्ध-सामानासह पोर्तुगीजांना परत करावेत.
२) एकमेकांची पकडलेली जहाजे एकमेकांनी परत करावीत.
३) एकमेकांचे पकडलेले कैदी परत करावेत.
४) वसई प्रांतातील व दमणच्या प्रदेशातील चौथाई संभाजी महाराजांकडे देत जावी. त्या मोबदल्यात मराठ्यांनी या प्रदेशाच्या संरक्षणाची जबाबदारी स्वीकारावी.
५) एकमेकांच्या प्रदेशांत एकमेकांना पूर्वीप्रमाणे व्यापार करता यावा.
६) पोर्तुगीज तोफखान्याच्या संरक्षणाखाली मोगली जहाजांना अन्नधान्याची वाहतूक करण्याची परवानगी दिली जाऊ नये. जेथे पोर्तुगीज तोफखाना नसेल, तेथे हे कलम लागू होणार नाही.
७) पोर्तुगीजांच्या आश्रयाखाली दक्षिण कोकणातील बंडखोर देसायांना त्यांचा गुन्हा माफ करण्यात यावा.
८) मराठा-पोर्तुगीज सीमेवर मराठ्यांनी किल्ले बांधू नयेत.

यानंतर उभय राज्यांत सुरळीत पत्रव्यवहार सुरू झाला. आपण तहाच्या कलमांचा आदर करू, तसा संभाजी महाराजांनीही करावा, असे पोर्तुगीज व्हिसेराईने लिहिले. वर उल्लेखिलेला करार पक्का करण्यासाठी व्हाईसरायने मार्च १६८४ मध्ये एक शिष्टमंडळ संभाजी महाराजांकडे रायगडावर पाठविले. तेथे पोर्तुगीजांनी अंजदीव बेटाचा कबजा सोडावा व संभाजी राजांना नजराणा द्यावा अशा आणखी दोन कलमांचा आग्रह मराठ्यांनी धरला. मराठ्यांचे म्हणणे असे की, पोर्तुगीज वकिलांनी वाटाघाटीच्या ओघात आपणांस तशा प्रकारचे वचन दिले होते. तर पोर्तुगीजांचे म्हणणे त्याच्या उलट होते.[३४] अशा परिस्थितीत करार न होता तो फिसकटला. शिष्टमंडळ गेल्यानंतर संभाजी राजांनी रंगाजी लक्ष्मीधर व सिदोजी फरझंद असे दोन वकील गोव्यास पाठविले. परंतु तेथेही वाटाघाटींचा घोळ संपला नाही. व्हाईसराय ह्या नव्या अटी मानण्यास तयार झाला नाही. शेवटी हा करार पक्का न होता, उभयपक्षी पुन्हा संबंध बिघडू लागले.

दक्षिण कोकणात फारशी कामगिरी न करता मुघल शहाजादा शहाआलम परतला होता. दक्षिण कोकणात असता त्याचे पोर्तुगीजांशीही वितुष्ट आले होते. आपण आल्यामुळे मराठ्यांनी गोव्यासमोरून माघार घेतली आणि अशा प्रकारे आपण पोर्तुगीजांचे रक्षण केले, म्हणून आपणांस पोर्तुगीजांनी खंडणी दिली पाहिजे, असे त्याचे म्हणणे होते. परंतु पोर्तुगीजांनी त्याला दाद दिली नाही. शहाजादा निघून गेल्यावर मराठ्यांनी जिंकलेला प्रदेश पुन्हा जिंकून घेण्याचा पोर्तुगीजांनी प्रयत्न केला. परंतु मराठा सैनिकांनी त्यांना चांगलाच प्रतिकार केला. त्यांचे ४००-५०० सैनिक मराठ्यांनी कापून काढले. अशा प्रकारे पोर्तुगीजांना अपयश आले. या वेळी मराठ्यांचे हल्ले परतवून पोर्तुगीज प्रदेशाचे संरक्षण करण्यासाठी पोर्तुगीज व्हाईसरायने आपल्या मायदेशाहून कुमक मागविली होती.

कोकणातील देसायांना पोर्तुगीजांची चिथावणी –

गोव्याच्या आसपासची दक्षिण कोकणातील देसाई ही मोठी उपद्व्यापी मंडळी होती. कुडाळचा खेमसावंत हा त्यांचा पुढारी होता. याशिवाय साखळी, डिचोली, पेडणे आणि फोंडे या परगण्यातील देसाईही त्याच्या सोबत होते. या देसायांनी फेब्रुवारी १६८५ मध्ये मराठी सत्तेविरुद्ध बंड पुकारून पोर्तुगीजांचा आश्रय घेतला. सुरक्षिततेसाठी त्यांनी आपली बायका-पोरे गोव्यात पाठविली. कारवारच्या देसायांनीही अशीच बंडखोरी करून मराठ्यांचा कारवारचा किल्ला जिंकून घेतला. त्यांच्या कुटुंबांनाही पोर्तुगीजांनी आपल्या प्रदेशात आश्रय दिला. अशा प्रकारे दक्षिण कोकणातील देसायांच्या बंडखोरीमागे पोर्तुगीजांचा हात होता. २४ जानेवारी १६८६ रोजी आपल्या राजास लिहिलेल्या पत्रात गोव्याचा व्हाईसराय लिहितो, ''आमच्याशी केलेला तह छत्रपती संभाजी महाराजांनी

कृतीत न आणण्याचे ठरविल्यामुळे आम्हाला त्यांच्याशी युद्ध चालू ठेवणे प्राप्त झाले. त्यासाठी कोकणातील बऱ्याचशा देसायांशी आपण संगनमत करून त्यांना संभाजी महाराजांविरुद्ध बंड करण्यास प्रवृत्त केले. आपली व या देसायांची कित्येक महिने बोलणी चालू राहून शेवटी ८ फेब्रुवारी १६८५ रोजी आपण या देसायांशी गुप्त करार केला. त्यानुसार १२ फेब्रुवारी १६८५ या दिवशी त्यांनी उठाव केला व एकाच दिवशी निरनिराळ्या भागांत छापा घालून पुष्कळ लूट मिळविली.''[३५]

पोर्तुगीज-खेमसावंत करार -

वर उल्लेख केलेल्या करारात पुढील महत्त्वाची कलमे होती.

१. बांद्यापासून अंकोल्यापर्यंतचा जो प्रदेश हस्तगत होईल, त्यातील दोन हिस्से पोर्तुगीजांना व एक हिस्सा सावंतास मिळावा.
२. कुडाळपासून चौलपर्यंतचा प्रदेश जो कोणी घेईल, त्यास पोर्तुगीजांनी आरमारासह मदत करावी. याबद्दल त्यांस हस्तगत झालेल्या सदर प्रदेशाचा एक हिस्सा द्यावा. राहिलेले दोन हिस्से तो प्रदेश घेणाऱ्यास मिळावेत.
३. पोर्तुगीजांनी सावंतांच्या मदतीस शत्रूशी झगडण्यासाठी योग्य असे आरमार द्यावे. शिवाय या आरमारास माणसे, शस्त्रे व दारूगोळा पोर्तुगीजांनी स्वखर्चाने पुरवून ज्या प्रदेशामध्ये सावंत खुष्कीच्या मार्गाने जाईल त्या प्रदेशाच्या किनाऱ्यावर हे आरमार फिरते ठेवावे. आरमाराच्या मदतीशिवाय पोर्तुगीजांनी सावंतास या युद्धाकरिता शक्य तितका दारूगोळा फुकट पुरवावा. पोर्तुगीजांनी संभाजी महाराजांशी सलोखा करू नये. तसेच सावंतांनी संभाजी महाराजांच्या राज्यात असणाऱ्या इंग्रज, फ्रेंच अथवा डच यांच्या वखारीस कोणतीच इजा करू नये.[३६]

वरील करारावरून हे स्पष्ट होते की, हा करार स्पष्टपणे संभाजी महाराजांविरुद्ध होता व तो मराठी मुलूख काबीज करण्यासंबंधी होता. सावंतांनी भूदलाच्या मदतीने मराठी प्रदेश काबीज करावा व त्यास लागेल ती आरमाराची व दारूगोळ्याची व पैशाची मदत पोर्तुगीजांनी द्यावी आणि सावंतांनी जिंकलेल्या मुलखाची वाटणी करावी, असे हे एकूण कराराचे स्वरूप दिसते. या करारावर भाष्य करताना डॉ. पिसुर्लेंकर म्हणतात की, हा करार जरी गोवेकर पोर्तुगीज व कुडाळकर खेमसावंत यांमध्ये झाला असला, तरीही सावंत हा कोकणातील इतर देसायांचा पुढारी म्हणून त्याच्याशी व्हाईसरायने सदर करार केला असावा. दक्षिण कोकणातील सर्व देसायांमध्ये खेमसावंत याच्याजवळ अधिक सैन्य होते. केशव प्रभू याच्या माहितीप्रमाणे सावंताच्या पदरी १६८४ मध्ये २००० सैनिक होते.[३७]

पोर्तुगीज प्रदेश काबीज करतात –

दक्षिण कोकणातील बंडखोर देसाई व पोर्तुगीज यांची युती झाल्यामुळे त्यांनी मराठी मुलखावर वारंवार हल्ले करून मराठ्यांची मोठी हानी केली. तसेच त्यांनी गोव्याच्या आसपासचा सर्व मुलूखही जिंकून घेतला. जानेवारी १६८६च्या एका पत्रात गोव्याचा व्हाईसराय लिहितो की, गोवा प्रांतात आता फोंड्याशिवाय दुसऱ्या ठिकाणी संभाजी महाराजांचा अंमल राहिलेला नाही. एवढेच नव्हे तर १६८३ च्या युद्धात मराठ्यांनी उत्तर कोकणात जो पोर्तुगीजांचा प्रदेश जिंकून घेतला होता, तोही आता पोर्तुगीजांनी पुन्हा काबीज केला. मराठ्यांनी पोर्तुगीजांचा अशेरी किल्ला जिंकून घेतला होता, तो पोर्तुगीजांनी ऑक्टोबर १६८७ मध्ये पुन्हा हस्तगत केला.

१६८६ सालापासून स्वराज्यात घुसणाऱ्या मुघली फौजांचा जोर दिवसेंदिवस वाढत गेला. मराठी फौजांना अनेक आघाड्यांवर लढावे लागत होते. त्यामुळे पोर्तुगीज–देसाई यांच्या युतीकडे लक्ष देण्यास व त्यांचा समाचार घेण्यास मराठ्यांकडे मनुष्यबळ आणि साधने अपुरी पडत असणार.

ऑगस्ट १६८८ मध्ये पोर्तुगीजांच्या आश्रयाने राहणाऱ्या खेमसावंत, रामदळवी, दुलबा नाईक इत्यादी मंडळींनी पोर्तुगीजांच्या परवानगीने मुघलांची चाकरी स्वीकारली.[३८] पोर्तुगीज व मुघल यांचे संभाजी महाराज हे समान शत्रू असल्याने त्यांच्यात मैत्री निर्माण होणे स्वाभाविक होते. शिवाय सर्वत्र विजयी होणाऱ्या मुघली फौजांशी हातमिळविणी करणे हे पोर्तुगीजांच्या फायद्याचे ठरणार होते. आपली बायका–पोरे गोव्यातच ठेवून ही देसाई मंडळी बेळगावचा मुघल सुभेदार बहादूरखान याला भेटली. बहादूरखानाने त्यांचा सन्मान करून त्यांना मुघलांच्या चाकरीत घेतले. १६८९ च्या जानेवारीत मुघली चाकरी स्वीकारण्याच्या मोबदल्यात खेमसावंतास कुडाळ प्रांताच्या सरदेशमुखीचे बादशाही फर्मान प्राप्त झाले. हे फर्मान बहादूरखानाने सावंताच्या हाती दिले. याच सुमारास दुलबा नाईक व इतर देसायांनी फोंड्यावर हल्ला करून तो किल्ला जिंकला आणि तो मुघलांच्या ताब्यात दिला (जानेवारी १६८९). फोंड्याचा किल्ला जिंकल्यामुळे मराठ्यांचा गोव्याच्या आसपासचा अंमल पूर्ण नाहीसा झाला. अशा प्रकारे कोकणातील देसाई मराठ्यांच्या स्वराज्याचा द्रोह करून दक्षिण कोकणात मराठी मुलखातील ठाणी व किल्ले मुघलांसाठी जिंकून देत होते. दरम्यान, फेब्रुवारी १६८९ मध्ये संभाजी महाराज पकडले गेले व त्यांची कारकिर्द संपली.

संभाजी महाराज – औरंगजेब संघर्ष –

छत्रपती संभाजी महाराजांना त्यांच्या ८–९ वर्षांच्या कारकिर्दीत अतिशय महत्त्वाचा लढा द्यावा लागला, तो म्हणजे औरंगजेबाशी. छत्रपती संभाजी आणि मुघल बादशाहा

औरंगजेब हा अतिशय असमान असा लढा होता. पण औरंगजेबाचे हे आव्हान संभाजी महाराजांनी स्वीकारले.

११ नोव्हेंबर १६८१ रोजी बादशहा औरंगाबादेस पोहोचला. त्यापूर्वीच त्याच्या मुघली फौजांनी मराठी राज्यावर अनेक बाजूंनी चढाई आरंभिली होती. २२ मार्च १६८२ रोजी औरंगजेबाने औरंगाबादेत आपली छावणी केली. त्याच्या आज्ञेवरून शहाबुद्दीन (निजाम उल् मुल्क) चा बाप याने रामसेजच्या किल्ल्याला वेढा घातला. पण मराठ्यांच्या कडव्या प्रतिकारामुळे त्याला लवकरच तो काढावा लागला.

१६८३ मध्ये मराठ्यांवर चौफेर हल्ले करण्याची एक योजना बादशहाने आखली. १० ऑगस्ट १६८३ रोजी त्याने आज्जमला विजापूरकरांकडून मराठ्यांना होणारी मदत बंद पाडण्यासाठी तिकडे रवाना केले. तर कोकण जिंकण्याच्या मोहिमेवर राजपुत्र मुअज्जम आणि शहाबुद्दीन यांना पाठविले. या वेळी संभाजी महाराज गोव्यावरील स्वारीच्या कामगिरीवर होते. ती मोहीम त्यांनी रद्द केली व ते मुअज्जमच्या फौजेवर छुप्या रीतीने हल्ले करू लागले. अल्पावधीतच त्यांने त्याला बेजार केले. मराठ्यांनी या वेळेस शाही फौजेचे कसे हाल केले होते, ते सांगताना खाफीखान लिहितो, ''महागाई इतकी वाढली की, कधीकधी ३-३, ४-४ रुपये देऊनही एक शेर गव्हाचे पीठ मिळेनासे झाले. फौजेतील माणसांपैकी जे मृत्यूच्या दाढेतून वाचले, त्यांच्या शरीरातील अर्धे प्राण शिल्लक राहिल्यासारखे होते. प्रत्येक श्वासागणिक त्यांना वाटे की, तेवढेच आयुष्य लाभले हीच खैर. एकाही सरदाराच्या तबेल्यात एकही स्वारीयोग्य घोडा राहिला नाही. मग बिचाऱ्या सामान्य स्वाराची काय कथा!''[३९]

मुअजम्मने २-३ महिन्यांच्या कोकणातील मुक्कामात मालवण, वेंगुर्ले, कुडाळ ही गावे उद्ध्वस्त करण्याव्यतिरिक्त काही कामगिरी केली नाही. धान्य टंचाईमुळे त्रस्त होऊन त्याने पावसाळ्यापूर्वी कोकण सोडण्याचे ठरविले. रामसेजच्या घाटातून परतणाऱ्या त्याच्या फौजेच्या हलाखीचे वर्णन मनुचीने असे केले आहे, ''मुघल सैन्यात रोगाची इतकी साथ पसरली की, सात दिवसांत या रोगाने पछाडलेला प्रत्येक मनुष्य गेला. अशा रीतीने सैन्यातील १/३ माणसे मृत्युमुखी पडली. हा रोग माणसांनाच झाला असे नाही तर हत्ती, घोडे, उंट इत्यादी जनावरेही त्याला बळी पडली. त्यामुळे सगळी हवा दूषित झाली. रस्ता अरुंद आणि अडचणीचा असल्यामुळे रसदही नीट येईनाशी झाली. उन्हामुळे आणि तहानेमुळे अनेक लोक मृत्युमुखी पडले.''[४०]

कोकणात जाणाऱ्या शहाबुद्दीनलाही कोकणातून असेच हात हलवीत माघारी यावे लागले. खानदेश, वऱ्हाड ते कर्नाटकापर्यंत मराठी सैन्याच्या अनेक लहानसहान टोळ्यांशी मुघल फौजांच्या लहानमोठ्या चकमकी उडतच होत्या.

विजापूर राज्याचा शेवट (१२ सप्टेंबर १६८६) –

औरंगजेब दक्षिणेत आल्यापासून विजापूरच्या मुलखात त्याची फौज उद्योग करीतच होती. कारण ती राज्ये (विजापूर-गोवळकोंडा) शिया पंथीय होती. १६-२-८३ रोजी सम्राटाने राजपुत्र आज्जमला विजापूरवर आक्रमण करण्यासाठी पाठविले. इ.स. १६८४ मध्ये त्याने विजापूर राज्यातील मंगळवेढे व सांगोळे ही स्थळे काबीज केली. १६८५ मध्ये बादशहा विजापुरास पोहोचला. विजापूरच्या मदतीला संभाजी महाराजांनी कबजीस पाठविले. गोवळकोंड्याची फौजही विजापूरच्या मदतीस आली. परंतु औरंगजेबाच्या सामर्थ्यापुढे सर्व प्रयत्न निष्फळ होऊन अखेर १२-९-१६८६ रोजी शिकंदर शहा शरण गेला आणि विजापूरचे राज्य संपले.[४१]

गोवळकोंड्याची अखेर (१२ सप्टेंबर १६८७) –

गोवळकोंड्याचा शासक अब्दुल हसन हा विजापूरकरास मदत करीत असे. ती बंद पाडण्यासाठी औरंगजेबाने विजापूरची मोहीम सुरू असतानाच गोवळकोंड्यावरील मोहीम सुरू केली होती. औरंगजेबाने गोवळकोंड्याच्या किल्ल्यास वेढा दिला. त्यात प्रवेश मिळविण्यासाठी त्याने फितुरांचा उपयोग करून घेतला. २१ सप्टेंबर १६८७ रोजी किल्ल्याचे दरवाजे उघडून मुघलास आत घेतले. पुत्र आजमशहास आत पाठवून औरंगजेबाने अब्दुल हसन कुतुबशहास पकडून आणविले आणि दौलताबादच्या किल्ल्यात नेऊन अटकेत ठेवले. गोवळकोंड्यातून सुमारे १० कोटींची संपत्ती बादशहास मिळाली.

अशा प्रकारे दक्षिणेतील ह्या दोन शियापंथीय शाह्या औरंगजेबाने नष्ट केल्या व त्याची नजर पुन्हा संभाजी महाराजांकडे, मराठ्यांकडे वळली.

संभाजी महाराजांची अखेरची झुंज –

मराठ्यांना मदत करणाऱ्या दक्षिणेतील दोन्ही मुस्लीम राज्यांना जिंकल्यानंतर आपण संभाजी महाराजांना सहज जिंकू या विचाराने औरंगजेबाने आपले सर्व लक्ष आता महाराष्ट्राकडे वळविले. जिंकलेल्या दोन्ही राज्यांतील अनेक सरदार व फौजाही आता त्याच्या दिमतीला होत्या. वा. सी. बेंद्रे लिहितात, ''इ.स. १६८८ मध्ये स्वराज्याची स्थिती पुढीलप्रमाणे होती. कोकणात मुघलांचा शिरकाव होऊ शकला नव्हता. घाटावरील मैदानी भागात मुघलांनी बऱ्याच भागात आपली ठाणी बसविली होती. चाकण, शिरवळ, वाई, सुभे, बारामती, इंदापूर, कोल्हापूर या आणि इतर ठिकाणी मुघल सुभेदार नेमले गेले होते. मराठ्यांशी त्यांच्या चकमकी चालू होत्या. उत्तर कर्नाटकात मराठे आणि विजापूरचे काही जुने सरदार एकत्र होऊन मोघलांशी लढत होते. मराठ्यांचे मोठे बळ

म्हणजे किल्ले. पन्हाळगड, विशाळगड, पुरंदर, सिंहगड, तोरणा, प्रतापगड व रायगड इत्यादी किल्ले शाबूत होते. ते लढविण्याची संभाजी राजांनी जय्यत तयारी केली होती.'' परंतु खरे पाहता या काळातील संभाजीं महाराजांच्या हालचालींची फारशी माहिती मिळत नाही. ऑक्टोबर १६८७ मध्ये संभाजी महाराजांचा शूर सेनापती हंबीरराव मोहीते हा सर्जाखानाशी वाईनजीक झालेल्या लढाईत तोफेचा गोळा लागून ठार झाला. त्याच वेळी शिर्क्यांनी बंड केले व ते मुघलांना मिळाले. हे वृत्त कळताच संभाजी महाराज खेळण्याला गेले. बंडाचे पारिपत्य केल्यावर संभाजी महाराज कवी कलशासह रायगडला जाण्यास निघाले. रस्त्यात संगमेश्वर येथे त्यांचा मुक्काम होता. तेथेच मुकईत खानाने संभाजी महाराज व कलश यांना पकडले.

संभाजी महाराजांचा मृत्यू (११ मार्च १६८९)–

संभाजी महाराज व कवी कलश यांना मुघल छावणीनजीक आणल्यावर कसे वागविले गेले, त्याचे वर्णन खाफीखानने केले आहे. ''इराणच्या पद्धतीप्रमाणे त्यांना डोक्यावर लाकडी फळ्यांच्या लांब टोप्या घालण्यात आल्या. त्यांच्या अंगावर विदूषकी टोप्या घालण्यात आल्या. त्यांचा सारखा छळ करण्यात येत होता. सारखे नगारे वाजत होते. संभाजी महाराज आणि कवी कलशांच्या शरीरात पेंढा भरण्यात आला. दख्खनमधील प्रसिद्ध अशा सर्व शहरांतून आणि गावांतून ती प्रेते नगारे, कर्णे, शिंगे इत्यादी वाद्यांच्या गजरात मिरविण्यात आली.''[४२]

याशिवाय म. रा. चिटणीस बखर आणि ईश्वरदास नागर यांनी छत्रपती संभाजी महाराजांच्या मृत्यूचे वर्णन केले आहे. चिटणीस बखरीत म्हटले आहे, ''औरंगजेबाने संभाजी महाराजांना सांगितले, तू धर्मचर वर्तन कर. यावर संभाजी महाराजांनी मुलगी देत असाल, तर विचार करू असे उत्तर दिले.''[४३]

डॉ. कमल गोखले व वा. सी. बेंद्रे यांना हे मान्य नाही. ईश्वरदास नागर म्हणतो, ''संभाजी महाराज हे गर्विष्ठ होते. त्यांनी बादशहासंबंधी घाणेरडे शब्द उच्चारले. त्याची निंदानालस्ती केली. तेव्हा बादशहाच्या आज्ञेने डोळे काढले. ते वाकले नाहीत. पुढे वधस्थानाकडे नेले. तेथे त्यांच्या शरीराचे तुकडे तुकडे करण्यात आले.''[४४]

डॉ. गोखले लिहितात, ''मराठ्यांच्या रूपाने उभे राहणारे हिंदवी स्वराज्य नष्ट करण्यासाठी औरंगजेबाने या ३२ वर्षांच्या राजाला हालहाल करून ठार मारले. नियतीने औरंगजेबाच्या हाताने मराठ्यांच्या राजाला नाहीसे केले. पण त्याच औरंगजेबाला हिंदवी स्वराज्याची नाश करण्याची महत्त्वाकांक्षा मात्र सफल करू दिली नाही.''

संभाजी महाराजांच्या कार्याचे मूल्यमापन –

जुन्या बखरकारांनी संभाजी महाराजांच्या अवगुणासंबंधी केलेल्या अतिरेकी वर्णनामुळे संभाजी महाराजांबद्दल अनेक गैरसमज रूढ झाले होते. ते रंगेल होते; मदिरा व मदिराक्षीचे त्यांना व्यसन होते. त्यांना दूरदृष्टी नव्हती, वगैरे. पण बेंद्रे आणि गोखले यांनी अनेक पुरावे गोळा करून पूर्वीच्या आरोपांचे खंडन केले आहे.

संभाजी महाराज सत्तेवर आले, त्या वेळेस त्यांचे वय जेमतेम २३ वर्षांचे होते. तरीही त्यांनी पोर्तुगीजांची फजिती केली. औरंगजेबाचा प्रतिकार केला. मर्यादित साधनांसह त्यांनी नऊ वर्षे जी अखंड झुंज दिली, ती निःसंशय उत्कृष्ट होती. श्री. बेंद्रे लिहितात, ''एकट्या संभाजी महाराजांनी हिंदवी स्वराज्यासाठी दीर्घकाळ दिलेल्या लढ्याचा विचार केल्यास महाराष्ट्राची अखिल हिंदुस्थानात व परदेशात गाजलेली खरी कर्तबगारी, उज्ज्वल संस्कृती व तेजस्वी राष्ट्रीय संघटना यांच्या खऱ्या कसोटीचा आदर्श संभाजी महाराजांच्याच कारकिर्दीत दिसून येतो.''

सेतुमाधवराव पगडी म्हणतात, ''आपले प्राण पणाला लावून त्यांनी नऊ वर्षेपर्यंत स्वराज्य सुरक्षित ठेवले आणि औरंगजेबाची आक्रमणे हाणून पाडली, हे संभाजी महाराजांचे खरे व्यक्तिमत्त्व होय.''

डॉ. गोखले लिहितात, ''संभाजी राजांसारखा राजा नाहीसा केला म्हणजे मराठी राज्य चटकन गिळंकृत करता येईल, ही बादशहाची कल्पना फोल ठरली. ते शत्रूला शरण गेले नाहीत. त्यांचा देह औरंगजेबाच्या पाशवी वृत्तीला बळी पडला. पण त्याच बलिदानातून आणि हौतात्म्यातून मराठी राज्य चालले, हे भारतीयांना केव्हाही विसरता येणार नाही.'' संभाजी महाराजांच्या वधावर भाष्य करताना डॉ. जयसिंगराव पवार म्हणतात, ''हुतात्म्याचे कार्य मरणाने सुरू होते. कारण आपल्या बलिदानाने तो आपल्या लाखो देशबांधवांना स्वातंत्र्याच्या लढ्यासाठी चेतना देत असतो. संभाजी महाराजांचे कार्य त्यांच्या मृत्यूने संपले नाही. तसे ते संपेल, या आशेने औरंगजेबाने त्यांना ठार केले. पण त्याच्या आशेची निराशा झाली. महाराष्ट्रात संभाजी महाराजांचे कार्य दुप्पट-चौपट वेगाने वाढले.'' डॉ. अ. रा. कुलकर्णी म्हणतात, ''संभाजी महाराजांना इतिहासाच्या दरबारात काही स्थान देत असता निखळ व शास्त्रशुद्ध पुराव्याने जे सिद्ध होईल, त्याचाच विचार करावा लागेल. संभाजी राजांच्या ९ वर्षांच्या काळात औरंगजेबाने दक्षिणेतील आदिलशाही व कुतुबशाही ही मुसलमानी राज्ये १६८६-८७ मध्ये गिळंकृत केली. पण मराठ्यांपुढे मात्र त्याला पगडी उतरवावी लागली. संभाजी महाराजांनी धीरोदात्तपणे मृत्यूला कवटाळल्यामुळे मराठ्यांना प्राणपणाने लढण्याची प्रेरणा मिळाली आणि औरंगजेबाचे स्वप्न तर केव्हाच साकार झाले नाही. पण मराठी सत्ता मात्र 'वर्धिष्णु विश्ववंदिता' बनली.

'मरणाने अमर' झालेल्या संभाजी राजांच्या या लढ्यातील वाटा हीच त्यांची थोर देशसेवा आणि तोच त्यांचा इतिहासाच्या दरबारातील स्थान ठरविण्याचा निकष.''

वरील विद्वानांपेक्षा रियासतकारांचे मत भिन्न आहे. ते लिहितात, ''सर्व हिंदुस्थान व विशेषतः राजपूत गांधील माशीच्या पोळ्याप्रमाणे बादशाहाचा चावा घेण्यास टपले होते. परंतु त्यांचा पुरस्कार करण्यास संभाजी महाराजांची इच्छा झाली नाही, हाच त्यांच्या बुद्धीचा कोतेपणा होय. संभाजी महाराज स्वतः शूर होते. परंतु रणांगणावरचे डावपेच त्यांना कळत होतेसे दिसत नाही. संभाजी महाराजांची एवढी मोठी हिंमत सात-आठ वर्षांत काहीच दृश्य करामत न करिता अखेर शत्रूच्या निर्घृण शस्त्रास अमानुषतेने बळी पडली.''

सर्वसाधारणपणे सरदेसाईंसारखे मत प्रा. आठवले यांनी व्यक्त केले आहे. ते म्हणतात, ''संभाजी महाराज शूर होते, स्वाभिमानी होते, हे खरे, पण एवढ्यावर शिवाजी महाराजांनी मारला तेवढा पल्ला मारता येत नाही, हेही तेवढेच खरे. इ.स. १६८० मध्ये शिवाजी महाराज वारले, तेव्हा सगळे आबादीआबाद होते, असे नाही. पण शून्यापासून सुरुवात करून शिवाजी महाराजांनी एका व्यवस्थित मुलकी राज्यव्यवस्थेवर असे एक स्वराज्य निर्माण केले होते. ते संभाजी महाराजांच्या हाती आले होते. या तयार तख्तावर संभाजी महाराज बसले होते. स्वराज्याचे कार्य पुढे नेणे, हे संभाजी महाराजांचे काम होते. तेवढी कुवत आणि तळमळ संभाजी महाराजांत नव्हती. १६८०मध्ये स्वराज्य दिमाखात उभे होते. इ.स. १६८९मध्ये अवघे स्वराज्य मुघलांनी व्यापले होते. बादशाहाने मराठ्यांच्या घरात घुसून मराठ्यांच्या छत्रपतीचा खून केला. हे असे चित्र स्वच्छ दिसत असताना संभाजी महाराजांची कारकिर्द अपेशी नाही, तर काय म्हणायची?''

छत्रपती संभाजी महाराजांची कारकिर्द अपयशी मानणारे आठवले म्हणतात, ''संभाजी महाराजांनी जगून जे कदाचित कधीच मिळविले नसते ते मरून मिळविले.'' तसेच ते असेही मान्य करतात की, छत्रपती संभाजी महाराजांचा वध झाला. छत्रपती शिवाजी महाराजांनी स्थापलेल्या स्वराज्याच्या पहिला वारस गेला, म्हणजे स्वराज्य संपले असे होत नव्हते. शिवाजी महाराजांनी जे जे सांगितले होते आणि जे जे दिले होते, त्याची स्मृती ताजी होती. संभाजी महाराजांच्या कारकिर्दीत मुघलांसारखे शत्रू घरात घुसून मुक्काम ठोकून बसले होते, हे खरे. पण त्यांच्या राजवटीतही स्वराज्याच्या शासनाची घडी बरीचशी कायम ठेवली गेली होती. स्वतः छत्रपती संभाजी महाराज आणि त्यांचे अधिकारी हे वसुली, न्यायदान वगैरे राजाने करावयाची कामे तशा धामधुमीतही करीत राहिले होते. त्यामुळे रयतेला मराठ्यांचे राज्य संपले, असे वाटण्याचे कारण नव्हते. मराठ्यांचे स्वराज्य आहे, एवढेच नव्हे तर मराठ्यांच्या भूमीत शिवाजी महाराजांनी दिलेली

स्वराज्य-स्वधर्मासारखी ध्येयेही धगधगत आहेत, हे संभाजी महाराजांच्या मरणाने गर्जून सांगितले गेले होते. तेव्हा सरदार, अधिकारी आणि सर्वसामान्य जनही परकीयांच्या आणि परधर्मियांच्या सत्तेपुढे सहजासहजी शरणागती पत्करणे शक्य नव्हते.'' संभाजी महाराजांच्या कारकिर्दीचा आतापर्यंत अगदी धावता आढावा घेऊन त्यांच्या कारकिर्दीविषयी विद्वानांची मते पाहिली असता, एक गोष्ट निश्चित स्पष्ट होते की, प्रत्यक्ष साम्राज्यविस्तार असा संभाजी महाराजांच्या कारकिर्दीत झाला नाही. त्यांच्यावर आलेली संकटे त्यांना तसे प्रयत्न करू देऊ शकली नाहीत. पण आलेल्या अनेक संकटांना त्यांनी ज्या धैर्याने तोंड दिले, त्यामुळेच मराठी राज्य टिकून राहिले व ते तसे टिकून राहिले, म्हणूनच पुढे अत्यंत प्रतिकूल परिस्थितीत राजाराम महाराजांना स्वराज्याकडून साम्राज्याकडे जाण्याचे प्रयत्न करता आले. तेव्हा संभाजी महाराजांनी अनेक जीवन-मरणाच्या प्रसंगांत स्वराज्य टिकवून ठेवले व अंतिमतः त्यांच्यासाठी व धर्मासाठी स्वतःच्या प्राणांचे बलिदान केले, हीच त्यांची भावी मराठी साम्राज्याच्या विस्तारासाठीची कामगिरी, असे म्हटल्यास वावगे ठरू नये.

छत्रपती राजाराम महाराज -

छत्रपती संभाजी महाराजांच्या मृत्यूनंतर स्वाभाविकच राजाराम महाराज छत्रपती पदावर आले. त्यावेळी त्यांचे वय १९ वर्षांचे होते. त्यांचा जन्म २४ फेब्रुवारी १६७० रोजी झाला. १६८९ ते १७०० हा राजाराम महाराजांचा कालखंड विलक्षण धामधुमीचा होता. तरीही छत्रपती या नात्याने मराठ्यांच्या राज्यविस्ताराचे धोरण त्यांच्या डोक्यात होते, हे स्पष्टपणे दाखविणारे त्यांच्याच हातचे पत्र उपलब्ध आहे. त्या पत्रात ते म्हणतात, ''महाराष्ट्र धर्म पूर्ण रक्षावा हा तुमचा संकल्प स्वामींनी जाणून उभयातंस जातीस व फौजखर्चास सहा लक्ष होनांची नेमणूक चालविण्याचा निश्चय करून दिधला असे. पैकी रायगड प्रांत व विजापूर, भागानगर व औरंगाबाद काबीज केल्यावर दर कामगिरीत पाऊण लाखाप्रमाणे एकंदर तीन लाख आणि बाकीचे तीन लाख प्रत्यक्ष दिल्ली घेतल्यावर द्यावयाचे असा निश्चय केला असे. एक निष्ठपणे सेवा करावी. स्वामी तुमचे बहुतेक प्रकारे चालवितील.''[४५] प्रा. ग. ह. खरे यांनीही एका लेखात राजाराम महाराजांच्या बनारस वगैरे मंदिरांच्या सुटकेविषयी लिहिले आहे. तसेच त्यांच्या दोन सैनिकांनी नर्मदा पार केल्याचे म्हटले आहे.[४६] एक गोष्ट निश्चित की, मराठे नर्मदा पार झाले ते राजाराम महाराजांच्या काळातच! कारण १६९९मध्येच कृष्णा सावंत यास राजाराम महाराजांनी १५००० घोडदळासह उत्तरेकडे स्वारीस पाठविले होते. कृष्णा सावंताने नर्मदा पार करून धामुनीच्या प्रदेशात स्वारी केली. मराठ्यांच्या इतिहासातील नर्मदा पार करून मोगली

मुलखावर धाड घालणारा पहिला मराठी वीर, म्हणजे कृष्णा सावंत होय.[४७]

अर्थात, असे असले तरी अगदी गादीवर आल्याबरोबर राजाराम महाराजांना नर्मदा ओलांडण्याचा अगर दिल्ली घेण्याचा विचार करता येण्यासारखा नव्हता. कारण संभाजी महाराजांच्या वधानंतर अल्पावधीतच औरंगजेबाने झुल्फीकारखानास रायगड कबजात आणण्यासाठी रवाना केले. त्याने २५ मार्च १६८९ रोजी रायगडाला वेढा घातला. अशा वेळी महाराणी येसूबाईंनी राजाराम महाराजांना रायगडावर राहण्याचा धोका पत्करू नये, असे सुचवून राजाराम महाराजांना रायगडावरून मोकळे केले. १६८९च्या एप्रिलमध्ये राजाराम महाराज रायगडावरून निसटले.

छत्रपती राजाराम महाराजांचे जिंजीस प्रयाण –

जिंजी हे ठिकाण मद्रासहून ६० मैलांवर आहे. येथील किल्ला अजिंक्य म्हणून प्रसिद्ध होता. २६ सप्टेंबर १६८९ रोजी राजाराम महाराज जिंजीस जाण्यास निघाले. या प्रवासात त्यांच्या बरोबर बहिर्जी घोरपडे, रूपाजी भोसले, संताजी जगताप, प्रल्हाद निराजी, खंडोबल्लाळ चिटणीस, नीळकंठ मोरेश्वर पेशवे, मानसिंग मोरे इत्यादी लोक होते. रस्त्यात त्यांस बहिर्जी व मालोजी घोरपडे येऊन मिळाले. बादशाहाला मराठ्यांची योजना कळल्यानंतर त्याने त्यांचा पाठलाग करण्याची आज्ञा केली. जिंजीला जाणाऱ्या राजाराम महाराजांना पकडण्यासाठी मुघलांनी सगळीकडून नाकेबंदी केली होती. बेळगाव येथील मुघल सरदार बहाद्दूरखान पोर्तुगीजांना कळवतो की, "राजाराम महाराज कर्नाटकात पळून जाण्याची बातमी असल्यामुळे त्यांच्या मार्गातील सर्व वाटा पोर्तुगीजांनी रोखून धराव्यात व ते जर सापडले तर त्यांना कैद करावे किंवा मारून टाकावे."[४८]

गोव्याच्या पोर्तुगीज गव्हर्नरने याबाबतीत कोणासच सामील व्हावयाचे नाही, असे ठरविले होते. त्याने बहाद्दूरखानाला कळविले, "आपल्या मुलखामध्ये राजाराम महाराज आल्यास इकडून ते सुटून जाणार नाही अशी आपण व्यवस्था केलीच आहे. पण ते या बाजूस येतील असे वाटत नाही."[४९]

राजाराम महाराज जिंजीकडे रवाना झाल्याचे कळताच बादशाहाने त्यांच्या पाठलागावर अब्दुलखानास पाठविले. त्याने तुंगभद्रेजवळ सुभानगड येथे राजाराम महाराजांवर छापा घातला. या छाप्याच्या प्रसंगी बर्हिजी घोरपडे याने महाराजांना अक्षरशः खांद्यावर उचलून पळवले व सुरक्षित स्थळी नेले. त्यानंतर त्यांनी भिकारी, बैरागी, यात्रेकरू, व्यापारी, अशांचे भिन्न रूप घेऊन पायी प्रवास सुरू केला.

अखेर एका महिन्यात पाचशे मैलांचा प्रवास करून राजाराम महाराज नोव्हेंबर १६८९ मध्ये जिंजीला सुखरूप पोहोचले. त्याचे मुख्य श्रेय प्रल्हाद निराजी, बर्हिजी

घोरपडे, सेनापती पानसंबळ, खंडोबल्लाळ, रूपाजी भोसले यांसारख्या निष्ठावंत सेवकांना दिले पाहिजे.

राजाराम महाराज कर्नाटकात जाताच तिकडचे सत्ताधीश एक होऊन आपल्या फौजा, धन व नजराणे घेऊन त्यांना सामील झाले. हेतू हा की सर्वांनी मिळून मुसलमानांचा समाचार घ्यावा. याचप्पा नाईक व इस्माईलखान मका हे दोन इसम तिकडे प्रबळ होते, तेसुद्धा या मंडळींस सामील झाले. झुल्फिकारखान जेव्हा जिंजीवर चालून गेला, तेव्हा त्याची सारखी कुचंबणा झाली आणि शेवटी जरी जिंजीचा किल्ला त्याने मराठ्यांच्या हातून जिंकून घेतला, तरी कर्नाटक प्रांत काही संपूर्णपणे मुघल बादशाहीत दाखल झाला नाही. दक्षिणेतील या कर्नाटकी प्रदेशावर मराठे आपला हक्क अखेरपर्यंत सांगत होते. [५०]

जिंजीचा वेढा –

सप्टेंबर १६९०मध्ये झुल्फिकारखान जिंजीला पोहोचला व किल्ल्याला वेढा देऊन बसला. मराठ्यांनी जिंजीच्या आजूबाजूचा प्रदेश जाळपोळ करून उद्ध्वस्त केला होता. त्यामुळे खानाच्या फौजेला रसद मिळणे कठीण जाऊ लागले. मराठ्यांचा जोर कमी करण्यासाठी झुल्फिकारखानाने बादशहाकडे अधिक सैन्याची मदत मागितली. बादशाहाने लगोलग शहाजादा कामबक्ष आणि वजीर आसदखान यांना त्यांच्या मदतीस रवाना केले. याच वेळी मोगलांकडे गेलेले नागोजी माने, माणकोजी पांढरे, कगलकर घाटगे इत्यादी सरदार जिंजी येथे पुन्हा राजाराम महाराजांना येऊन मिळाले.

झुल्फिकारखानाच्या मदतीला कामबक्ष, आसदखान आल्याचे पाहून रामचंद्रपंतांनी जिंजीवरील मुघलांची पकड ढिली करण्यासाठी १५००० फौज देऊन धनाजी जाधव व संताजी घोरपडे यांना पाठविले. मध्यंतरी इस्माईलखान मका झुल्फिकारखानाला मिळाला होता. धनाजीने जिंजीला पोहोचताच इस्माईल खानावर हल्ला करून त्याला पराभूत केले. संताजीने अलिमर्दान खानास पराभूत केले. खानाने राजाराम महाराजांकडे त्याला वांदेवाशाला जाऊ देण्याची प्रार्थना केली. ती मान्य होताच तो वांदेवाशला गेला.

जिंजीवर मुघलांचा अधिकार –

१६९८मध्ये झुल्फिकारखानाने जिंजीला टाकलेल्या वेढ्याचे काम ७ वर्षे झाली तरी चालू होते. सात वर्षे झाली तरी तो वेढा चालूच होता. त्यामुळे तो मराठ्यांना तर आतून वश नसावा ना अशी शंका खुद्द सम्राटाला येऊ लागली होती. किल्ला ताबडतोब जिंका, असा त्याने खानाला हुकूम सोडला. नोव्हेंबर १६९८मध्ये खानाने वेढ्याचे काम पुन्हा सुरू केले, पण राजाराम महाराजांस अगोदरच बाहेर पडू दिले व किल्ला ताबडतोब ताब्यात घेतला. राजाराम महाराज २२ फेब्रुवारी १६९८ रोजी विशाळगडावर पोहोचले.

राजाराम महाराजांच्या स्वराज्यातील हालचाली –

राजाराम महाराज जिंजीस होते, तोपर्यंत मराठ्यांचे कार्यक्षेत्र महाराष्ट्र, कर्नाटक आणि तामीळनाडू या तीनही प्रदेशांत होते. परंतु ते जिंजीबाहेर पडल्यामुळे कर्नाटकातील हालचाली आपोआपच बंद पडल्या.

१६९० ते १६९८ या काळात अहमदनगर, मराठवाडा, बागलाण, खानदेश इत्यादी भागातही मराठ्यांचा फेरफटका सुरू झाला. बागलाण आणि खानदेश या प्रदेशांत येसाजी व खंडोजी दाभाडे, खानदेशात नेमाजी शिंदे व विश्वासराव पवार, वऱ्हाडमध्ये परसोजी भोसले यांच्या लष्करी हालचाली चालू होत्या. कोकण पट्टीवर कान्होजी आंग्रेने आपला दबदबा निर्माण केला होता, म्हणून राजाराम महाराजांनी प्रसन्न होऊन त्याला 'सरखेल' हा किताब दिला.

इ. स. १६९८ मध्ये धनाजी जाधव आणि नेमाजी शिंदे यांनी खानदेशात घुसून बऱ्हाणपूर, नंदूरबार इत्यादी शहरे लुटली. एवढेच नव्हे तर कृष्णा सावंत १५००० फौजेनिशी नर्मदा पार झाला व तेथे धामधूम माजवून परत आला.[५२] त्याच सुमारास दक्षिणेकडे हुबळीच्या प्रदेशात हिंदूराव घोरपड्याने मोठी धामधूम माजविली.[५३] स्वतः राजाराम महाराजांनी अनेक मराठा सरदारांसमवेत मुलूखगिरी केली. सुरतेवर धाड घालण्याचेही मनसुबे आखले, तथापि मार्च १७०० मध्येच सिंहगड येथे वयाच्या केवळ ३०व्या वर्षी राजाराम महाराजांचा मृत्यू झाला आणि सर्वच राजकारण बदलले.

छत्रपती राजाराम महाराज आणि पोर्तुगीज –

छत्रपती संभाजी महाराज आणि पोर्तुगीज यांच्यामध्ये रक्तरंजित प्रदीर्घ युद्ध झाल्याने उभयपक्षांमध्ये राजनैतिक संबंध विकोपास गेले होते. राजाराम महाराज यांना औरंगजेबासारख्या बलाढ्य शत्रूशी सामना द्यायचा असल्याने पोर्तुगीजांशी मिळतेजुळते धोरण पत्करणे त्यांना भाग पडले. संभाजी महाराजांचे पोर्तुगीजांशी युद्ध चालूच होते, तेव्हा पोर्तुगीजांनी त्यांना शह देण्यासाठी औरंगजेबाचे लांगूलचालन सुरू केले. परंतु संभाजी महाराजांच्या मृत्यूनंतर किंवा त्यापूर्वी मुघल मराठ्यांचा मुलूख घेऊन पोर्तुगीजांचे शेजारी म्हणून आले, तेव्हा त्यांचे सान्निध्य त्यांना तापदायक वाटू लागले.

पोर्तुगीजांप्रमाणेच कोकणातील बंडखोर देसाई संभाजी महाराजांच्या मृत्यूनंतर मुघलांविरुद्ध बिथरले. विशेषतः औरंगजेबाने संभाजी महाराजांना हालहाल करून ठार मारल्याने ते त्याच्यावर संतप्त झाले. मणेरी, साखळी, डिचोली, फोंडे, चंद्रवाडी इत्यादी महालातील देसाई स्वामीचे राज्य देवा-ब्राह्मणांचे विश्रामस्थान असे मानून मुघलांशी लढण्याकरिता राजाराम महाराजांच्या सैन्यात भरती झाले. फक्त वाडीकर भोसले हे

पूर्वीसारखे छत्रपती घराण्याचे विरोधक म्हणून राहिले. गोव्याचा व्हाईसराय दख्खनमधील राजकीय घडामोडींचा आढावा घेऊन १६ जानेवारी १६९१ रोजी पोर्तुगालच्या राजास लिहितो, 'कोकणातील मुघल बादशाहाची पकड ढिली पडल्याने व त्याच्या सरदाराने त्याच्याकडे मागितलेली कुमक न आल्याने तेथल्या देसायांनी बादशाहाची सत्ता झुगारून देऊन राजाराम महाराजांशी संधान जुळविले आहे. किंबहुना राजाराम महाराजांनीच त्यांना बादशाहाविरुद्ध चिथावणी दिली असे म्हटले तरी चालेल. त्याचे कारण हे की, हे देसाई आणि राजाराम महाराज हे एकाच धर्माचे आहेत. त्यात पुन्हा मुसलमानांच्या अरेरावीने आणि उर्मटपणाने ते चिडून गेले आहेत. मुसलमानांनी हिंदू स्त्रिया आणि मंदिरे भ्रष्ट केली असल्याने त्यांच्याविरुद्ध त्यांनी उठाव केला असल्यास नवल नाही. सर्व देसायांनी एकवटून फोंड्याचा सुभेदार सरबजखान व सरदार अब्दुल राजाखान या दोघांविरुद्ध बंड केले. अब्दुल राजाखान हा कुडाळला होता. त्याला तेथून डिचोलीला पळून जावे लागले. त्याला आणि सुभेदार सरबजखान याला राजाराम महाराजांची भीती वाटत होती.[५४]

मराठ्यांनी फोंड्याच्या जवळपासची खेडी लुटली व फोंड्यास वेढा घातला. मुघलांपाशी घोडदळ नाही, जे काही थोडेफार आहे ते मरून गेले आहे. अब्दुल राजाखान याने आपली बायकामुले आणि मौल्यवान वस्तू नदीतील एका बेटावर सुरक्षिततेसाठी पाठवून दिली आहेत. याबाबतीत आमच्याकडून त्याला मदत झाली.

एका बाजूने आम्ही बादशाहाच्या प्रजाजनांना आमच्या राज्यातून बाहेर जाण्यास वाट देत आहोत, तर दुसऱ्या बाजूने राजाराम महाराजांशीही धूर्तपणाने वागत आहोत. त्यांनी व्हिसेराई दो-रुद्रीगू-दी कॉस्त व व्हिसेराई दो मिगेल-द-अल्मैद या दोघांना पत्रे पाठवून आपले पिते शिवाजीराजे यांचे आमच्याशी जसे मैत्रीचे संबंध होते, तसेच संबंध आम्ही आपणाशी ठेवावेत अशी विनंती केली. त्यांच्या पत्रास आम्ही उत्तर धाडले असून त्यांचेशी मैत्रीचे संबंध ठेवू, असे. त्याला कळविले आहे.

असे कळते की, राजाराम महाराजांच्या सैन्याने आणि देसायांनी फोंडे आणि डिचोली हे दोन्ही प्रांत काबीज केले आहेत. आमच्या राज्याला मुसलमानांपेक्षा हिंदूंचा शेजार बरा असे आम्हाला वाटते. मुसलमानांवर कधीच विश्वास ठेवू नये. त्यांना वचनाची चाड नसते, ते उर्मट आणि भांडखोर असतात. तथापि असे असले तरी आम्ही मात्र दोघांशीही आमचे संबंध तटस्थतेचे आहेत, असा आभास निर्माण करतो. त्यांच्याशी असलेले मतभेद आम्ही कधीच उघड करीत नाही. आम्ही नेहमीच जागरूक आणि तयारीने असतो. आम्ही हत्यारबंद असून आमची ठाणी सुरक्षित आहेत.[५५]

राजाराम महाराजांनी जिंजीस प्रयाण केले, तेव्हा मुघल अधिकाऱ्यांनी पोर्तुगीजांना इशारा दिला होता की, राजाराम महाराज गोवामार्गे कर्नाटकात निसटण्याचा संभव आहे.

तरी ते तिकडे गेले असल्यास त्यांना अटक करावी. व्हिसेराईने मुघल सरदार मातबरखान याला पत्रोत्तरी कळविले की, राजाराम महाराज गोवामार्गे कर्नाटकात निसटू नये म्हणून चौक्या, पहारे बसविण्यात येत आहेत.[५६]

राजाराम महाराजांनी जिंजीस निघते वेळी व्हिसेराईला पत्र पाठवून पोर्तुगीजांशी सलोख्याचे संबंध ठेवण्याची इच्छा दर्शविली होती. पोर्तुगीजांनाही त्यांच्याविषयी सहानुभूती वाटत होती. कारण मुघलांचा शेजार त्यांना नकोसा वाटत होता. त्यांच्या अरेरावीचे अनुभव त्यांना कळू लागले होते. तर संभाजी महाराजांच्या कारकिर्दीत पोर्तुगीजांच्या दुटप्पीपणामुळे मराठे दुखावले गेले असल्याने पोर्तुगीजांची कळ काढण्याची संधी ते दवडत नव्हते. यासंबंधी गोव्याचा व्हिसेराई १६९० साली कधीतरी रामचंद्रपंत अमात्य यांना लिहिलेल्या पत्रात मराठा सरदारांविरुद्ध तक्रार करताना म्हणतो, ''तुमचे लष्करी सुभेदार युद्धनौकांसह आमच्या समुद्रात संचार करीत आहेत. त्यांच्या हालचालींवर आपण नियंत्रण ठेवले पाहिजे. न झाल्यास तुमचा आमचा एकोपा होणे कठीण आहे.''

व्हिसेरायने १६९१ सालच्या जानेवारी महिन्यात पोर्तुगालच्या राजास लिहिलेल्या पत्रात दख्खनमधील राजकीय घडामोडींचा आढावा घेतला आहे. तो म्हणतो, 'मुघल बादशहाचे वास्तव्य सांप्रत विजापूर येथे आहे. मुघलांनी जिंजी आणि तंजावर घेतल्याची बातमी आहे. ही राज्ये मराठ्यांची आहेत. परंतु मुघलांचा जोर दक्षिणेत होताच. मराठ्यांनी कोकणात उचल खाल्ली आहे. कारण कोकणात मुघलांचा बंदोबस्त नाही. मराठ्यांचा कोकणातील प्रदेश गोव्याच्या हद्दीला भिडलेला आहे. ४ वर्षांमागे मुघल बादशहाने हा प्रदेश काबीज केला होता. मराठ्यांनी कोकणातील प्रदेश फिरून घेतला, इतकेच नव्हे तर त्यांनी फोंड्याच्या किल्यावरही कबजा केला आहे. आमच्या बाबतीत बोलावयाचे झाल्यास बलाढ्य मुघल बादशहापेक्षा मराठ्यांचा शेजार बरा असे आम्हाला वाटते.'[५७]

वरील धोरणास अनुसरून गोव्याचे पोर्तुगीज मराठ्यांना मदत करीत असावेत. त्यांचा संशय मुघल सरदार मातबरखान याला आल्याने या दगलबाजीविरुद्ध पोर्तुगीजांना धडा शिकविण्यासाठी त्यांने १६९२मध्ये पोर्तुगीजांच्या ठाणे जिल्ह्यातील प्रदेशात सैन्य घुसविले. मुघल आणि पोर्तुगीज यांच्या अनेक झटापटी झाल्या. पण मुघलांसमोर निभाव न लागल्याने पोर्तुगीजांनी वसईच्या किल्याचा आश्रय घेतला. मुघलांनी अनेक पोर्तुगीज स्त्रिया आणि मुले धरून नेली.

मातबरखानाने बादशाहाची परवानगी न घेता वरील कारवाई आपल्या अखत्यारीत केल्याने त्याचे हे कृत्य बादशाहाला विदित करण्यासाठी व्हिसेराइने एक दूत बादशाहाकडे धाडला.

बादशाहाने पोर्तुगीजांची तक्रार ऐकून घेतली व पोर्तुगीज प्रदेशात आक्रमण

केल्याबद्दल मातबरखानास दोषी ठरवून २ लक्ष रुपयांचा दंड केला. ही रक्कम त्याने नुकसान भरपाई म्हणून पोर्तुगीजांना द्यायची होती. त्याचप्रमाणे मातबरखानाने जी पोर्तुगीज बायका मुले-पकडून नेली होती, ती सोडून देण्याचाही हुकूम बादशाहाने त्याला दिला. १६ नोव्हेंबर १६९३ रोजी व्हिसेराई कोकणचा सुभेदार रायाजी शामराज याला मराठा सैनिकांनी बारदेशमध्ये शिरून लुटालूट केल्याबद्दल तक्रार करून पत्र लिहितो.[५८] त्यात तो म्हणतो, 'मागे रामचंद्र पंडित व संभाजी घोरपडे या दोघांना पत्रे पाठवून आपण आमचे मित्र असल्याचे कळविले होते. परंतु आज चित्र वेगळे दिसत आहे. तुमच्या सैनिकांनी घाट उतरून आमच्या राज्यात शिरून लुटालूट केली. हे कृत्य शत्रुत्वाचे असल्याने तुमच्यावर विश्वास कसा ठेवावा, हे कळेनासे झाले आहे. मी चौलच्या कॅप्टनला पत्र पाठवून कुलाबा आणि खांदेरी घेण्याची आज्ञा केल्याचे पाहून आपण गडबडून गेला असाल. मला आपणांस कळवावयाचे आहे की, आम्ही पोर्तुगीज लोक सबळ कारणाखेरीज आमच्या मित्रांकडील संबंध तोडीत नाही. तुमच्या सैनिकांनी बारदेशमध्ये शिरून लुटालूट केल्याबद्दल तुम्ही त्यांना शासन केले पाहिजे. तुम्हाला युद्ध हवे असल्यास आमची त्याला तयारी आहे. तुम्हाला युद्ध नको असल्यास ते तुम्ही कृतीने सिद्ध केले पाहिजे.''

मराठा सैनिकांनी बारदेश प्रांतात शिरून लुटालूट केल्याचा बदला म्हणून किंवा आणखी काही कारणाने म्हणा पोर्तुगीजांनी मराठ्यांच्या अमलाखालच्या आचरे बंदरात शिरून जाळपोळ केली. त्यांनी बंदरातील सात होड्या जाळून टाकल्या व एक हिंदू देवालय मोडून टाकले. या घटनेचा उल्लेख करून व्हिसेराईने एक जुना मुघल वकील शेखमहंमद याला २९ नोव्हेंबर १६९४ रोजी लिहिले, 'आपणास माहीत आहेच की शिवाजी महाराजांशी (मराठ्यांशी) आमचे युद्ध झाले, तेव्हापासून त्यांचा आणि आमचा तह झालेला नाही. त्यांना आम्ही आमच्या बंदरात कधीच येऊ दिले नाही. इतकेच नव्हे तर प्रत्येक ठिकाणी त्यांच्या आणि आमच्या चकमकी उडतात. मग त्या जमिनीवर असो वा समुद्रावर. गेल्या वर्षी त्यांनी आमच्या काही युद्धनौका पकडल्या म्हणून त्यांच्या एका बंदरात आमच्या युद्धनौका शिरल्या व त्यांनी तेथील अनेक नौका जाळून टाकल्या.[५९] शिवाय त्यांचे खेडे आणि एक प्राचीन देऊळ त्यांनी जाळून टाकले. मी चौलच्या कॅप्टनला त्यांची शक्य ती हानी करण्याची सूचना देत आहे.' वरील पत्रात पुढे असेही लिहिले की, 'तदूनंतर मराठे आणि पोर्तुगीज यांच्यामध्ये चकमकी झडतच राहिल्या असाव्यात असे वाटण्यासारखा पुढील मजकूर सापडतो. हे पत्र त्याने १५ जून १६९५ रोजी कोकणचा सुभेदार गणेश रघुनाथ यांस लिहिले होते. त्यात त्याने म्हटले होते ''रामचंद्र पंडित यांनी कोकणचा कारभार बघण्यासाठी आपली नेमणूक केल्याचे कळून आनंद झाला. आपली

कामगिरी यशस्वी होवो, ही शुभेच्छा. आमच्या मैत्रीची आपण अपेक्षा करता आपणाला मी कळवू इच्छितो की पोर्तुगीजांची मैत्री ज्यांना हवी असते, त्यांना ती मिळाल्यावाचून राहत नाही. आपणालाही ती मिळू शकते. परंतु आश्चर्याची गोष्ट ही की रामचंद्र पंडित हे या राज्याच्या मैत्रीची अपेक्षा करीत असता दुसऱ्या बाजूने त्यांच्याकडून शत्रुत्वाची कृत्ये कशी घडतात? त्यांच्या सुभेदारांच्या युद्धनौका आमच्या पाण्यात संचार करून आमच्या नौकांना उपद्रव देतात. त्यावरून त्यांची आमच्या मैत्रीची अपेक्षा प्रामाणिक नसावी असा संशय येतो. ज्याला एखाद्याची मैत्री हवी असते, त्यांचे शत्रुत्व करून ती मिळते का?[६०]

रामराजे यांनाही आमची मैत्री हवी आहे; पण ते आमच्या शत्रूंशी मैत्रीने वागतात, ही गोष्ट आम्हाला विसंगत वाटते. रामराजे यांच्याशी मी मैत्री करण्यास तयार आहे. पण त्यांच्या सरदारांनी आमच्याशी शत्रुत्व करण्याचे सोडून दिले तरच ते शक्य आहे. त्यांनी आमच्या नौकांचा पिच्छा पुरवण्याचे सोडून दिले नाही, तर या लुटारूंना मी योग्य ते शासन केल्यावाचून राहणार नाही.

सत्याजी राणे याने आमच्या राज्यात शिरून अनुचित कृत्य केल्याने त्याला कैद करण्याचा हुकूम मी केला. परंतु आमच्या राज्यात लूटमार करण्यामागे त्याचा हात नव्हता हे सिद्ध झाले, तेव्हा तो निरपराध म्हणून त्याला सोडून देण्यात आले. तो आता तुमच्या राज्यात शिरल्याची बातमी आहे. त्याने तिकडे गडबड केली असल्यास तुम्ही त्याला शासन करू शकता.''[६१] त्यानंतर १५ दिवसांतच रायाजी पंडित यांचे निधन झाले असावे, असे वाटते. कारण २५ जून १६९५च्या पत्रात व्हिसेराई लिहितो की, ''रायाजी पंडित याच्या निधनाने तुमची आणि आमची मैत्री तुटेल अशी भीती वाटत होती. परंतु तुम्ही ज्या अर्थी आश्वासन देता की, मैत्री चालूच राहील त्या अर्थी मला आपणांस सुचवावयाचे आहे की, तुमच्या सुभेदाराची जी गलबते आमच्या पाण्यात धुमाकूळ घालीत आहेत, त्यांना आवरले पाहिजे. असे घडले तर आमच्या मैत्रीचा तुम्हाला प्रत्यय आल्यावाचून राहणार नाही. आम्ही ज्यांना मित्र मानतो, त्यांचेशी आम्ही कधीच प्रतारणा करीत नाही.''[६२]

दिनांक २ किंवा ३ मार्च १७०० रोजी राजाराम महाराजांचे सिंहगडावर निधन झाले. त्यांच्या मृत्युपूर्वी २ वर्षे पोर्तुगीज आणि मुघल-मराठे यांचे संबंध सलोख्याचे होते, असे दिसते.[६३]

राजाराम महाराजांच्या कामगिरीचे मूल्यमापन -

प्रस्तुत विषयाच्या संदर्भात विचार करावयाचा झाल्यास राजाराम महाराजांचे कार्य फार महत्त्वाचे मानावे लागेल. कारण त्यांच्याच कारकिर्दीत मराठे नर्मदा पार झाले.

उत्तरेवर आपले लक्ष त्यांनी केंद्रित करण्याचा विचार व्यक्त केला होता. १६९९ च्या कृष्णा सावंताच्या नर्मदा पार होण्याने तो विचार एक प्रकारे प्रत्यक्षात आला, असेच म्हणावे लागेल. ताराबाई राणींच्या काळातही मराठे उत्तरेकडे गेले. पुढे शाहूमहाराजांच्या काळात पेशवा या नात्याने बाळाजी विश्वनाथ भट आणि त्याचा मुलगा पेशवे बाजीराव यांनी थेट दिल्लीवर धडका मारल्या. त्याची सुरुवात राजाराम महाराजांच्या काळातच झाली, हे निश्चित.

राजाराम महाराजांना हे एवढे शक्य झाले, त्याचे कारण त्यांचा स्वभाव. रियासतकार लिहितात, ''राजाराम महाराजांची कारकिर्द म्हणजे कर्ती माणसे निपजविण्याची खाण, राष्ट्राभिमान शिकविण्याची उत्तम शाळा व पराक्रम आणि कीर्ती गाजविण्याची उत्तम रंगभूमी असे म्हटल्यास वावगे ठरू नये.'' सेतुमाधवराव पगडींच्या म्हणण्याप्रमाणे राजाराम महाराजांनी शेकडो कुटुंबांना राष्ट्रकार्याकडे वळविले. त्यांच्या उदार धोरणामुळे शेकडो मराठे पुढे आले व त्यांनी डोंगराएवढी कामगिरी केली.[६४] वा. सी. बेंद्रे लिहितात, ''जनता सुदृढ राहिली तर राजाला राज्य सांभाळता येते, हे त्यांनी आपल्या कारकिर्दीत मराठ्यांचे हरण झालेले राज्य घेऊन दाखवून दिले.'' रियासतकार लिहितात, ''नाना प्रकारच्या अडचणींतून मार्ग काढून मराठा मंडळाने स्वार्थत्यागपूर्वक बादशाहीशी जो लढा दिला, त्याला इतिहासात 'स्वातंत्र्याचे युद्ध' असे नाव मिळाले आहे. त्यामुळे राजाराम महाराजांची व्यक्तिशः बडेजाव झाली नसली तरीही राष्ट्राची बडेजाव झाली आणि मराठ्यांचा भावी इतिहास इतका उज्ज्वल बनला की, त्याचे श्रेय छत्रपती या नात्याने राजाराम महाराजांना मिळणे प्राप्त झाले.''[६५]

अर्थात, असे असले तरी राजाराम महाराजांच्या काळातील मराठ्यांच्या प्रदेश विस्ताराला किंवा स्वातंत्र्यलढ्याला दुसरीही एक बाजू आहे. शिवाजी महाराजांची स्वराज्य कल्पना शिल्लक राहिली, पण त्यांनी घालून दिलेले कित्येक शिरस्ते मोडले जाऊ लागले. राजाराम महाराजांच्या कारकिर्दीत कित्येकांनी सर्वस्वाचा त्याग केला हे खरेच, पण त्याच काळात फितुरही निघाले. पराक्रम केवळ जहांगिरीच्या आणि वतनाच्या लोभाने झाले, हाही त्या काळच्या घडामोडीतील एक महत्त्वाचा भाग आहे. राजारामाच्या कारकिर्दीवर भाष्य करताना प्रा. जयसिंगराव पवार म्हणतात, ''मराठी सत्तेच्या भावी नाशाची बीजे याच काळात रुजली गेली. मराठी सत्तेचा वृक्ष पुढे चांगलाच फोफावला हे खरे. परंतु तो फोफावत असताना सरंजामशाहीच्या रोगाचे विषही त्याच्या फांद्याफांद्यातून पसरत होते. शेवटी ते विषच मराठी सत्तेच्या नाशास कारणीभूत ठरले.''[६६]

राजाराम महाराजांच्या कारकिर्दीनंतर राज्यकारभाराची जबाबदारी त्यांची पत्नी महाराणी ताराबाई हिच्याकडे आली. तिने अत्यंत प्रतिकूल परिस्थितीत मराठ्यांचे राज्य

राखले. एवढेच नव्हे, तर तिच्या कारकिर्दीत मराठ्यांच्या सेना माळव्यात कालबागपर्यंत पसरल्या होत्या. न जाणो मराठी फौजा आग्र्यावरही घसरतील, असे बादशाहाला वाटले, इतकी धास्ती बादशाहाला तिची वाटू लागली होती. तथापि तिने केलेल्या कार्याची माहिती पाहण्याअगोदर राजाराम महाराजांच्या कारकिर्दीत ज्याने आपल्या पराक्रमाने मुघलांना दे या माय धरणी ठाय करून सोडले, अशा संताजी घोरपडेची दखल घेणे विषयाच्या अनुषंगाने आवश्यक वाटते.

संताजी घोरपडे –

संताजी घोरपडे यांची डोळ्यांत भरण्यासारखी कामगिरी राजाराम महाराजांच्या काळातील असली तरी छत्रपती संभाजी महाराजांच्या काळात आणि शककर्ते शिवाजी महाराजांच्या काळातच त्यांच्या कामगिरीला सुरुवात झाली असली पाहिजे. सर्वसाधारणपणे इ. स. १६४२ मध्ये त्यांचा जन्म झाला असावा. शिवाजी महाराजांच्या काळातील त्यांच्या पराक्रमाची हकिकत मिळतेच, असे नाही. कदाचित शिवाजी महाराजांच्या काळात त्यांना दुय्यम स्थान असावे, पण संभाजी महाराजांच्या काळात त्यांच्या पराक्रमाला सुरुवात झाली, यात शंका नाही. कारण १६८२ साली संभाजी महाराजांनी संताजीला जी एक सनद दिली आहे, त्यात म्हटले होते. ''पठाण, मुसलमान, बेरड वगैरे लोक ठाणी घालवून ७००० घोड्यांची फौज घेऊन आले असता, कोणाचेही साहाय्य नसता, तुम्ही काटकरांची वगैरे १२००० जणांची फौज जमवून ३ महिने लढाई करून जो उद्योग केलात, तो राज्याला चांगलाच फायद्याचा ठरला. सर्व सरकारात चाकरी हिमतीने आणि इमानाने केले व आपला प्राण रक्षण करून आमचा प्राण रक्षण केला हे समजून राज्यातील चौथाई मुलूख तुम्हाला इनाम करून दिला असे.''[६७]

यानंतर संभाजी महाराजांच्या कारकिर्दीत संताजींनी दक्षिणेकडे काही पराक्रम गाजविले, परंतु त्यांची कारकिर्द गाजली ती छत्रपती राजाराम महाराजांच्या काळातच! ऑगस्ट १६९८ मध्ये औरंगजेबाची छावणी तुळापूरवर असताना, त्यावर छापा घालून त्याच्या तंबूचे कळस कापण्याचे धाडस संताजी यांनीच केले होते. संताजींच्या या कामगिरीबद्दल राजाराम महाराजांनी त्यांना ममलकत-मदार, बहिर्जीस हिंदूराव आणि मालोजीस अमीर-उल-उमराव व विठोजीस हिंमतबहाद्दर असे किताब बहाल केले होते.[६८]

राजाराम महाराज जिंजीस गेले, त्या वेळेस संताजींनी मुघलांना कोल्हापूर भागातच गुंतवून ठेवले होते. अनेक ठिकाणी संताजींनी मुघल फौजांचा दणदणीत पराभव केला होता. तसेच मुघलांच्या अनेक मातब्बर सरदारांना नमविले होते. सन १६९१मध्ये राजाराम

महाराजांनी त्यांना सेनापती पदावर नेमले.[६९]

सेनापती म्हणून संताजींनी अनेक पराक्रम गाजविले. त्यात दोडूरीची लढाई महत्त्वाची मानली जाते. त्यात त्यांच्या पराक्रमाचा कळस झालेला दिसतो.[७०] ते पराक्रमी होता, हे निःसंशय. लढवैय्या होते, यातही शंका नाही. पण सर्वांना बरोबर घेऊन जाणे, हे त्यांना कधीच जमले नाही. त्यांची स्वभावप्रकृती म्हणजे अनेक प्रखर गुणदोषांचे विस्मयजनक रसायनच होते. शत्रूला धाक दाखविणारे हे संताजी आपल्या धन्याबरोबरही (राजाराम महाराज यांच्याबरोबरही) लढले. त्यातच पुढे त्यांचे व धनाजी जाधवांचे वितुष्टही आले. त्या वितुष्टाचे पर्यवसन दिवसेंदिवस एकमेकातील द्वेष वाढण्यात झाले. त्यातूनच पुढे संताजींचा खून झाला.

संताजींचा खून ही मराठ्यांच्या इतिहासातील एक शोकांतिका होय. पण या शोकांतिकेस तेही बऱ्याच मोठ्या प्रमाणावर कारणीभूत आहे. तथापि सरदेसाई म्हणतात त्याप्रमाणे, "त्यांचा मृत्यू ही भयंकर राष्ट्रहानी होय,[७१] या मताशी कोणीही सहज सहमत होईल."

iv) महाराणी ताराबाई –

राजाराम महाराजांचा मृत्यू ही मराठ्यांची जबरदस्त हानी होती. परंतु ती हानी भरून काढण्यासाठी राजाराम महाराजांची बायको ताराबाई पुढे सरसावल्या. राजाराम महाराजांच्या पश्चात त्यांनी आपला लहान मुलगा शिवाजी यांना गादीवर बसवून राज्यकारभाराची सूत्रे आपल्या हाती घेतली.

महाराणी ताराबाई ह्या शिवाजी महाराज व संभाजी महाराज यांचे शूर सेनापती हंबीरराव मोहिते यांच्या कन्या होय. त्यांचा जन्म सुमारे १६७५ मध्ये झाला. सन १६८४-८५ मध्ये त्यांचा राजाराम महाराजांच्याबरोबर विवाह झाला. १६८९ ते १७०० पर्यंत त्यांचे आयुष्य अत्यंत धावपळीत आणि दगदगीत गेले. तथापि याही काळात त्या पतीबरोबर राहून राजकारणाचे अवलोकन करीत होत्या. आपापसांतील तंट्यांचे निवारण करीत होत्या. धनाजी जाधव आणि गिरजोजी यादव यांच्यातील तंट्याचा निवाडाही त्यांनीच केला होता. या तंट्यात त्यांनी यादवांच्या बाजूने निकाल दिला होता. धनाजी जाधवासारख्या मातब्बर सेनापतीच्या राग-लोभाची पर्वा न करता अत्यंत निष्ठुरपणे त्यांनी न्यायनिवाडा केला होता.[७२] यावरून त्यांच्या स्वभाव-वैशिष्ट्यावर प्रकाश पडतो. महाराणी ताराबाई मुळातच कणखर वृत्तीच्या स्त्री होत्या, हे राजाराम महाराजांच्या काळातच सिद्ध झाले होते. त्यांच्या कणखर वृत्तीवर प्रकाश टाकणारे तत्कालीन कवनही उपलब्ध आहे. त्यात कवी म्हणतो, "राजाराम विदेश दक्षण देशी, चंदावरी राहिला ।

रोगेक्षिण परंतू सुकृत बळे तारामती रक्षिला।। ताराबाई धैर्य पुरूषा शुरत्व आणि बळे। घेऊनी नृप राम स्वामीसह तेजे प्राप्त झाले दळे।।[७३] औरंगजेबाकडील खाफीखानदेखील, महाराणी ताराबाई राजाराम महाराजांच्या काळातच राज्यकारभार करीत होत्या, असे म्हणतो. तो लिहितो, ''महाराणी ताराबाई ह्या राजाराम महाराजांची थोरली बायको. त्या बुद्धिमान आणि शहाण्या होत्या. सैन्याची व्यवस्था आणि राज्यकारभार या बाबतीत नवऱ्याच्या हयातीतच त्यांचा मोठा लौकिक झाला होता.[७४]

अर्थात, असे असले, तरी इ.स. १७०० ते १७०७-८ पर्यंत त्यांची खरी कारकिर्द होय. २ मार्च १७०० रोजी राजाराम महाराजांचा अचानक मृत्यू झाला. तथापि त्याने डगमगून न जाता त्यांनी आपला पुत्र शिवाजी यांस गादीवर बसवून आपल्या हाती लष्कराची सर्व सूत्रे घेतली. मराठ्यांच्या बाजूने त्यांनी नेतृत्वाची उणीव भासू दिली नाही. इतकेच नव्हे, तर त्यांनी पतीपेक्षाही खंबीर नेतृत्व मराठ्यांना दिले, असे प्राध्यापक जयसिंगराव पवारांनी जे मत दिले आहे, ते ग्राह्य धरण्यास तत्कालीन फारसी लेखक खाफीखान याचा पुरावा पुरेसा होईल. तो म्हणतो, ''राजाराम महाराजांची बायको महाराणी ताराबाई ह्यांनी विलक्षण धामधूम उडविली. त्यामध्ये त्यांच्या सैन्याच्या नेतृत्वाचे व मोहिमांच्या व्यवस्थेचे गुण प्रकर्षाने प्रकट झाले. त्यामुळे मराठ्यांचे आक्रमण आणि त्यांची धामधूम दिवसेंदिवस वाढतच गेली.''[७५]

सन १६९९ ते १७०० या काळात बादशाहाने सातारा व परळी असे दोन किल्ले जिंकले. तथापि, त्या वेळेस मराठ्यांनी बादशाहाशी जो प्राणपणाने लढा दिला, त्याचे कौतुक महाराणी ताराबाई करतात. १२ मार्च १७०१च्या पत्रात विठोजी केसकरांचे कौतुक करताना त्या लिहितात, ''तुम्ही हमेशा कस्त करून गनीमांस नतीजा पावविता एक-दोन वेळ मोर्चा मारिला औरंगजेबाला तरी ठेचगा द्यावा अशी उमेद धरिता म्हणून हे वर्तमान देवजी रघुनाथ व फडणीस यांनी विदीत केले. त्यावरून तुमचा मुजरा झाला ऐसियांस तुम्ही एकनिष्ठ सेवक तैसेच आहा. याउपरी औरंगजेब आला तरी त्याचा हिसाब न धरीता स्वामीची जागा जनत करणे. स्वामी उर्जित हरबाग करतील दिलासा असू देणे.[७६] ज्याप्रमाणे महाराणी ताराबाई आपल्या सरदारांच्या कर्तृत्वाचे कौतुक करण्यास कसूर करत नव्हत्या, त्याप्रमाणे फितुरांना परत बोलाविण्यासही तयार राहत होत्या. पुणे येथील पुराभिलेखागारात असलेल्या एका अप्रकाशित पत्रावरून फितुरांना त्या परत कशा बोलावित होत्या, या गोष्टीवर प्रकाश पडतो. २० मे १७०२ रोजीच्या त्या गोविंदकृष्ण देसाई आणि आप्पाजी माणकोजी अतकारे यांना लिहिलेल्या पत्रात म्हणतात, ''कोणाही गोष्टीचा शक न धरीता हुजूर येणे म्हणून परत बोलाविले आहे.''[७७]

राजाराम महाराजांच्या काळाप्रमाणेच मुघल बादशहा औरंगजेब महाराणी

ताराबाईंच्या काळातही दक्षिणेत तळ ठोकून बसला होता. मराठे आणि मुघल यांच्यात किल्ल्यांच्या बाबतीत पाठशिवणीचा खेळ चालूच होता. तथापि, मराठ्यांच्या सत्तेच्या विस्ताराबाबत महाराणी ताराबाईंनी आक्रमक धोरण स्वीकारले. बादशाहा जेव्हा विशाळगडाच्या पायथ्याशी वेढा घालून बसला होता, तेव्हा महाराणी ताराबाईंनी आपल्या फौजा औरंगाबादच्या प्रदेशात पाठविल्या होत्या. त्यांचा मोड करण्यासाठी बादशाहाने झुल्फिकारखानास धाडले. पण, खानासच पळवून लावून मराठे वऱ्हाडात घुसले.[७८]

कोकणात हिंदूराव घोरपड्यांनी धामधूम माजविली. त्याने फोंड्यास वेढा घालून फोंड्याचा किल्ला हस्तगत केला. महाराणी ताराबाईंच्या नेतृत्वाखाली कोकण आणि दक्षिणेत इतरत्र उठाव चालूच होते, पण विशेषतः त्यांनी उत्तरेकडे आक्रमक पावले टाकली. कृष्णा सावंत हा मराठी वीर राजाराम महाराजांच्या काळातच नर्मदा पार झाला होता. नर्मदा पार करणारा तो पहिला मराठा वीर असा त्याचा गौरव करण्यात आला.[७९] महाराणी ताराबाईंनी मराठे राजरोसपणे माळव्यावर पाठविण्यास सुरुवात केली. त्या कामावर त्यांनी नेमाजी शिंदेची नेमणूक केली. १७०२ मध्येच त्याने आपली पहिली स्वारी माळव्यावर करून १७०३ मध्ये तो ५०००० फौजेनिशी पुन्हा माळव्यात घुसला. त्या वेळेस त्याच्याबरोबर केसोत्रीमल हा मराठा सेनानी होता. केसोत्रिमल म्हणजे शिवाजी महाराजांचा पेशवा मोरोपंत पिंगळे यांचा भाऊ. नेमाजी शिंद्याने माळव्यावर गेल्यावर मराठ्यांच्या फौजा विभागल्या. त्यांची एक फौज उज्जैनच्या प्रदेशात गेली व तिथे त्यांनी धामधूम सुरू केली. दुसरी फौज सिरोंजवर गेली व तिने ते शहर लुटले. उलट नेमाजीचा पराभव झाला, असे रियासतकार म्हणतात. १७०४ मध्ये मात्र मोहनसिंग रावळच्या साहाय्याने नेमाजी शिंद्याने विजय मिळविला. तथापि लुफ्तुल्लाखान म्हणतो, ''आमच्या सैन्यामुळे त्याला चांगली तंबी मिळाली. शत्रूला काही लाभ न होता परत फिरावे लागले ही मोठीच गोष्ट झाली.[८०] येथे एक गोष्ट स्पष्ट आहे की, लुफ्तुल्लाखान आपल्या वरिष्ठांना खूश करतो आहे. बाकी काही नाही. उलट तत्कालीन परिस्थिती बारकाईने पाहिल्यास असे दिसते की, १६९९-१७०४ या अवधीत मराठे गुजराथ व माळवा या प्रांतात घुसले. दक्षिण सुभ्यात त्यांनी जागोजागी छावण्या घातल्या. खंडणी चौथाई वसूल करण्यास सुरुवात केली. सारांश, मुघलांची राज्ययंत्रणा मराठ्यांनी खिळखिळी करून सोडली.[८१]

महाराणी ताराबाईंच्या कारकिर्दीत मराठे दक्षिणोत्तर पसरले होते. भीमसेन सक्सेना त्याचे वर्णन, ''सर्वत्र मराठे हे टोळ आणि मुंग्याप्रमाणे पसरले होते''[८२] असे करतो.

महाराणी ताराबाई आणि पश्चिम किनारपट्टी –

राजाराम महाराजांनी कान्होजी आंग्र्याला सरखेल हे पद देऊन मराठी आरमाराच्या

प्रमुख पदी नेमले होते. कान्होजी हा मोठा धाडसी आणि पराक्रमी होता. सिद्दी, पोर्तुगीज आणि इंग्रज या सागरी सत्तांशी संघर्ष करून त्याने मराठी आरमाराचे सामर्थ्य वाढविले होते. सिद्दीसारख्या क्रूर आणि कडव्या शत्रूपासून पश्चिम किनाऱ्यावर मराठी मुलखांचे रक्षण करणे, ही सोपी गोष्ट नव्हती. सिद्दीस इंग्रजांचे कळत-नकळत मदतीचे धोरण होते. अशा परिस्थितीत महाराणी ताराबाईंच्या कारकिर्दीत त्यांचे इंग्रजांशी सलोख्याचे संबंध राहिले नाहीत. फेब्रुवारी १७०१ मध्ये महाराणी ताराबाईंनी रामचंद्र पंत अमात्यास सिद्दीविरुद्ध पाठविले. त्यांच्याबरोबर २०००० मराठी लष्कर होते. या लष्कराने सिद्दीच्या प्रदेशात जाळपोळ आणि लुटालूट केली व ते परतले.[८३] तेव्हा सिद्दीने या गोष्टीचा बदला घ्यावयाचे ठरविले आणि त्याने आपल्या आरमारासह मार्च १७०१मध्ये कुलाब्याला वेढा दिला. कुलाब्यास खुष्कीच्या मार्गाने वेढा घालण्यासाठी पोर्तुगीजांनी सिद्दीस साहाय्य केले.[८४] कुलाब्याच्या सिद्दीच्या वेढ्यासंबंधी इंग्रजांनी म्हटले आहे की, सिद्दीने कुलाबा व खांदेरी वेढली आहे. त्याचे या वेढ्यात जरी पुष्कळ सैन्य गुंतले आहे, तरीही मराठ्यांना त्याची बिलकुल कदर वाटत नसून त्यांची गलबते इकडून तिकडे त्याचप्रमाणे लूट करण्यासाठी बाहेर जाऊ शकतच आहेत.

अशा परिस्थितीत सिद्दीस कुलाबा जिंकता आला नाही. कान्होजी आंग्र्यांनी त्यांचा चांगलाच प्रतिकार केला. बरीच हानी पत्करून सिद्दीला माघार घ्यावी लागली. इंग्रजांना वाटत होते की, मराठ्यांना पोर्तुगीजांचे साहाय्य आहे. वस्तुस्थिती तशी नव्हती. खरी परिस्थिती अशी होती की मराठ्यांना कुलाबा लढवित असता इंग्रज अथवा पोर्तुगीज यांपैकी कोणाचीच मदत झाली नाही. मराठ्यांनी स्वसामर्थ्यावरच कुलाबा लढविला आणि सिद्दीस परतवून लावले.

कान्होजी आंग्र्यांच्या आरमाराची मुंबईकर इंग्रजांनी अशीच धास्ती घेतली होती. नोव्हेंबर १७०१ मध्ये मराठ्यांचा एक मोठा आरमारी काफिला मुंबई बंदराजवळ आला. मराठ्यांच्या आरमारी मोहिमेचे उद्दिष्ट इंग्रजांच्या लक्षात आले नाही. तथापि मराठ्यांनी मुंबईवर हल्ला चढविल्यास आपले संरक्षण करता यावे, म्हणून इंग्रजांनी चांगली तयारी केली. आरमारी अधिकाऱ्यांना सज्ज राहण्याचे हुकूम देण्यात आले. परंतु आपणहून मराठ्यांवर हल्ला करू नये, असेही कळविण्यात आले. मात्र मराठ्यांनी आपली जहाजे पळविल्यास ती परत मिळवावी, असेही सुचविण्यात आले. तथापि मराठे दुसरीकडेच निघून गेल्याने मुंबईकर इंग्रजांना मराठ्यांशी लढण्याचा प्रसंगच आला नाही.

मराठ्यांच्या वाढत्या आरमारी हालचालींमुळे मुंबईकर इंग्रज रात्रंदिवस तयारीने राहू लागले. डिसेंबर १७०२ मध्ये मराठ्यांनी इंग्रजांचे एक जहाज त्यांच्या कप्तानासह पकडून नेले. ते सर्व सोडून द्यावे, म्हणून इंग्रजांनी कान्होजीस विनंती केली. परंतु ५०००

रुपये दंड भरल्याशिवाय काहीच परत मिळणार नाही, असे कान्होजीने उत्तर दिले. अशा परिस्थितीत कान्होजीच्या या कृत्याचा बदला घ्यावा, असे इंग्रजांना वाटत होते. परंतु त्यांच्याकडे मोठे आरमार नसल्याने त्यांनी त्या परिस्थितीत तो अपमान सहन केला.

संबंध असे ताणले गेले असतानाच डिसेंबर १७०३ मध्ये मराठे व इंग्रज यांच्यात मैत्रीचा करार घडून आला. उभयपक्षांनी एकमेकांची पकडलेली जहाजे, माणसे एकमेकांना परत द्यावी असे ठरले. तथापि, हा करार फार दिवस टिकला नाही. कारण २ महिन्यांच्या अवधीत इंग्रजांची २ जहाजे कान्होजीने पकडून नेली. परिणामी, उभयपक्षांचे संबंध पुन्हा दुरावले.

इंग्रजांच्या पत्रव्यवहारावरून असे दिसते की, ते कान्होजी आंग्र्यांस मराठी आरमाराचा प्रमुख असे न मानता, ते त्यास मराठी आरमाराचा सरदार समजत होते. पोर्तुगीजांचाही असाच समज होता. परंतु आंग्र्यांच्या आक्रमणाबद्दल महाराणी ताराबाईंकडे पत्रव्यवहार करीत असता किंवा आंग्र्यांशी पत्रव्यवहार करीत असता मात्र त्याला ते मराठी आरमाराचा प्रमुख म्हणूनच लिहीत असत.

वरील संदर्भात वस्तुस्थिती अशी होती की, मराठे राज्याचे मुख्य धोरण महाराणी ताराबाईकालात त्या स्वतःच ठरवित होत्या.

त्या धोरणाची अंमलबजावणी त्यांचे सरदार करीत होते. समुद्र किनाऱ्यावर आपले शत्रू कोण आणि मित्र कोण याची त्यांना पूर्ण कल्पना होती. त्यांनी कान्होजीला पूर्ण कृतिस्वातंत्र्य दिले होते. मुघल, सिद्दी, पोर्तुगीज आणि इंग्रज या सर्वांना जरब बसविण्याचे व किनाऱ्यावरील मुलखाचे संरक्षण करण्याचे जबाबदारीचे काम महाराणी ताराबाईंनी कान्होजीवरच सोपविले होते. समुद्र किनाऱ्यावरील सागरी सत्तांचे राजकारण महाराणी ताराबाई जाणत होत्या. त्यामुळेच जेव्हा इंग्रजांनी महाराणी ताराबाईंकडे कान्होजीविषयी तक्रार करणारी अनेक पत्रे दिली, तेव्हा इंग्रजांना त्यांच्याकडून काही उत्तरच मिळाले नाही. याचा उघड अर्थ असा होतो की, महाराणी ताराबाईंना कान्होजींचे आरमारी धोरण मान्य होते.

महाराणी ताराबाई आणि सिद्दी –

सिद्दींचा प्रमुख सिद्दी याकूतखान हा सन १७०४ मध्ये मरण पावला. त्याच्या जागी बादशाहाने आपल्यातर्फे माणूस नेमण्याचा प्रयत्न केला. परंतु सल्लागाराने त्याला सल्ला दिला की, सिद्दी याकूत याच्या तालमीत तयार झालेले लोकच या डोंगराळ भागाचा आणि रायरीच्या फौजदारी व किल्लेदारी यांचा बंदोबस्त राखू शकतील. समुद्राच्या मक्केच्या यात्रेचे मार्ग तेच सुरक्षित ठेवू शकतील. इतरांच्याकडून ते होणार नाही. बादशाहाने

सल्ला मानला आणि याकूतखानाचा वारस म्हणून सिद्दी अंबर यास नियुक्त केले.[८५]

सिद्दी मुघलांची इमानेइतबारे सेवा करीत होता. त्याच्या बलदंड जंजिऱ्यामुळे त्याच्या आरमाराचे संरक्षण होत होते. मराठ्यांनी हा जंजिरा घेण्याचा अनेक वेळा प्रयत्न केला. तथापि, त्यात त्यांना यश मिळाले नाही. त्यामुळे पश्चिम किनाऱ्यावरील या कट्टर शत्रूचे निर्दालन मराठ्यांना करता आले नाही. मराठी मुलखावर सिद्दीचे हल्ले होतच राहिले. कोकणात मोहिमा करणाऱ्या मुघलांच्या लष्कराला सिद्दी मदत करीत असे. त्यामुळे कोकणात मुघलांचा तो मोठा साहाय्यकर्ता बनला. खाफीखान म्हणतो, "सिद्दी याकूतने बादशाहाच्या हुकमाची कधीच अवज्ञा केली नाही. मराठ्यांचा मोड करण्यात आणि समुद्राच्या वाटा सुरक्षित ठेवण्यात त्याने उत्कृष्ट कामगिरी केली. मुघलांची लहान-मोठी जहाजे त्याच्याकडे होती. खुष्कीवर आणि दर्यातून तंबी पोहोचविण्यात त्याच्याकडून जी कामगिरी झाली ती इतरांकडून होणे शक्यच नाही; असे सर्व समजून होते."[८६]

मराठे आणि पोर्तुगीज –

छत्रपती शिवाजी महाराज, छत्रपती संभाजी महाराज आणि छत्रपती राजाराम महाराज या तिघांच्याही कारकिर्दीत मराठ्यांशी पोर्तुगीजांचे असलेले संबंध फारसे मैत्रीचे नव्हते. शिवाजी महाराजांनी सन १६६७ मध्ये आणि संभाजी महाराजांनी सन १६८३ मध्ये गोव्यावर स्वारी केली होती. तरीही पोर्तुगीज मराठ्यांशी दुटप्पी धोरणाने वागत होते. याचे अनेक दाखले मिळतात. उदाहरणार्थ, सन १६९१ मध्ये आपल्या राजास पाठविलेल्या एका पत्रात गोव्याचा व्हाईसराय म्हणतो, "एके बाजूने आम्ही बादशाहाच्या प्रजाजनांना आमच्या राज्यातूनच बाहेर जाण्यास वाट देत आहोत, तर दुसऱ्या बाजूने राजाराम महाराजांशही धूर्तपणाने वागत आहोत. अशा रीतीने बादशाहाचे अधिकारी आणि राजाराम महाराज या दोघांचाही विश्वास आम्ही संपादन केला आहे. दोघेही आम्हाला मानतात व आम्ही त्यांचे मित्र आहोत असे ते समजतात."[८७]

असे असले तरी मराठ्यांपेक्षा मुघलांचे सामर्थ्य मोठे आहे, याची जाणीव पोर्तुगीज सतत ठेवीत आले होते. म्हणून त्यांची कुरापत ते सहसा काढत नसत. उलट मराठे तसेच सावंत या दोघांविरुद्ध ते मुघलांना मदत करीत असत. अर्थात, याचा अर्थ असा नाही की त्यांना मराठ्यांशी शत्रुत्व हवे होते. मराठ्यांशी गुप्त स्वरूपाची मैत्री असावी, असे त्यांना वाटे. परिणामी, उत्तरेकडील आपल्या प्रदेशावरील मराठ्यांचे हल्ले थांबविण्यासाठी त्यांनी मराठ्यांशी युद्धबंदीचा करार घडवून आणला. मराठे मैत्रीचा तह करू या, असे म्हणत होते. परंतु मुघल बादशाहाच्या भीतीने पोर्तुगीज मराठ्यांशी उघडपणे मैत्रीचा तह करावयास धजले नाहीत. परंतु असे तणावाचे पोर्तुगीज मराठा संबंध १७०१च्या दरम्यान

थोडेस निवळले. उभयपक्षी मैत्रीचा पत्रव्यवहार सुरू झाला. पण याच सुमारास मराठ्यांच्या आरमारातील एक जहाज पोर्तुगीजांची मालकी असलेल्या अंजेदीव बेटाजवळ बुडाले. जहाज आणि त्याच्यावरील सामानसुमान समुद्राच्या तळाशी गेले, 'तरी त्याच्यावरील खलाशी वाचून अंजेदीववर आश्रयासाठी गेले. ही बातमी महाराणी ताराबाईंना समजताच त्यांनी गोव्याच्या व्हाईसरायला त्यांची सुटका करण्याविषयी लिहिले. पोर्तुगीजांनीही मराठी खलाशांची सुटका करून त्यांना मराठी राज्यात पाठवून दिले. (फेब्रुवारी १७०२)[८८]

लवकरच काही दिवसांनी पोर्तुगीजांचे एक जहाज वाईट हवामानामुळे मालवणच्या बंदरात आश्रयाला गेले. मालवणचा मराठा सुभेदार बुऱ्हाणजी मोहिते याने त्या जहाजास अडकवून ठेवले. मराठ्यांशी असलेल्या आपल्या मैत्रीस अनुसरून ते लवकर मुक्त करावे, असे व्हाईसरायने दोनदा कळविले. बुऱ्हाणजीनेही आपणे ते जहाज लवकरच मुक्त करू, असे आश्वासन दिले.[८९] परंतु त्याने प्रत्यक्षात तशी काहीही हालचाल केली नाही. बुऱ्हाणजीच्या वर्तनाचा राग येऊन व्हाईसरायने त्यास धमकीचे पत्र लिहिले. शिवाय आपण जर जहाज लवकर सोडले नाही तर ते मिळविण्याचा मार्ग आम्ही स्वीकारू, तो मार्ग आपणाला खचितच रुचणार नाही, तरी प्रकरण त्या थरापर्यंत जाऊ देऊ नये.

अशा प्रकारे पोर्तुगीजांची आणखी दोन जहाजे राजापूरच्या बंदरात शिरली होती. ती मात्र मराठ्यांनी मुक्त केली. परंतु मालवणच्या बंदरात असलेले पोर्तुगीजांचे जहाज बुऱ्हाणजी मोहित्याने मुक्त केले नाही. ९ मार्च १७०३ रोजी व्हाईसराय कृष्णाजी अनंत यास लिहितो, ‘‘सिंधुदुर्ग किल्ल्यातील मराठ्यांच्या सैनिकांनी आमचे जहाज पकडून दोन पाद्री आणि इतर चार लोक यांना किल्ल्यात कैद करून ठेवले आहे. एके ठिकाणी आमचे आणि तुमचे संबंध चांगले आहेत. तर दुसरीकडे ते शत्रुत्वाचे आहेत, हे असे काय त्याचा उलगडा होत नाही. मला आपणाकडून या गोष्टीचा खुलासा हवा आहे, म्हणजे मलाही माझ्या बुद्धीप्रमाणे वागता येईल.’’[९०]

पोर्तुगीजांच्या म्हणण्याप्रमाणे सर्व मराठे अंमलदार त्यांच्याशी स्नेहाने वागत असता, बुऱ्हाणजीच असा का वागत होता किंवा तो खरोखरीच मराठी राज्याच्या पोर्तुगीजांशी असलेल्या धोरणाविरुद्ध वर्तन करीत होता की काय, याचा उलगडा होत नाही. पोर्तुगीज जहाजांनी मराठ्यांचा परवाना घेतला पाहिजे, ही त्याची मागणी त्याच्या वर्तनापाठी असावी असे वाटते.

सन १७०२ च्या ऐन पावसाळ्यात हिंदुराव घोरपड्यांनी कोकणात उतरून भीमगडावर हल्ला चढविला आणि तेथील हवालदार आणि इतर अधिकारी यांना कैद केले. हिंदुरावाच्या या स्वारीने पोर्तुगीज साशंक झाले, परंतु त्यांना कोणताच त्रास न देता

हिंदुराव परत फिरला.[११]

ऑक्टोबर १७०२ मध्ये मराठ्यांनी फोंड्यावर स्वारी केली. या स्वारीत हिंदुराव घोरपडे आणि कृष्णाजी अनंत हे सरदार असावेत. फोंडा हे गाव व त्याच्या आजूबाजूचा प्रदेश जिंकून त्यांनी फोंड्याच्या किल्ल्यास वेढा दिला. तेव्हा पोर्तुगीजांनी फोंड्याच्या किल्लेदाराकडे कुमक पाठवावी म्हणून बेळगावचा सुभेदार सईफखान याने पोर्तुगीज व्हाईसरायला विनंती केली. परंतु शत्रू सुसज्ज व संख्येने मोठा असून त्याने सर्व रस्ते रोखून धरले आहेत, या सबबीवर व्हाईसरायने फोंड्याकडे कुमक पाठविण्यास नकार दिला. तथापि, मुघलांशी शत्रुत्व नको, म्हणून फोंड्याकडे थोडासा दारूगोळाही त्याने पाठवून दिला.[१२]

फोंडा महाल गोव्याच्या जवळ असल्याने त्या ठिकाणी मुघलांच्या ऐवजी मराठ्यांची राजवट आली, तर ती पोर्तुगीजांना हवीच होती. मराठ्यांनी फोंडे महाल काबीज केल्यावर पोर्तुगीजांशी शांततेचे संबंध ठेवण्याची त्यांनी इच्छा प्रदर्शित केली होती. त्यासंबंधी व्हाईसराय पोर्तुगालच्या राजास लिहितो की, शिवाजीराजे (महाराणी ताराबाई) यांनीही फोंडे घेतल्यावर पत्र पाठवून आपल्या वाडवडिलांप्रमाणे आमच्याशी शांततेचे संबंध ठेवण्याची इच्छा प्रदर्शित केली. याबाबतीत मी राज्य सल्लागारांचे म्हणणे ऐकून घेऊन शिवाजीराजे यांना उत्तर पाठविले. त्यांना मी कळविले की, त्यांना जर आमच्याशी खरेखुरे मैत्रीचे संबंध ठेवायचे असतील तर मीही तशी मैत्री ठेवीन. कारण मैत्रीचे संबंध ठेवण्यासाठी दोन्हीही बाजूंनी इच्छा असावी लागते. महाराजांच्या हितसंबंधांना बाधा न येता व नवीन तह न होता, जुन्या तहानुसार शिवाजीशी जर आमचे मैत्रीचे संबंध जुळत असतील तर ते आमच्या फायद्याचे आहेत. कारण मुघलांनी मराठ्यांची जी ठाणी घेतली होती, ती त्यांनी परत घेण्यास प्रारंभ केला आहे. या पत्रावरून एक गोष्ट स्पष्ट होते की, पोर्तुगीजांना या वेळेस मराठ्यांशी खरोखरच मैत्रीचे संबंध हवे होते. त्याचबरोबर मराठ्यांनाही उगीचच कुरापत काढण्याची इच्छा नव्हती.

फोंडा महाल काबीज झाला तरी मराठ्यांना फोंड्याचा किल्ला घेता आला नाही. फोंड्याच्या मुघल किल्लेदाराने पोर्तुगीज आणि खेमसावंत दोघांनाही मदतीस बोलाविले. खेमसावंत आपले सैन्य घेऊन मुघलांच्या मदतीला गेला आणि स्वतःच किल्ला गमावून बसला. खरे म्हणजे मुघलांच्या मदतीस जाण्यासाठी सावंताला पोर्तुगीजांनीच अंतस्थ प्रोत्साहन दिले होते. सावंतांशी पोर्तुगीजांचे संबंध बिनसल्यावर या कृत्याविषयी पोर्तुगीज व्हाईसराय निराळेच विधान करू लागला. २८ सप्टेंबर १७०३ रोजी हिंदुराव घोरपड्याला लिहिलेल्या पत्रात तो म्हणतो, ''खेमसावंत हा एक बदमाश माणूस आहे. त्याला नेस्तनाबूत करण्याच्या कामात जर आपणास मदत हवी असेल

तर ती मी देण्यास तयार आहे.''[१३]

याच सुमारास खेमसावंतांच्या ताब्यात कुडाळ, पेडणे, डिचोली, साखळी आणि मणेरी हे पाच महाल आले होते. त्यांनी आपले आरमार उभारून समुद्रावरही चाचेगिरी सुरू केली होती. पोर्तुगीज जहाजावरही त्याने हल्ले करण्याचे धाडस दाखविल्याने पोर्तुगीजांना त्याचा बंदोबस्त करणे निकडीचे झाले होते. त्यांनी सावंताच्या ताब्यात असणाऱ्या डिचोली किल्ल्यावर मोहीम काढून किल्ला काबीज केला. हा किल्ला देसाई अथवा मराठे यांच्या ताब्यात जाऊ नये, म्हणून राज्य सल्लागार मंडळाच्या शिफारशीनुसार व्हाईसरायने तो जमीनदोस्त करून टाकला. ह्या संदर्भात सुप्रसिद्ध इतिहास संशोधक पांडुरंगराव पिसुर्लेंकर म्हणतात, ''डिसेंबरमध्ये खेमसावंत याचा डिचोलीचा किल्ला विरजयीने जिंकून घेऊन मोडून टाकला. डिचोलीमध्ये व त्या शहरापासून ३ कोसपर्यंत त्याने जाळपोळ केली. डिचोली येथे आपण एकसुद्धा इमारत ठेवली नाही, अशी त्याने फुशारकी मारली. कायतानो डि मेलू दि कायस्त्रू याने लिहिले आहे की, खेमसावंत हा प्रतिशिवाजी महाराज होऊ नये याकरिता त्याचे अशा रीतीने आपणास गर्वहरण करावे लागले.[१४]

या युद्धात मराठे खेमसावंताविरुद्ध मोहीम काढण्याची भाषा काढत होते. परंतु प्रत्यक्षात काहीच हालचाल करीत नव्हते. कारण सावंताने ताराबाई महाराणींशी स्नेह जमवून त्यांची पोर्तुगीजांविरुद्ध मदत मिळविली होती.

पोर्तुगीज दफ्तरात शिवाजीराजे (ताराबाई महाराणी), रामचंद्रपंत अमात्य, हिंदुराव घोरपडे, कृष्णाजी अनंत, बुऱ्हाणजी मोहिते, कान्होजी आंग्रे यांना लिहिलेली पत्रे आढळतात. त्यावरून पश्चिम किनाऱ्यावरील मराठ्यांच्या आरमारात कान्होजी आंग्रे, दाऊतखान आणि बुऱ्हाणजी मोहिते हे तीन मोठे आरमारी अधिकारी असल्याचे स्पष्ट होते. बुऱ्हाणजी मोहित्याशी पोर्तुगीजांचे फारसे पटले नाही. तथापि, कान्होजी आणि दाऊतखान यांच्याशी मात्र त्यांचे संबंध बरे होते, असे दिसते.

इ.स. १७०४ मध्ये मराठा-पोर्तुगीज संबंधात एक मानापमानाचे प्रकरण उपस्थित झाले. पोर्तुगीजांनी आपला वकील छत्रपतींकडे का पाठविला नाही याबद्दल रामचंद्रपंत अमात्य आणि बुऱ्हाणजी मोहिते या दोघांनी विचारणा केल्यावर व्हाईसरायने लिहिले की, आपण गोव्याचा व्हाईसराय म्हणून आलो असता शेजारच्या सर्व राजेरजवाड्यांनी पत्र पाठवून आपले स्वागत केले. तसे मराठ्यांच्या राजाने केले नाही, म्हणून आपण मराठ्यांकडे आपला वकील पाठविला नाही. तो पुढे म्हणतो की, झाली ही गोष्ट बरीच झाली. कारण पोर्तुगीज वकील मराठ्यांच्या दरबारात आला असता तर मुघल बादशहाला मराठा-पोर्तुगीज मैत्रीचा सुगावा लागला असता.[१५]

गोव्याच्या व्हाईसरायने आपल्या राजास लिहिलेल्या व राजाने त्यास धाडलेल्या पत्रातून पोर्तुगीजांची एतद्देशीय सत्तांविषयीची प्रामाणिक मते दिसून येतात. १० जानेवारी १७०४ च्या व्हाईसरायला लिहिलेल्या पत्रात पोर्तुगलचा राजा म्हणतो, "मुघल व मराठे या दोघांनाही मदत देण्याची जे धोरण त्यांनी (व्हाईसरायने) अवलंबिले आहे, ते बरोबर आहे. परंतु मुघलांना हे कळू न देण्याची दक्षता घेतली पाहिजे. कारण मुघल बादशहा हा आशिया खंडातील बलाढ्य राजा असून तो नाराज होईल असे कोणतेच कृत्य आपल्या हातून घडून देता कामा नये. मराठ्यांशी चालू असलेली शांतता त्याबद्दलची वाच्यता न करता जितके दिवस चालू ठेवता येईल तितके दिवस चालू ठेवावी."

पोर्तुगीज मुघलांना अंतस्थ मदत करीत असले, तरी मराठ्यांशी पत्रव्यवहार करीत असता ते पोर्तुगीज-मराठा मैत्रीस उजाळा देण्याची भाषा करीत असत. बऱ्याच वेळा ते मराठ्यांच्या आरमारी अधिकाऱ्यांच्या हल्ल्याबद्दल तक्रार करताना दिसतात. ३ ऑक्टोबर १७०५च्या महाराणी ताराबाईंना लिहिलेल्या पत्रात व्हाईसराय म्हणतो, "शिवाजीराजे यांस आपले वडील आणि आजोबा या दोघांशी आमची मैत्री होती. ती लक्षात घेऊन आमच्याशी मैत्रीचे संबंध ठेवण्याची आपली इच्छा आहे. ही मैत्री प्रस्थापित होण्याच्या मार्गात माझ्याकडून तरी अडथळा येणार नाही. अडथळा येतो तो मेलुंडीच्या किल्ल्यातील व खांदेरी-उंदेरी बेटातील अधिकाऱ्यांकडून. त्यांचे वर्तन जवळजवळ चाच्यांसारखे असते. आमच्या राज्याच्या प्रजाजनांची त्यांनी फार हानी केली आहे. हे प्रकार बंद झाल्याखेरीज आमच्या दोन्ही राज्यांमधील जुनी मैत्री प्रस्थापित होणार नाही व आमची बंदरे सुरक्षित होणार नाहीत."[१६]

मुघल बादशाहाच्या मृत्यूनंतर मराठे आणि पोर्तुगीज यांच्यात मैत्रीच्या वाटाघाटी सुरू झाल्या. आवश्यक ते अधिकार देऊन आपण आपला वकील गोव्यास पाठवावा असेही व्हाईसरायने महाराणी ताराबाईंना कळविले होते.

अशा प्रकारे महाराणी ताराबाई काळात मराठी सत्तेचे पश्चिम किनाऱ्यावरील आरमारी आणि व्यापारी सत्तांशी संबंध राहिले. इंग्रजांच्या हालचालींचा उद्देश प्रामुख्याने व्यापारी होता, तर पोर्तुगीजांचा राजकीय. इंग्रज आणि पोर्तुगीज दोघांनाही एतद्देशीय सत्तांशी मैत्री हवी होती. तर मुघल सम्राट औरंगजेबाशी शत्रुत्व नको होते. तसेच त्यांच्याशी वारंवार संबंध येणारे मराठेही त्यांचे शत्रू बनणे त्यांच्या दृष्टीने हिताचे नव्हते. थोडक्यात म्हणजे परकीय सत्तांचे पश्चिम किनाऱ्यावरील राजकारण म्हणजे तारेवरील कसरत होती. ते मुघल आणि मराठे यांचेशी वागताना दुटप्पी धोरणाने वागत होते. तसे त्यांनी धोरण स्वीकारणेही अपरिहार्य होते. कारण मुघल किंवा मराठे यांच्यापैकी एका कोणाचीच बाजू त्यांनी सातत्याने घेतली असती, तर पश्चिम किनाऱ्यावरील त्यांचे अस्तित्व टिकवून

धरणे त्यांनाच अशक्य झाले असते. ते अर्थातच त्यांना परवडण्यासारखे नव्हते.

छत्रपती शाहू महाराज– पेशवे बाळाजी विश्वनाथ – कान्होजी आंग्रे आणि पश्चिम किनारपट्टी –

छत्रपती शाहू महाराज मुघलांच्या कैदेतून सुटून महाराष्ट्रात आल्यानंतर आणि रांगण्याच्या वेढ्यात यशस्वी झाल्यानंतर त्यांनी कोकण आणि कर्नाटक ताब्यात आणण्याचा विचार केला. पन्हाळ्याला असताना छत्रपती शाहू महाराजांनी कर्नाटकातील सर्व पाळेगारांना पत्रे लिहून आपली सत्ता मानण्याचे आवाहन केले. महाराणी ताराबाईंच्या पाडावाकरीता छत्रपती शाहू महाराजांनी इंग्रजांकडे मदतीची विनंती केली. परंतु ती त्यांनी नाकारली.[१७]

४ नोव्हेंबर १७०८ रोजी धनाजी जाधव मृत्यू पावला. छत्रपती शाहू महाराजांनी त्याचा मुलगा चंद्रसेन जाधव याला सेनापती पदावर नेमले. पण त्याचे मन छत्रपती शाहू महाराजांकडे राहावे की महाराणी ताराबाईंकडे जावे, असे दोलायमान झाले. अशा स्थितीत छत्रपती शाहू महाराजांना वाटू लागले की, वारणेच्या पश्चिमेकडील सर्व मुलूख महाराणी ताराबाईंच्या स्वामित्वाखाली सोडावा. त्याप्रमाणे महाराजांनी वारणेच्या पलीकडील प्रदेशातील आपल्या सैन्यास परत बोलाविले. शाहू महाराजांच्या या बदललेल्या धोरणाचा महाराणी ताराबाईंनी फायदा घेतला. महाराजांनी आपल्या निर्णयानुसार पन्हाळा सोडला, हे पाहून १७०८च्या अखेरीस महाराणी ताराबाई मालवणहून परतल्या आणि त्यांनी विशाळगड ताब्यात आणला. महाराणी ताराबाईंचे सल्लागार रामचंद्रपंत यांनी महाराणी ताराबाईंनी कोल्हापुरास राजधानी करावी व छत्रपती शाहू महाराजांनी सोडलेल्या मुलखाचा बंदोबस्त करावा, असे त्यांना पटवून दिले. महाराणी ताराबाई यांना ते पटले आणि त्यांनी कोल्हापूरही आपली राजधानी केली.

महाराणी ताराबाईंनी कोल्हापुरास गादी स्थापन केल्यावर वाडीकर सावंतांवर आपली वक्रदृष्टी फिरविली. सावंतांनी छत्रपती शाहू महाराजांचा पक्ष घेतला. तर महाराणी ताराबाईंनी त्याला आपल्या बाजूने वळविण्याचा प्रयत्न केला व त्याचबरोबर त्याला वठणीवर आणण्यासाठी रामचंद्रपंतांस पाठविले. पंतांनी लढाई करून आपणांस हव्या तशा अटी त्याच्याकडून कबूल करून घेतल्या. तर त्याच वेळेस शाहू महाराजांनी महाराणी ताराबाईंच्या हालचालींवर नजर ठेवण्यासाठी परसोजी भोसल्यास पाठविले होते. परंतु त्यांनी त्याला ताबडतोब बोलावूनही घेतले.

अशा परिस्थितीत पश्चिम किनाऱ्याचे रक्षण विशेषतः कान्होजी आंग्रे याने केले.

मराठ्यांच्या इतिहासात त्याचे कार्य विशेष महत्त्वाचे मानले जाते.

कान्होजी आंग्रे –

१६९८ मध्येच राजाराम महाराजांनी कान्होजीस सरखेल हा किताब दिला. त्यानंतर कान्होजीने पश्चिम किनारा रक्षणासाठी चांगलीच मेहनत केली. सुमारे २५ वर्षांपर्यंत ५ सामुद्रिकांशी निकराने लढून जे आरमारी विजय संपादिले, ते इतिहासात विशेष स्मरणीय बनले, असे जे रियासतकार म्हणतात,[१००] ते योग्य होय. कारण पश्चिम किनाऱ्यावरील प्रत्येक सत्ताधीश स्वतःला स्वतंत्र मानून कोणाचे नियंत्रण पाळीत नसे. मराठे आपणास शिवाजी महाराजांच्या स्वराज्याचे मालक समजून इतरांवर अधिराज्य गाजवित.

मुंबईचे इंग्रज नाविक सत्तेच्या जोरावर आंग्र्यांना विरोध करीत. पोर्तुगीजांची सत्ता कमकुवत झाल्यामुळे ते कोणाशीतरी स्नेह जोडण्याचा प्रयत्न करीत. अशा परिस्थितीत पश्चिम किनाऱ्यावरील सर्व सत्ताधीशांना अंकित बनविण्याचा उद्योग कान्होजीने चालवला आणि किनाऱ्याने संचार करणाऱ्या सर्व जहाजांवर व व्यापारी मालावर जकात घेण्याचा रिवाज पाडला. त्यासाठी प्रत्येक जहाजाने पैसे भरून आपला परवाना घ्यावा, असे त्याने ठरविले. तेव्हा त्याचा इंग्रजांशी तंटास्वाभाविकच घडून आला. इंग्रज म्हणत, 'आम्ही दर्याचे मालक, आम्हीच सर्वांना परवाने देऊ', तर आंग्रे म्हणत, 'आम्ही पश्चिम किनाऱ्याचे रखवालदार; आमचे परवाने जे कोणी घेणार नाहीत, त्यास आम्ही बेलाशक लुटून घेऊ.' इ. स. १७१२ च्या सुमारास[१०१] पोर्तुगीज आणि इंग्रज या दोघांशीही कान्होजींचा झगडा सुरू होऊन त्यांनी त्यांची पुष्कळ जहाजे पकडून लुटली आणि भलीमोठी पैदास केली. पुढे बाळाजी विश्वनाथ आणि आंग्रे यांचा सन्मान्य समेट घडून आल्यानंतर तर कान्होजीने छत्रपती शाहू आणि पर्यायाने मराठी राज्य यांचे पश्चिम किनाऱ्यावर चांगलेच संरक्षण केले.

बाळाजी विश्वनाथाशी आणि पर्यायाने छत्रपती शाहू महाराजांशी समेट घडून आल्यानंतर कान्होजींनी त्याद्वारे आपली, आपल्या घराण्याची व मराठी आरमाराची मजबुती करून घेतली. त्याच्या उद्योगाला एकंदर राज्याचा पाठिंबा मिळून सिद्दी, इंग्रज, पोर्तुगीज अशा सर्वांना कबजात ठेवण्याचे सामर्थ्य त्याला प्राप्त झाले. इंग्रज त्याला 'दर्यावरील चोर' असे संबोधित.

आंग्रे आणि सिद्दी यांचा कलह नेहमीचाच होता. राजपुरी खाडीच्या मुखावर पद्मदुर्ग किल्ला आहे, त्याचा कबजा घेऊन सिद्दीने त्याची किल्ली १७१० मध्ये बादशाहाला नजर केली. बादशाहाने त्याचा गौरव केला. पुढे २–३ वर्षे सिद्दीला पोशाख पाठवून उत्तेजनही दिले, असे सरदेसाई लिहितात. इ. स. १७१३ साली कान्होजी शाहू महाराजांवर

चढाई करीत असनाच सिद्दी याकूतने सुवर्णदुर्ग किल्ला जिंकला.

पण आंग्र्याला पेशव्यांचे साहाय्य मिळताच त्यांनी सिद्दीवर चढाई करून सुवर्णदुर्ग आणि इतर स्थळे परत घेतली. त्याचबरोबर सिद्दीने शरण येऊन पेशव्यांशी तहही केला आणि हे प्रकरण तात्पुरते मिटले.[१०२]

आंग्रे आणि इंग्रज युद्ध –

आंग्रे आणि पेशवे समेट घडून आल्यावर मराठी राज्याची पश्चिम हद्द निश्चित व निर्धास्त होऊन त्यास एका बाजूस भरीव आकार प्राप्त झाला व दुसऱ्या बाजूस आंग्र्यांचा कर्तव्यभाग स्पष्ट झाला. मराठी राज्याच्या पश्चिम किनाऱ्याची जबाबदारी आंग्र्यांकडे आली. हा किनारा सुरतपासून कारवारपर्यंत व्यापारी दृष्टीने आंग्र्यांच्या कक्षेत आला आणि मुंबईजवळील खांदेरीपासून वेंगुर्ल्याजवळील यशवंतगड एवढा भाग तर प्रत्यक्ष त्याच्या मालकीचा बनला. या टापूतील बंदरे, खाड्या व जलदुर्ग यांवर आंग्र्यांची सत्ता कायम बसली. कुलाबा आणि विजयदुर्ग ही मुख्य तटबंदीची स्थळे त्याची असून इतरांवर त्याचा शह चालू झाला. २० वर्षे खपून जे आरमार सिद्ध केले, त्याचा खरा उपयोग व्यापार व सत्ता वाढविण्याकडे त्याला करता आला. या आरमारात ३०–४० तोफांवर असलेली अनेक प्रचंड जहाजे होती. त्यावर शूर आणि प्रवीण दर्यावदी खलाशी धन्याचे हुकूम ताबडतोब उठविणारे जय्यत असल्यामुळे कान्होजी आंग्रे हा शत्रूंना कर्दनकाळ वाटू लागला. असे असले, तरी इंग्रजांशी कलह वाढविण्याची कान्होजीची इच्छा नव्हती. बाळाजी विश्वनाथाशी समेट केल्याबरोबर इंग्रजांशी सख्य जोडण्याच्या हेतूने त्यांचे वकील त्याने कुलाब्यास बोलावून कलह मिटविण्याचा प्रयत्न केला. समुद्रावर संचार करणाऱ्या व्यापारी जहाजांनी आपली दस्तके घेतली पाहिजेत, तशा लेखी परवानगीशिवाय संचार केल्यास आपण लुटून जप्त करू, अशी वहिवाट मराठी राज्याचा हक्क म्हणून कैक वर्षांपासून आंग्र्यांनी आपल्या टापूत सुरू केली होती. त्याचे उलट इंग्रजांनी आपले ठाणे सुरू केल्यापासून त्यांच्या बंदरात जा–ये करणाऱ्या जहाजांवर त्यांनी आपली दस्तके लागू केली. अर्थात, पश्चिम दर्याचे मालक कोण इंग्रज की आंग्रे हा वादाचा विषय असल्याने त्याचा निकाल बळी तो कान पिळी या न्यायाने लागत असे. इंग्रजांच्या वकिलांनी कुलाब्यास येऊन कान्होजीशी समेट ठरविला. तो असा की, इंग्रजांच्या खास जहाजांना कान्होजीने आपल्या बंदरात उपद्रव देऊ नये, तसेच मुंबईच्या बंदरात खांदेरीपासून माहीमपर्यंतच्या टापूत आंग्र्यांची जहाजे जातील, त्याला इंग्रजांनी अटकाव करू नये. एकमेकांनी एकमेकांच्या बंदरात जकात भरावी. आंग्र्यांशिवाय कोणी मराठे सरदार इंग्रजांना उपद्रव देतील, तर त्यांचा बंदोबस्त आंग्र्यांनी करावा.[१०३]

हा ठराव अत्यंत मोघम होता. खुद्द इंग्रजांच्या व्यापारी जहाजांना आंग्र्यांनी कधीच अटकाव केला नाही. पण इंग्रजांच्या आश्रयाखाली वावरणारे सिद्दी व दुसरे अनेक व्यापारी इंग्रजांची दस्तके घेऊन आंग्र्यांची जकात चुकवीत. तो प्रकार त्याला मान्य नव्हता. युरोपातून आणलेल्या मालाची विक्री करणे व किनाऱ्याने चालणाऱ्या एतद्देशीय मालाचा व्यापार करणे, यात मोठा फरक होता. हिंदी व्यापाऱ्यांवर इंग्रज आपला ताबा बसवू लागले, तो प्रकार आंग्र्यांना मानवला नाही. त्याचा मुख्य शत्रू व शेजारी जंजीरेकर सिद्दी इंग्रजांच्या कच्छपी लागून चढाई करी. त्याला कान्होजीने विरोध केला. इंग्रजांशी सख्य जोडून त्याने सिद्दीचाच समाचार घेतला.

पण इंग्रजांचा समेट हा निश्चित नव्हता. २६ डिसेंबर १७१५ रोजी चार्ल्स बून हा उपद्व्यापी गृहस्थ मुंबईच्या गव्हर्नर पदावर दाखल होताच इंग्रजांचे उग्र स्वरूप कान्होजीला जाणवू लागले.

पश्चिम किनाऱ्यावर आमच्या अनिर्बंध संचारास अडथळा करेल, त्याची मी खोडकीच जिरवणार असा त्याने निश्चय जाहीर केला. २ वर्षांच्या आत ९ उत्कृष्ट लढाऊ जहाजे त्याने मुंबईच्या बंदरात तयार केली. त्या सर्वांवर मिळून १४८ तोफा व १२५० लढाऊ खलाशी होते. याशिवाय जमिनीवरून लढण्यासाठी २५०० युरोपीयन व १५०० एतद्देशीय एवढी फौज मुद्दाम विजयदुर्ग वगैरे आंग्र्यांचे किल्ले पाडाव करण्यासाठी इंग्रजांनी तयार केले. कुलाब्याची दहशत इंग्रजांना तितकीशी नव्हती. पण विजयदुर्गास आंग्र्यांची जामियत प्रचंड असून तेथून सर्व किनाऱ्यावर आंग्र्यांना नाविक सत्ता गाजविता येत असे. ही चाचेगिरी साफ बंद पाडण्याचा निश्चय गव्हर्नर बूनने जाहीर केला. अशा परिस्थितीत १७ एप्रिल १७१८ रोजी इंग्रज आणि कान्होजी यांचे विजयदुर्गवर युद्ध झाले. इंग्रजांचे २०० लोक मृत्यू पावले तर ३०० जखमी झाले आणि कान्होजी विजयी ठरला. अपयश पदरात घेऊन इंग्रजांना मुंबईस परतावे लागले.[१०४]

परंतु, या पराभवाचा वचपा घेण्यासाठी इंग्रजांनी २ नोव्हेंबर १७१८ रोजी आपल्या जंगी आरमारासह खांदेरीवर चाल केली. तेथे इंग्रजांचा इलाज चालला नाही. २४ नोव्हेंबर रोजी ते परत मुंबईला गेले. परंतु इंग्रजांनी विजयदुर्ग काबीज करण्याचा नाद सोडला नाही. १९ सप्टेंबर १७१९ रोजी इंग्रजांचे एक आरमार जय्यत तयारीनिशी त्या किल्ल्यावर चालून गेले. त्यांनी आंग्र्यांची कित्येक जहाजे बुडविली. पण विजयदुर्गाला धक्का लावता आला नाही. इंग्रजांचे आरमार लुटले गेले आणि पुन्हा त्यांना मुंबईस हात हलवीत जावे लागले. अशा रीतीने आपल्या एकट्याच्या हातून आंग्र्यांना वठवणीवर आणता येत नाही, हे पाहून मुंबईकरांनी गोवेकर पोर्तुगीजांशी वाटाघाटी करून दोघांनी मिळून कुलाब्यावर स्वारी करण्याचा ठराव केला (२० ऑगस्ट १७२१). आंग्र्यांचा पाडाव केल्यावर कुलाबा

पोर्तुगाजांनी व विजयदुर्ग इंग्रजांनी घ्यावा आणि उभयतांनी चौल येथे जमून तेथून एकदम कुलाब्यावर चढाई करावी, असे ठरले.[१०५]

वरील तहाची माहिती कान्होजीला लागल्याने त्याने युद्धाची तयारी करून छत्रपतींकडे मदतही मागितिली. २९ नोव्हेंबर १७२१ रोजी पोर्तुगीज आणि इंग्रज युद्धनौका चौल येथे एकत्र आल्या. उभयतांचे मिळून ६००० कसलेले खलाशी आंग्र्यांवर चढाई करण्यास सिद्ध झाले.[१०६] इकडे शाहू महाराजांनी पिलाजी जाधवास व बाजीराव यांस निकडीचे हुकूम पाठवून आंग्र्यांस साहाय्य करण्यास रवाना केले.[१०७] खुष्कीकडून असा भयंकर हल्ला युरोपियन नाविकांवर येऊन त्याचा प्रतिकार करण्याचे साधन हाती नसल्याने त्यांची त्रेधा उडाली. १२ डिसेंबर १७२१ रोजी कुलाब्यावर हल्ला चढविला. त्या प्रसंगात इंग्रजांचा नौकापती मॅथ्युज याला मराठ्यांनी जखमी केले. त्या पाठोपाठ पेशवा बाजीरावाने त्वेषाची हातघाई केली, त्यामुळे इंग्रज पळून गेले. त्यांचा तोफा व दारूगोळा मराठ्यांच्या हाती पडला. या पराभवामुळे इंग्रज आणि पोर्तुगीज यांचे वाकडे आले. या संधीचा फायदा घेऊन पेशवा बाजीरावाने पोर्तुगीजांशी स्वतंत्र तह केला व त्यांना इंग्रजांपासून अलग केले. या युद्धातील यशाविषयी सरदेसाई म्हणतात, 'लढाई आणि राजकारण या दोन्ही कामांत पेशवा बाजीरावास पहिला बहुमोल अनुभव या प्रसंगात प्राप्त झाला.'

यानंतर इंग्रजांचा जोर अगदीच थंडावला. कान्होजीलाही युद्ध नको होते. त्याने समेटाचे बोलणे चालू केले. गव्हर्नर बून कारभार सोडून गेला. त्याचे जागी फिप्सची नेमणूक झाली. त्याने फिप्सला १७२४ मध्ये समजुतीचे पत्र लिहिले. त्यावर फिप्सचा जबाब मात्र उद्दामपणाचा आला. त्यामुळे त्यानंतर आंग्रे आणि इंग्रज या दोन सत्तांत काही हर्षामर्षाचे प्रसंग घडले. परंतु एकूण इंग्रजांचे धोरण धूर्तपणाचे होते. आंग्रे आपणास निष्कारण जाच करतो, म्हणून त्याचा प्रतिकार करणे आपल्या ओघास येते. बाकी पेशव्यांशी अगर शाहू महाराजांशी आपला विरोध नाही, ही गोष्ट पत्रव्यवहाराने किंवा वकिलांमार्फत इंग्रज अधिकारी मुद्दाम पेशव्यांना वेळोवेळी कळविण्याची खबरदारी घेत असत.

अशा प्रकारे पश्चिम किनाऱ्यावर कान्होजीने आपली आणि पर्यायाने मराठ्यांची सत्ता राखली. कान्होजीच्या पदरी शंकरोजी मोहिते, राणोजी गोळे, खंडोजी नाळकर, रोमाजीराव खराडे, कृष्णाजी मोड, हसनखान जमादार असे मातब्बर सरदार जमा झाले होते. त्यांनी युद्धप्रसंग व श्रम साहस करून कोकणातील राज्य राखले, याबद्दल शाहू महाराजांनी त्यांना पालखी आणि गाव इनाम देऊन त्यांचा संतोष केला. ७ जुलै १७२९ रोजी कान्होजी मरण पावला. तोपर्यंत पाश्चात्त्यांचा इलाज पश्चिम किनाऱ्यावर काही चालला

नाही, हेच कान्होजीचे मोठे यश होय.

औरंगजेब बादशाहाचा मृत्यू –

इ. स. १७०३ पासून मराठ्यांचा संचार झपाट्याने सुरू झाला. सुरत, बऱ्हाणपूर, वऱ्हाड, माळवा वगैरे ठिकाणी त्यांचा जोर इतका वाढला की, त्या बाजूने बादशाहाला येणारी पैशाची व माणसांची मदत साफ बंद झाली. मराठे सर्वत्र दांडगाई करत होते. एक टोळी दिल्लीवर, तर दुसरी बंगाल्यात–ओरिसा–डाक्का–राजमहालकडे, तिसरी कर्नाटककडे तर चौथी सुरतेवर. इ. स. स. १७०६ मध्ये त्यांनी सुरत, भडोच गणदेवी लुटले. १७०६ त्यावर्षी अशी अवस्था होती की, कोणत्या मुलखात ते (मराठे) नाहीत अशी जागा नव्हती. एकूण काय तर बादशाहाचे वय झाले होते. शिवाजीनंतर स्वराज्य संपले, आता आपल्याला दक्षिणेत जाऊन मराठ्यांना जिंकणे अवघड नाही, असे समजून तो दक्षिणेत आला आणि परत उत्तरेत जाऊच शकला नाही. मराठे संपले नाहीत, उलट दिवसेंदिवस प्रबळ होत गेले, हे सगळे बादशाहा आपल्या डोळ्यांनी पाहत होता. आणि अशा परिस्थितीत २० फेब्रुवारी १७०७ रोजी त्याने आपला देह ठेवला. खाफिखान लिहितो, 'या काळात पृथ्वीवर ही एक मोठी क्रांतीच झाली.'[१०८]

मराठ्यांच्या स्वातंत्र्यसंग्रामाची समाप्ती –

औरंगजेबाच्या मृत्यूबरोबरच मुघल मराठ्यांमध्ये पाव शतकापासून चालणारे हे प्रतिष्ठेचे युद्ध संपले. हे युद्ध म्हणजे मराठ्यांच्या इतिहासातील एक सोनेरी पान आहे. या संग्रमात त्यांच्याकडे शिवाजी महाराजांसारखा अद्वितीय पुढारी नव्हता की, उत्तम शस्त्रास्त्रे अथवा पुरेसे द्रव्यदेखील नव्हते. परंतु शिवाजी महाराजांच्या उच्च ध्येयामुळे प्रेरित झालेल्या छत्रपती राजाराम महाराज, महाराणी ताराबाई, रामचंद्रपंत अमात्य, संताजी, धनाजी, प्रल्हाद निराजी, खंडोबल्लाळ चिटणीस, शंकराजी मल्हार सचिव, परशुरामपंत प्रतिनधी इत्यादी यांच्यासारख्या लोकांनी आसन्नमरण स्थितीत असलेली मराठेशाही सावरून धरली. न्या. म. गो. रानडे लिहितात, "केवळ लुटारू व दरोडेखोर या युद्धात कधीही विजयी होऊ शकले नसते. मराठ्यांनी या युद्धात उच्च दर्जाचे शौर्य, परिश्रम, शासन कौशल्य, अदम्य आशावाद, अढळ विश्वास, बंधुत्वाची भावना व आत्मत्याग इत्यादी श्रेष्ठ गुणांचा परिचय करून दिला होता. त्यामुळे स्वातंत्र्य संग्रामाचा हा काळ महाराष्ट्राच्या इतिहासात अत्यंत गौरवशाली व ऐश्वर्याचा काळ समजला जातो."[१०९]

पगडी लिहितात, "इ. स. १६८० ते १७०७ या काळातील मराठ्यांचा पराक्रम वेगळ्या स्वरूपाचा होता. औरंगजेब हा स्वराज्यात घुसला होता. सगळी साधनसामग्री त्याच्या बरोबर होती. सतत २५ वर्षे तो येथे आघात करत होता. मराठे त्याच्याशी नेटाने

लढत होते. शेवटी युद्धात मुघलांना माघार घ्यावी लागली.''[११०]

रियासतकार सरदेसाईंनी मराठी राज्याचा विस्तार पुढे जो झाला, त्याला वरील स्वातंत्र्ययुद्ध कारणीभूत झाल्याचे म्हटले आहे. हे सर्व मान्य करूनही हेही स्पष्टपणे म्हटले पाहिजे की, याच काळात वतनदारी फोफावली. राज्यापेक्षा वतनासाठी लोक पुढे आले. त्यांनी पराक्रम गाजविला, तो राष्ट्रासाठी नसून वतनासाठी. अर्थात, तरीही त्यामुळे मुसलमानांना आळा बसला व हिंदू आणि हिंदूंच्या स्त्रिया, मंदिरे इत्यादी सुरक्षित राहिले, हाही मोठाच फायदा म्हटला पाहिजे.

महाराणी ताराबाईंच्या कार्याचे मूल्यमापन –

मराठ्यांच्या नव्या राजधानीस साताऱ्यास औरंगजेबाचा वेढा बसला असता सिंहगडावर मराठ्यांचे छत्रपती राजाराम महाराज मृत्यू पावले आणि सर्व मराठी राज्य दुःखात बुडून गेले. स्वातंत्र्ययुद्धाच्या काळातील संभाजी महाराजांच्या वधानंतर मराठी राज्याला बसलेला हा दुसरा हादरा होता. पण महाराणी ताराबाई अशा संकटमय परिस्थितीत पुढे आली. तिने पदर खोचला. राज्यसूत्रे आणि तरवार हाती घेऊन औरंगजेबाचे लष्करी आव्हान तिने स्वीकारले. एका लहानशा राज्याची पंचवीस वर्षांची एक विधवा राणी मुघल पातशाहीशी लष्करी संघर्ष करण्यास उभी ठाकते आणि सतत सात वर्षे तो संघर्ष चालवून त्यास जेरीस आणते, ही आपल्या इतिहासातील एक असामान्य घटना होय. औरंगजेबाशी एकच निर्णायक लढा न देता गनिमी काव्याचा उपयोग करून त्यांनी त्याला अगतिक करून टाकले.

त्यांनी आपल्या सात वर्षांच्या काळात जो पत्रव्यवहार केला, त्यातून त्यांचा आत्मविश्वास दिसून येतो. प्रस्तुत विषयाच्याच संदर्भात महाराणी ताराबाईंच्या कार्यकर्तृत्वाचा विचार करावयाचा झाल्यास आक्रमक विस्तारवादी धोरण हे त्यांचे वैशिष्ट्य दिसते. औरंगजेब सह्याद्रीच्या कड्यावर धडका मारत असता त्याचे नीतिधैर्य खचविण्यासाठी महाराणी ताराबाईंनी त्याच्या लांबलांबच्या सुभ्यात आपली लष्करे घुसविली. महाराणी ताराबाईंच्या काळात मराठी फौजा वऱ्हाड, खानदेश, गुजराथ, माळवा, तेलांगण, कर्नाटक या मुलखात घुसल्या. आपल्या दक्षिणेच्या मोहिमेची फळे आपल्या डोळ्यांदेखत बादशहाला पाहावी लागली. मराठ्यांच्या या धुमाकुळीने बादशहा अगदी वैतागून गेला. दीनवाणा बनला. कवी देवदत्त याने महाराणी ताराबाईंचे काव्यात्म मूल्यमापन केले आहे, तेच योग्य होय असे म्हटले पाहिजे. तो म्हणतो–[११२]

दिल्ली झाली दीनवाणी
दिल्लीशाचे गेले पाणी

ताराबाई रामराणी
भद्रकाली कोपली।।
रामराणी भद्रकाली
रणरंगी क्रुद्ध झाली
प्रलयाची वेळ आली
मुगल हो सांभाळा।।

देवदत्त म्हणतो, त्याप्रमाणे खरोखरच दिल्लीच्या सिंहासनाची लाज गेली होती. त्याची अप्रतिष्ठा झाली होती. मुघलांच्या दृष्टीने हा प्रलयकालच होता. या प्रलयकालात मुघलांची इभ्रत बुडत चालली होती आणि खुद्द मुघल बादशाहीच्या भव्य इमारतीवर या प्रलयाच्या लाटा धडकू लागल्या होत्या. त्याचे श्रेय महाराणी ताराबाईंना द्यायला काही हरकत असू नये.

धनाजी जाधव, कृष्णा सावंत आणि हिंदुराव घोरपडे –

संताजी घोरपडेप्रमाणेच धनाजी जाधवाने मराठ्यांच्या स्वातंत्र्ययुद्धात महत्त्वपूर्ण कामगिरी बजावली. तिची दखल घ्यायलाच हवी. राजाराम महाराजांच्या कारकिर्दीत त्याच्या पराक्रमास धार आली. नाशिकपासून जिंजीपर्यंत एकसारख्या मोहिमा संताजी–धनाजी यांनी काढल्या होत्या. तथापि, मराठ्यांच्या सेवेत तो शिवाजी महाराजांपासूनच होता आणि शिवाजी महाराजांच्या नजरेसही त्याचा पराक्रम आला होता. राजाराम महाराज जिंजीस गेल्यावर महाराष्ट्रात धनाजीने अजब पराक्रम करून बादशाही फौजांवर विजय मिळविले होते. म्हणून राजाराम महाराजांनी त्याला 'जयसिंहराव' हा किताब दिला होता.

१६९८ ते १७०० या काळात म्हणजे राजाराम महाराज जिंजीहून महाराष्ट्रात परत आल्यापासून ते त्यांच्या अंतकाळापर्यंत धनाजीने मुघल फौजांशी अनेक लढाया लढून त्यांना घायकुतीस आणले होते. राजाराम महाराजांच्या मृत्यूनंतर ताराबाई महाराणींच्या काळातही धनाजीने आपल्या लष्करी मोहिमा बडोद्यापासून कारवारपर्यंत चालूच ठेवल्या होत्या. मुघलांची अनेक नगरे मारली, अनेक शत्रू–सैनिक कैद करून आणले. खुद्द बादशही छावणीवरही हल्ले गेले. बादशाहीस हवालदील करून सोडले. छत्रपती शाहू महाराज मुघलांच्या कैदेतून सुटून आल्यावर धनाजी त्यांना जाऊन मिळाला. महाराणी ताराबाई–छत्रपती शाहू महाराज यांच्या युद्धात तो अचानक शाहू महाराजांच्या बाजूने लढला. त्याच्या आगमनाने शाहू महाराज विजयी ठरले. १२ जानेवारी १७०८ रोजी शाहू महाराजांनी स्वतःला राज्याभिषेक करवून घेतला. त्या वेळेस त्यांनी ज्या नेमणुका केल्या,

तेव्हा धनाजीला त्यांनी सेनापतीपद दिले. परंतु पुढे अल्पावधीतच जून-जूलै १७०८ मध्ये मराठ्यांचा हा महान सेनापती स्वर्गवासी झाला.

कृष्णा सावंत हा मराठ्यांच्या स्वातंत्र्ययुद्धातील एक महत्त्वाचा माणूस. १६९९ मध्ये त्यानेच प्रथम नर्मदा पार करून मराठी सत्तेच्या विस्ताराचा मार्ग मोकळा केला होता, असे तारीखे दिलकुशाचा लेखक भीमसेन सक्सेना म्हणतो.[११३] अशा या महत्त्वाच्या माणसाचा एकही उल्लेख मराठी कागदपत्रांत मिळत नाही. वरील ग्रंथाच्या आधारेच यदुनाथ सरकार, वा. सी. बेंद्रे, सेतुमाधवराव पगडी, वि. गो. दिघे यांनी आपापल्या ग्रंथांमध्ये कृष्णा सावंताच्या नर्मदा पार होण्याचा व नर्मदा पार करणारा तो पहिला मराठा वीर एवढाच उल्लेख केलेला आढळतो. त्यापेक्षा अधिक माहिती मिळत नाही. वाकसकरांनी आपल्या शिवचरित्रात कृष्णा सावंत शिवाजी महाराजांस येऊन भेटल्याचा उल्लेख केलेला आहे.[११४] शिवाजी महाराजांनी त्याला कुडाळची देशमुखी देऊन तेथे मुख्य नेमल्याचेही वाकसकरांनी म्हटले आहे. तथापि, राजाराम महाराजांच्या काळात नर्मदा पार करणारा कृष्णा सावंत हाच का, हे नक्की सांगता येणे अवघड आहे. परंतु शिवाजी महाराजांकडे १६६४ मध्ये आलेला कृष्णा सावंतच १६९९ मध्ये नर्मदा पार झाला असणे शक्य आहे.

कृष्णा सावंताने नर्मदा पार केली, तर हिंदुराव घोरपड्यांनी प्रामुख्याने महाराष्ट्र आणि कर्नाटक प्रदेशांत आपली चमक दाखविली. हिंदुराव घोरपडेचे मूळ नाव बहिर्जी. संताजीने तुळापूरच्या बादशाही छावणीवर हल्ला करून तंबूचे कळस कापून आणले. त्या मोहिमेत बहिर्जी घोरपडे होता. घोरपडे बंधूंच्या कामगिरीवर खूश होऊन राजाराम महाराजांनी बहिर्जीस हिंदुराव हा किताब दिला होता.[११५] भीमसेन सक्सेनाही त्याने दक्षिणेत धामधूम उडविल्याचे नमूद करतो व दख्खनी लोक त्याला हिंदुराव या नावाने संबोधित होते, असे सांगतो.[११६] तथापि, त्याच्याविषयीची यापेक्षा अधिक माहिती मराठी कागदपत्रांत मिळत नाही. जयसिंगराव पवारांनी आपल्या महाराणी ताराबाई या ग्रंथात एक-दोन पृष्ठांमध्ये हिंदुराव आणि कृष्णा सावंत यांची वेगळी दखल घेतलेली आढळते.

v) छत्रपती शाहू महाराजांचे महाराष्ट्रात आगमन -

इ.स. १७०७ मध्ये औरंगजेबाचा मृत्यू झाला व बादशाहीकरिता त्याच्या मुलांच्यात तंटे सुरू झाले. दक्षिणच्या सुभ्यांपैकी गोवळकोंडा आणि विजापूर हे दोन प्रांत कामबक्षकडे होते. आज्जमकडे बाकीचा भाग होता. पण दिल्लीचे तख्त घेऊन स्वतः बादशाहा व्हावे, असे प्रत्येकालाच वाटत होते. त्यामुळे कामबक्षने उत्तरेत प्रयाण केले. पण उत्तरेत प्रयाण केल्यावर दक्षिणेत मराठी अंमल निर्भयपणे सुरू होईल व पुढे मराठे उत्तरेतसुद्धा आपणांस

त्रास देण्यास काही कमी करणार नाहीत, हे आज्जम जाणून होता. तेव्हा मराठ्यांस काही काळ तरी गुंतवून ठेवणे आवश्यक होते. तो उद्योग म्हणजे त्यांनी आपापसांत भांडत राहणे होय. आज्जम हिंदुस्थानच्या वाटेवर असता त्याचा सरदार झुल्फिकारखान याने मराठ्यांना आपापसांत झुंजत ठेवण्याची नामी युक्ती सांगितली. आज्जमशाहाला ही युक्ती पसंत पडली. ती युक्ती म्हणजे बादशाही कैदेतील शाहू महाराजांची सुटका करणे होय. शाहू महाराजांची सुटका केल्यास ते ताराबाई महाराणींशी दक्षिणेत जाऊन भांडून आपला हिस्सा घेतील. परिणामी मराठ्यांचे दोन पक्ष होतील व साहजिकच मराठे सरदार विभागले जातील, अशी त्याची युक्ती होती. ही युक्ती स्वाभाविकच आज्जमशाहाला पसंत पडली आणि त्याने ८ मे १७०७च्या सुमारास शाहू महाराजांस सोडले, त्या वेळी बादशहाची छावणी नेमाड प्रांतात होती.

शाहू महाराज सुटून महाराष्ट्रात आले, त्या वेळेस त्यांचा बादशहाशी एक तोंडी करार झाला होता. तो करार असा - १) मुघल साम्राज्याचा जहागीरदार म्हणून शाहू महाराजांनी शिवाजी महाराजांच्या स्वराज्यावर राज्य करावे. २) गरज पडेल, तेव्हा त्यांनी आपली फौज घेऊन बादशाहाची चाकरी करावी. ३) दक्षिणेतील सहा सुभ्यांतून त्यांनी चौथाई व सरदेशमुखी वसूल करावी. कैदेतून सुटका झाल्यापासून मराठी सरदारांना पत्रे लिहून आपल्या सेवेत रुजू होण्याचे आवाहन शाहू महाराज करू लागले होते. त्यांच्या आवाहनाला महाराष्ट्रातील सरदारांनी व सेनानींही चांगलाच प्रतिसाद दिला. तथापि, ताराबाई महाराणींनी छत्रपती पदाचा खरा वारस कोण, असा सवाल केला व मुद्दा मांडला की, शिवाजी महाराजांचे राज्य त्यांच्या पुत्राने - संभाजी महाराजांनी धुळीला मिळविले. नंतर राजाराम महाराजांनी अपार श्रमसायास घेऊन स्वपराक्रमे नूतनच राज्य संपादिले.[११७] तथापि ताराबाई महाराणींचा हा मुद्दा किती फोल होता, हे सिद्ध करण्यास राजाराम महाराजांचेच एक प्रकाशित पत्र पुरेसे आहे. ते पत्र शंकराजी नारायण यांस लिहिले आहे. पत्रात म्हटले आहे की, ''चिरंजीव (शाहू महाराज) कालेकरून श्री देशी (स्वराज्यात) आणील ते (शाहू) मुख्य सर्व राज्यास अधिकारी आम्ही करिता तरी त्यांचे साठीच आहे. प्रसंगास सर्व लोकस तिकडेच (शाहूकडेच) पहाणे येईल व वागतील हे कारण ईश्वरीच नेमिले आहे.[११८] राजाराम महाराजांच्या शब्दांत प्रचंड स्वार्थत्याग भरलेला आहे. राज्याचा खरा वारस शाहू महाराजच होय, यास राजाराम महाराजांच्या पत्रामुळे तरी अन्य पुराव्याची गरज नाही.

तथापि, शाहू महाराज महाराष्ट्रात आल्यावर व्हावयाचे तेच झाले. महाराणी ताराबाई आणि शाहू महाराज यांच्यात झगडा झाला. त्यात महाराणी ताराबाईंकडील धनाजी जाधवासारखी माणसेदेखील शाहू महाराजांकडे आली. शाहू महाराज यादवीत विजयी

ठरले. १२ जानेवारी १७०८ रोजी त्यांनी स्वतःला राज्याभिषेक करवून घेतला. व अष्टप्रधानांच्याही नेमणुका केल्या.

राज्याभिषेकापासून मृत्यूपर्यंत ४२ वर्षे शाहू महाराजांची कारकिर्द झाली, म्हणजे मोघमपणे अर्धशतक पावेतो त्यांची छाप मराठेशाहीवर पडलेली दिसते. आणि या काळात मराठेशाहीचे जे रूपांतर साम्राज्यात झाले, त्याचे जनकत्व शाहू महाराजांकडे येते. राज्यकर्ता या नात्याने शाहू महाराजांच्या उद्योगाचा जर कोणता विशिष्ट व ठळक परिणाम झाला असेल, तर तो हा एकच की, राज्यकारभारास लागणाऱ्या हरएक पेशात त्यांनी असंख्य माणसे नवीन तयार केली.

अशा असंख्य माणसांपैकी एक म्हणजे पेशवे बाळाजी विश्वनाथ भट होय. मराठ्यांचा पुढचा सगळा इतिहास या भट घराण्याशी निगडित आहे. भट घराण्यावर शाहू महाराज छत्रपती या नात्याने एवढे प्रसन्न झाले होते की, पेशवे बाळाजी विश्वनाथ यांच्यापासून मराठ्यांचे पेशवेपद त्या घराण्याकडे देण्याचाच शिरस्ता त्यांनी कायम केला.

पेशवा पद –

पेशवा पद हे मराठ्यांच्या इतिहासात काही शाहू महाराजांच्या वेळेस एकाएकी निर्माण झाले व ते पेशवे बाळाजी विश्वनाथ भट यांचेकडे आले असे नाही. बाळाजी विश्वनाथ पेशवेपदावर येण्यापूर्वी मराठेशाहीत एकूण ६ अधिकारी पेशवे पदावर होऊन गेले.[११९]

भट घराण्याकडे पेशवाई –

बाळाजी विश्वनाथ भट ह्यांनी शाहू महाराजांच्या कारकिर्दीच्या प्रारंभी आणि त्यापूर्वीही अनेक पराक्रम केले होते. त्यामुळे बहिरोपंत पिंगळ्यांनंतर बाळाजी विश्वनाथ भट यांना १७ नोव्हेंबर, सन १९१३ रोजी शाहू महाराजांकडून सातारकर छत्रपतींच्या पेशवेपदाची वस्त्रे मिळाली. ऐतिहासिक पेशवाईचा हाच खरा प्रारंभ.[१२०]

पेशवाईचा उत्कर्ष होण्याची कारणे –

छत्रपती शाहूमहाराजांच्या अडचणी हे पेशव्यांच्या उत्कर्षाचे प्रमुख कारण होय, असे डॉ. एच. एन. सिन्हा म्हणतात. शाहू महाराज महाराष्ट्रात आले, त्या वेळेस महाराष्ट्रात अशांतता होती. त्यांना अनेक बिकट प्रसंगांना तोंड द्यावे लागत होते. परिस्थितीवर मात करण्याचे धाडस शाहू महाराजांजवळ नव्हते, तथापि, त्यांच्याजवळ गुणग्राहकता भरपूर होती. त्यांनी बाळाजी विश्वनाथाला अचूक हेरले. त्याने आपल्या कर्तबगारीने त्यांचे डळमळीत आसन स्थिर करून मराठ्यांच्या कारभाराची व्यवस्था ठरविण्यात शाहू

महाराजांस मदत केली, म्हणून शाहू महाराजांनी त्यांस पेशवेपदावर नेमिले.[१२१]

महाराष्ट्रातील बहुतेक सर्व मराठे सरदार अतिशय स्वार्थी व संकुचित वृत्तीचे झाले होते. परिस्थितीमुळे राजाराम महाराजांनी सुरू केलेल्या जहागिरी पद्धतीमुळे मराठेशाहीत बराच मोठा सरंजामी वर्ग तयार झाला होता. शाहू महाराजांच्या दरबारातील प्रतिनिधी– जाधव, दाभाडे, भोसले, आंग्रे हे सर्वच सरदार स्वार्थी होते. साहजिकच शाहू महाराजांचा प्रामाणिक पेशव्यांवर विश्वास जडला. अर्थात, त्याचा अर्थ पेशवे बाळाजी विश्वनाथ भट स्वार्थी नव्हते, असा याचा अर्थ नव्हे. ''आंग्रे प्रकरण मिटवा मग तुम्हास पेशवेपद देऊ'', असे शाहू महाराज सांगताच, त्यावर बाळाजी विश्वनाथ ''पेशवेपद अगोदर द्या, मग आंग्र्यांचा बंदोबस्ताचे काम करतो'' असे म्हणतात, यावरूनच त्यांचा पेशवेपदाचा स्वार्थ लक्षात येतो. तथापि, इतरांपेक्षा शाहू महाराजांना बाळाजी विश्वनाथ हेच जास्त भरवशाचे माणूस वाटत होते, हेच खरे.

खेडच्या लढाईत शाहू महाराजांनी जरी महाराणी ताराबाईंचा पराभव केला असला तरी त्यांचा पूर्ण बिमोड झाला नव्हता. त्यांनी घेतलेल्या पवित्र्यामुळे शाहू महाराज आणि त्यांच्यात (महाराणी ताराबाई) संघर्ष होऊन शेवटी अठराव्या शतकाच्या दुसऱ्याच दशकात मूळ मराठी राज्याच्या सातारा आणि कोल्हापूर अशा दोन ठिकाणी छत्रपतीच्या दोन गाद्या तयार झाल्या. राजघराण्यात प्रभुत्वाकरिता चाललेल्या या संदर्भात पेशव्यांना आपली सत्ता वाढविण्यासाठी आपोआपच संधी मिळाली. शिवाजी महाराजांच्या मृत्यूनंतर अष्टप्रधान मंडळ जवळजवळ नष्टच झाले होते. राजाराम महाराजांनी या व्यवस्थेचे पुनरुज्जीवन करून त्यात 'प्रतिनिधी' हे नवे पद जोडले. त्या वेळी स्वातंत्र्यसंग्राम जोरात चालू असल्याने अष्टप्रधानांपैकी अमात्य, सेनापती व प्रतिनिधी हे मंत्री विशेष कार्यमग्न होते. शाहू महाराजांच्या कारकिर्दीत पेशवे सोडल्यास अष्टप्रधान मंडळातील अन्य व्यक्ती कर्तृत्वहीन होत्या. त्यामुळे नव्या पेशव्यांचे महत्त्व वाढले.

याच दरम्यान, दक्षिण हिंदुस्थानात मराठ्यांचा कट्टर शत्रू म्हणजे हैद्राबादचा निजाम. त्याने शाहू महाराजांवर अनेक गंडांतरे आणली. अशा उपद्व्यापी माणसांना पुरून उरण्यासाठी शाहू महाराजांना पेशव्यांसारख्यांची गरज भासली. पेशव्यांनी ती गरज पूर्ण केली.

पेशव्यांच्या उत्कर्षाला त्यांची व्यक्तिगत पात्रताही कारणीभूत ठरली. श्रीमंत बाळाजी विश्वनाथ पेशवे, श्रीमंत पहिले बाजीराव पेशवे, श्रीमंत बाळाजी बाजीराव पेशवे हे सर्व शूर, मुत्सद्दी, चारित्र्यसंपन्न आणि बुद्धिमान होते. शिवाय ते शाहू महाराजांशी स्वामिनिष्ठ होते. अशा सर्व अनुकूल परिस्थितीत पेशव्यांचा उत्कर्ष झाला. त्यांच्या उत्कर्षाबरोबरच मराठी सत्तेचाही विस्तार झाला. तो विस्तार विशेषतः उत्तरेकडे झाला. उत्तरेकडे जाणारे

पहिले पेशवे म्हणजे श्रीमंत बाळाजी विश्वनाथ. यांनी १७१९मध्ये दिल्लीच्या बादशाहाकडून मराठ्यांसाठी ज्या सनदा आणल्या, त्यामुळे त्यांची कीर्ती सर्वत्र पसरली. पण त्याही अगोदरपासून ते राजकारणात होते. किंबहुना हळूहळू ते वरच्या पदापर्यंत पोहोचले.

बाळाजी विश्वनाथ भट –

मुंबईच्या दक्षिणेस सावित्री नदीच्या उत्तरेस श्रीवर्धन म्हणून गाव आहे आणि दक्षिणेस वेळास हे एक खेडे आहे. पेशवे बाळाजी विश्वनाथ भट यांचे घराणे श्रीवर्धनचेच होय. बाळाजी विश्वनाथ हा विसाजी पंत यांचा क्रमांक चारचा मुलगा होय. त्यांचा जन्म सन १६६० मध्ये झाला असावा. बालवयात त्यांनी सिद्दीच्या जुलमांच्या कथा ऐकल्या होत्या. शिवाजी महाराज व त्यांचे पराक्रम याविषयीही त्यांनी ऐकले होते व त्यांची चाकरी करावी, अशी त्यांची महत्त्वाकांक्षा होती. परंतु प्रत्यक्षात त्यांनी राजाराम महाराजांची कारकिर्द पाहिली असून रामचंद्रपंत अमात्यांचा मराठ्यांचा कारभार व औरंगजेब बादशहाचा मुघल कारभार त्यांना पूर्ण परिचित होता. राजाराम महाराजांच्या कारकिर्दीतच ते पुण्याच्या सरसुभेदारीवर होते. ते कार्यक्षम वसुली अधिकारी होतेच, परंतु ते उत्तम लष्करी अधिकारीही होते. भीमेच्या काठी औरंगजेबाची छावणी असताना (१६९५-९९) बाळाजीने औरंगजेबाच्या धाकट्या मुलीच्या (झेबुन्निसा बेगम) वतीने गं.भा.येसूबाई यांची पुण्याचे सरसुभेदार या नात्याने उत्तम बडदास्त ठेवली होती. शाहू महाराज व पेशवे बाळाजी विश्वनाथ यांचा पहिला परिचय याच काळात झाला असावा.[१५२] शाहू महाराजांचे व त्यांचे पुढील गोष्टीबद्दल सूतोवाच याच वेळी झाले असले पाहिजे. पेशवे बाळाजी विश्वनाथ यांनी आपली लष्करी चुणूक अहमदाबादवर हल्ला करून व २ लक्ष १० हजार रुपये मिळवून इ.स. १७०७ मध्ये दाखवून दिली होती. अशा प्रकारे शाहू महाराजांच्या आगमनापूर्वीच पेशवे बाळाजी विश्वनाथ यांनी आपले लष्करी सामर्थ्य दाखवून दिले होते. शाहू महाराजांच्या सुटकेनंतर ते त्यांना जाऊन मिळाले. त्यामुळे शाहू महाराजांना त्यांचा फारच उपयोग झाला. शाहू महाराज यांना पेशवे बाळाजी विश्वनाथ यांनी केलेली मदत व त्यांचा पूर्वीचा पराक्रम पाहूनच शाहू महाराजांनी त्यांना १७१३ मध्ये पेशवेपदाची वस्त्रे दिली. पेशवे म्हणून सत्तेवर आल्यावर बाळाजी विश्वनाथ यांनी आंग्र्यांशी शाहू महाराजांचा समेट घडवून आणला. त्यामुळे मराठी राज्याचा फायदाच झाला, असे म्हटले पाहिजे.

कान्होजीप्रमाणे शाहू महाराजांना विरोध करणारे मराठे-खटावकर, निंबाळकर, चव्हाण इत्यादी सरदारांचा बंदोबस्त पेशवे बाळाजी विश्वनाथ यांना करता आला असे

नव्हे, पण त्यांनी तसा प्रयत्न केला.

पेशवे बाळाजी विश्वनाथ यांना कदाचित स्वकीय शत्रूंचा बंदोबस्त करण्यात कमीअधिक यशापयश आले असेल, तथापि पेशवे बाळाजी विश्वनाथ यांची मराठ्यांच्या इतिहासातील अत्यंत महत्त्वाची कामगिरी म्हणजे त्यांची दिल्ली स्वारी व सनदांची प्राप्ती होय. प्रस्तुत पुस्तकाच्या विषयानुसार तर तेच त्यांचे महत्त्वाचे कार्य!

मराठे दिल्लीत – सनदांची प्राप्ती –

औरंगजेब बादशाहा वारल्यानंतर त्याच्या मुलांच्यात गादीसाठी झगडे झाले. त्यात त्याचा थोरला मुलगा मुअज्जम विजयी झाला. त्याने बदाहूरशाहा किताब धारण केला व तो दिल्लीच्या तख्तावर बसला. पुढे १७ फेब्रुवारी १७१२ रोजी तो लाहोर येथे मरण पावला. त्याचा मुलगा जहांदरशाहा गादीवर बसला. एक वर्षाच्या आत बहादूरशाहाचा नातू फरुकसियर याने सय्यदांच्या साहाय्याने जहांदरशाहाचा खून करून ता. ११ जानेवारी १७१३ रोजी बादशाही तख्त मिळविले. फरुकसियरची कारकिर्द १७१९ पर्यंत राहिली. बादशाहीतील या घडामोडींकडे शाहू महाराजांचे नेहमी लक्ष असे. दिल्लीतील या घडामोडी व कारस्थानांनीच मराठ्यांना दिल्लीच्या राजकारणात ओढले.

फरुकसियरला गादीवर बसविण्यात सय्यद हसन अली व सय्यद हुसेन अली यांनी महत्त्वाची भूमिका बजाविल्यामुळे सय्यद बंधूंचे बादशाही राजकारणात बरेच महत्त्व वाढले. परंतु लवकरच त्यांचे पटेनासे झाले. सय्यद बंधूंची जोडगोळी फोडण्याच्या दृष्टीने बादशाहाने सय्यद हुसेन याला दक्षिणेच्या सुभेदारीवर रुजू केले. सय्यद हुसेनने मराठ्यांशी बादशाहातर्फे एक करार केला. तो असा –

१. शिवाजी महाराजांच्या वेळचे स्वराज्य, तमाम गडकोटसुद्धा शाहू महाराजांचे हवाली करावे. २. खानदेश, गौंडवन, वऱ्हाड, हैद्राबाद, कर्नाटक या भागांत मराठ्यांनी जिंकलेले प्रदेश मराठ्यांना मिळावेत. ३. द. चौथाई सरदेशमुखी मराठ्यांनी वसूल करावी. ४. शाहू महाराजांनी १५ हजार फौज मुघलांच्या मदतीस द्यावी. ५. कोल्हापूरच्या संभाजी महाराजांस शाहू महाराजांनी उपद्रव करू नये. ६. मराठ्यांनी दरसाल १० लाख रुपये बादशाहास खंडणी द्यावी. ७. महाराणी येसूबाई वगैरेंची सुटका करावी.[१२१]

या करारावर सरदेसाईंचे भाष्य असे, ''मराठा मंडळाचे लक्ष घरगुती भांडणातून काढून बाहेरच्या उद्योगात लावण्याचा पेशवे बाळाजी विश्वनाथ यांचा मतलब सिद्धीस गेला, आणि मराठ्यांच्या उद्योगास नवीन क्षेत्र प्राप्त झाले. बादशाहीच्या तैनातीस आपली फौज देणे, म्हणजे त्याच्या संरक्षणाची हमी आपल्याकडे घेतल्यासारखे होते. मात्र शाहू महाराजांनी बादशाहास खंडणी कबूल केली, याचा अर्थ छत्रपती शिवाजी महाराज यांच्या

वेळचे स्वातंत्र्य सोडून त्यांनी बादशाहाची ताबेदारी पत्करली. चौथाई सरदेशमुखीचे हक्क मिळाल्यामुळे महाराष्ट्राबाहेर संचार करण्याची मोकळीक मराठ्यांना प्राप्त झाली. काम पडेल तिकडे बादशाहाची सेवा करण्याचे धोरण त्यांनी पत्करले. स्वहित सांभाळण्यासाठी आजूबाजूच्या सत्ताधीशांसंबंधाने चढावाची राज्यपद्धती स्वीकारावी लागते, तसा बहुतेक प्रकार मराठ्यांचा झाला. अर्थात, या तहाने मराठेशाहीच्या कारभारास निराळे वळण लागले. नवीन जबाबदारी व नवीन कर्तव्ये उत्पन्न झाली. पूर्वीची व्यवस्था बदलली. नवीन मनु सुरू झाला. मराठेशाहीचे हे रूपांतर श्रीमंत बाळाजी पेशवे यांनी उपस्थित केले. आणि पुढील पुरुषांनी त्याच्या परिपोषाचा उद्योग केला.[१२२]

मराठे दिल्लीत –

सय्यद हुसेनने केलेला करार बादशाहास मान्य नव्हता. त्याचे व दिल्लीतील सय्यद हुसेनचे वितुष्ट शिगेस पोहोचले होते. डोईजड झालेल्या सय्यदचा काटा काढण्यासाठी बादशाहाने मुरादाबादहून निजामी, पाटण्याहून सरबुलंदखान, गुजरातेतून अजितसिंग या सुभेदारांना बोलाविले. दिल्लीत या सुभेदारांच्या फौजा येऊ लागल्या. परिस्थिती ओळखून सय्यद हसन यास ताबडतोब दिल्लीत बोलाविले. मराठ्यांना त्यांनी मदतीस घेतले. दिल्लीस जाण्याचे हे कारस्थान छत्रपती शाहू महाराज व पेशवे बाळाजी विश्वनाथ यांनी अंगावर घेतले. सय्यद हुसेन व मराठे फेब्रुवारी १७१९मध्ये दिल्लीस पोहचले. २९ फेब्रुवारी १७१९ रोजी सय्यद बंधूंनी फरुखसिअरला पदच्युत करून रफीउद्दीरजात यास बादशाही तख्तावर बसविले. दरम्यान झालेल्या दंगलीत मराठ्यांची दोन हजार माणसे कापली गेली. पण मराठ्यांना बादशाहाचे वतीने ०३ मार्च १७१९ रोजी चौथाई व १५ मार्च १७१९ रोजी सरदेशमुखीचा करार करण्यात आला. सरदेसाई म्हणतात, ''गुजराथ– माळवा या प्रांतांच्या सनदाही मिळवाव्या अशी शाहू महाराजांची ताकीद पेशवे बाळाजी विश्वनाथ यांना होती, पण ती सिद्धीस गेली नाही. तथापि, तो उद्योग श्रीमंत पेशवे पहिले बाजीराव यांनी पुढे पुरा केला.''[१२३]

गो. स. सरदेसाई ज्या ताकिदीचा उल्लेख करतात, त्याचा पुरावा मात्र देत नाहीत. शिवाय शाहू महाराज अशी ताकीद पेशव्यांना देऊ शकत होते काय, हाही प्रश्नच आहे. तथापि, मराठे १७१९ मध्ये दिल्लीपर्यंत पोहोचले व त्यांनी सनदा आणल्या, हाच पराक्रम पुष्कळ मोठा होता, यात शंका नाही.

या करारावर त्र्यं. शं. शेजवलकरांसारख्यांनी गुलामगिरीच्या सनदा[१२४] वगैरे केलेली टीका लक्षात घेऊनही या करारामुळे शाहू महाराजांचे महत्त्व वाढले. मराठ्यांना चौथाई वसुलीच्या निमित्ताने मुघली प्रदेशावर ताव मारण्याचा मोका मिळाला. दिल्लीची बादशाही

अंतस्थ कलहाने पोखरली असून ती आपल्या ताब्यात आणण्यास वेळ लागणार नाही, हे मराठ्यांना कळून चुकले, यात वाद होण्याचे कारण नाही. याचे श्रेय तत्कालीन परिस्थितीस जसे द्यावे लागेल, तसेच पेशवे बाळाजी विश्वनाथ यांच्या कर्तृत्वाला दिले पाहिजे. पुढे श्रीमंत पहिले बाजीराव पेशवे यांनी साम्राज्यविस्ताराच्या दृष्टीने पेशवे बाळाजी विश्वनाथ यांच्यापेक्षा अधिक पराक्रम केला, यात शंका नाही. पण त्याचा पाया पेशवे बाळाजी विश्वनाथ यांनी घातला, हे विसरून चालणार नाही. त्या दृष्टीने सरदेसाई म्हणतात त्याप्रमाणे, पेशवे बाळाजी विश्वनाथ म्हणजे मराठी साम्राज्याचा संस्थापक होय, हे जसे खरे, तसेच व्यक्तिशः पेशवे बाळाजी विश्वनाथ हे अत्यंत कर्तबगार होते. अनेक उलाढाली करणे, कठीण प्रसंगांना न डगमगणे, धरलेला पक्ष सिद्धीस नेणे, विरोधी पक्षांची समजूत घालणे याबाबतीत पेशवे बाळाजी विश्वनाथ निष्णात होते. पेशवे बाळाजी विश्वनाथ यांच्यामुळेच शाहू महाराजांचे आसन स्थिर झाले व त्यांच्यावरील कठीण प्रसंग टळला व त्यांच्या राज्याची घडी पेशवे बाळाजी विश्वनाथ यांनी बसवून दिली, हेही खरे. शाहू महाराजांनी पेशवे बाळाजी विश्वनाथ यांना दिलेली 'अतुल पराक्रमी सेवक' ही पदवी योग्यच होती. तथापि, पेशवे बाळाजी विश्वनाथ यांचे कार्य प्राप्त परिस्थितीत योग्य होते, तरी ते अखेरीस मराठी राज्यास अहितकारकच ठरले. एक गोष्ट मात्र खरी की, पेशवे बाळाजी विश्वनाथ यांनी गोंधळ आणि अव्यवस्था यातून मार्ग काढून, शांतता निर्माण करून काही काळ तरी मराठी राज्य वर्धमान बनविले, यात शंका नाही.

संदर्भ टिपा

१) गाडगीळ, स. रा. (संपादक), सभासद बखर, पुणे, १९६०, पृ. १०५

२) बेंद्रे, वा. सीं. छत्रपती शिवाजी महाराज, मुंबई, १९७२, पृ. १६ उपरोक्त

३) काळे, दि. वि. छत्रपती शिवाजी महाराज (तृ. आ.) पुणे, १९७१, पृ. ९

४) सरदेसाई, गो. स. मराठी रियासत, खंड १ (नवी आवृत्ती) मुंबई, १९८८, पृ. ११७

५) गाडगीळ, स. रा. (संपा.) उपरोक्त, पृ. १२

६) खरे, ग. ह. (संपादक) ऐ. फा. सा. खंड ३, ले. १८

७) खरे, ग. ह. निवडक लेख, पुणे, १९७२, पृ. ६४-६७

८) जोशी, प्र. न. (संपादक), आज्ञापत्र, पुणे १९६९, पृ. ४० (दु. आ.)

९) पिंगुळकर, व्ही. पी. सावंतवाडी संस्थानाचा इतिहास, सावंतवाडी, १९११, पृ. ७-८

१०) भारतीय इतिहास आणि संस्कृती, पु. ५, वर्षे २ रे, पृ. ४९

११) कित्ता, पृ. ५१

१२) देसाई, स. शं. म. इ. सा., पो. द., भाग २, मुंबई १९७४, पृ. ७-८

१३) शेजवलकर, त्र्यं. शं. श्री शिवछत्रपती, मुंबई, १९६४, पृ. ३२१

१४) गाडगीळ, स. रा. (संपा.) उपरोक्त, पृ. ८८

१५) पिसुर्लेकर, पा. सं. पोमसं, पुणे, १९६७, पृ. ६१

१६) गाडगीळ, स. रा. उपरोक्त पृष्ठ १२७-२८

१७) म. रि. पृष्ठ ८०

१८) बेंद्रे, वा. सी. छत्रपती संभाजी महाराज, पुणे, १९६०, पृ. १७४

१९) कमल गोखले, शिवपुत्र संभाजी, पुणे, १९७१, पृ. २३ (दु. आ.)

२०) गाडगीळ, स. रा. (संपा.), उपरोक्त, पृ. ८४

२१) बेंद्रे, वा. सी. उपरोक्त, पृ. ३९४

२२) गोखले, कमल उपरोक्त, पृ. १२८

२३) देसाई, स. शं. शिवशाही पोर्तुगीज कागदपत्रे, कोल्हापूर, १९७७, प. क्र. ८६ पृ. ८७

२४) देसाई, स. शं. पोर्तुगीज - मराठे संबंध, मुंबई. १९८९, पृ. ७७

२५) देसाई, स. शं. संभाजी आणि पोर्तुगीज (संभाजी स्मारक ग्रंथ), पृ. २१५

२६) कित्ता, पृ. २१८

२७) देसाई, स. शं. जुवे घेतल्याचा उल्लेख करतात, पोर्तुगीज - मराठे संबंध, पृ. ८६/८७, तर डॉ. पिसुर्लेकर म्हणतात, जुवे बेट संभाजी महाराजांनी काबीज केल्याचा मराठी साधनांमध्ये आधार नाही. जेथे शकावलीत ''मार्गशीर्ष मासी फिरंगीयांचे कुंभार जुवे घेतले'' अशी नोंद आढळते. पण कुंभार जुवे घेतल्याचा पोर्तुगीज दफ्तरामध्ये आधार नाही- पोर्तुगीज-मराठे संबंध, पुणे, १९६७, पृ. १०६

२८) देसाई, स. शं. पोर्तुगीज - मराठे संबंध, पृष्ठ ८६-८७

२९) कित्ता, पृ. ९०

३०) कित्ता, पृ. ९३

३१) कित्ता, पृ. ९४

३२) पिसुर्लेकर, पां. सं. उपरोक्त पृ. १०९

३३) कित्ता, पृ. ११३-१५

३४) कित्ता, पृ. १२०

३५) कित्ता, पृ. १२५

३६) कित्ता, पृ. १२६

३७) कित्ता, पृ. १२७

३८) कित्ता, पृ. १२८

३९) सेतुमाधवराव पगडी, मराठ्यांचे स्वातंत्र्ययुद्ध, पुणे १९६२, पृ. ३५

४०) मनूची (अनु.) ज. स. चौबळ, असे होते मोगल, मुंबई, १९८२ पृ. २०३-७४

४१) म. रि. खंड २, पृ. ९५

४२) पगडी, सेतुमाधवराव म. स्वा. यु., पृ. ४३

४३) साने, का. ना. (संपादक), चिटणीस बखर, पुणे १९१५, पृ. २३ (ति. आ.)

४४) पगडी, सेतुमाधवराव म. स्वा. यु., पृ. ४२

४५) राजवाडे, वि. का. म. इ. सा., खंड ५, लेख ६

४६) Khare, G. H. Khare, Select Articles, Pune 1962, P. 111

४७) पगडी, सेतुमाधवराव मो. म., पृ. १४३

४८) देसाई, स. शं. पो. म. सं., पृ. ९६

४९) कित्ता आणि पिसुर्लेकर, उपरोक्त, पृ. १२९

५०) म. रि. खंड २, पृ. १६३-६४

५१) म. रि. खंड ३, पृ. ९६

५२) पगडी, सेतुमाधवराव मो. म., पृ. १४३

५३) शि. च. सा., खंड ६, पृ. ७-९८

५४) देसाई, स. शं. पो. म. सं., पृ. ९६

५५) कित्ता

५६) पिसुर्लेकर, उपरोक्त, पृ. १२९

५७) कित्ता पृ. १३०

५८) कित्ता पृ. १३०-१३१

५९) कित्ता

६०) देसाई, स. शं. शि. पो. का., कोल्हापूर १९७७ पृ. ११८

६१) कित्ता

६२) कित्ता पृ. ११९

६३) देसाई, स. शं. पो. म. सं., पृ. १००

६४) पगडी, सेतुमाधवराव हि. स्व. मो. पृ. ५२

६५) म. रि. खंड २, पृ. २४१

६६) पवार, जयसिंगराव महाराणी ताराबाई, कोल्हापूर १९७५ प्रस्तावना, पृ. २१

६७) वर्टीकर, श. ह. का. से. घ. का., कोल्हापूर १९७१, पृ. १७

६८) कित्ता लेख ९८, पृ. १०८

६९) राजवाडे, वि. का. म. इ. सां., खंड १५, पृ. ३५१

७०) ही लढाई कासीमखानाबरोबर झाली. हे ठिकाण कर्नाटक राज्यातील चित्रदुर्ग भागात आहे. चित्रदुर्गच्या पूर्वेला २२ मैलांवर!

७१) म. रि. खंड २, पृ. १७७ ते ८०

७२) डॉ. पवार आप्पासाहेब (संपादक), ता. का., खंड १, कोल्हापूर १९६९, पृ. १०६

७३) कित्ता पृ. १५

७४) पगडी, सेतुमाधवराव म. स्वा. यु., पृ. ४८

७५) कित्ता पृ. ४९

७६) पगडी, सेतुमाधवराव हिं. स्व. मो., पृ. २३०

७७) पुणे पुराभिलेखागारातील अप्रकाशित कागदपत्रे दफ्तर क्र. १, पुडके क्र. १, कागद क्र. ७

७८) पगडी, सेतुमाधवराव मो. म., पृ. १६३

७९) कित्ता, पृ. १४३

८०) पगडी, सेतुमाधवराव मो. म. सं., पृ. १२१

८१) पगडी, सेतुमाधवराव मो. द. बा., खंड १, मुंबई १९७८, प्रस्तावना पृ. २२

८२) पगडी, सेतुमाधवराव मोम. पृ. १५७

८३) पिसुर्लेकर, उपरोक्त पृ. १३४

८४) कित्ता

८५) पगडी, म. स्वा. यु., पृ. ८१

८६) कित्ता

८७) डॉ. पवार, आप्पासाहेब उपरोक्त, पृ. ६१-६२

८८) कित्ता, पृ. १४३-४४

८९) कित्ता, पृ. १४५ ते ४८

९०) कित्ता, पृ. १७४

९२) कित्ता, पृ. १६४-६५

९३) देसाई, स. शं. मो. प. सं., पृ. १०६

९४) पिसुर्लेकर, उपरोक्त, पृ. १३५

९५) डॉ. पवार, आप्पासाहेब उपरोक्त, पृ. २०९

९६) कित्ता, पृ. २२२-२३

९७) Grant Duff - History of Marathas p. 422

९८) खरे, वासुदेवशास्त्री, इचलकरंजी संस्थानचा इतिहास, पृ. २३

९९) खोबरेकर, वि. गो., महाराष्ट्राचा इतिहास, खंड २, मुंबई १९८८, पृ. १५

१००) म. रि. खंड ३, पृ. ९६

१०१) देसाई, स. शं. – पो. म. सं. पृ. ११०

१०२) खोबरेकर, उपरोक्त, पृ. ३१

१०३) म. रि. खंड ३, पृ. ११२-१३

१०४) कित्ता, पृ. ११३-१४

१०५) कित्ता, पृ. ११४-११५

१०६) देसाई, पो. म. सं., पृ. ११४

१०७) कित्ता

१०८) पगडी, सेतुमाधवराव म. स्वा. यु. पृ. १०९

१०९) रानडे, म. गो. मराठी सत्तेचा उदय, पृ. १४५-४६

११०) पगडी, सेतुमाधवराव, मो. स्वा. यु., पृ. १११

१११) म. रि. खंड २, पृ. ३१६

११२) डॉ. पवार, आप्पासाहेब उपरोक्त, पृ. ८ ते ११

११३) पगडी, सेतुमाधवराव, मो. म., पृ. १४३

११४) वाकसकर, वी. स. शिवाजी व शिवकाल, मुंबई १९३०, पृ. १७२

११५) वर्टीकर, श. ह. उपरोक्त, पृ. १०८

११६) पगडी, मो. म., पृ. १४३
११७) बेंद्रे वा. सी. (संपादक), महाराष्ट्रेतिहासाची साधने, खंड २, मुंबई १९६६, पृ. २८३-८४
११८) राजवाडे, वि. का. संपादक, म. इ. सा., खंड ३, पृ. ५१
११९) पारसनीस, द. ब. (संपादक), शा. रो., पृ. ४१-४२
१२०) Sinha, H. N. Rise of Peshwas, Alahabad 1954, p. 15
१२१) वि. का. राजवाडे, म. इ. सा., खंड ८, लेख ७८
१२२) म. रि. खंड ३, पृ. १४२
१२३) कित्ता, पृ. १५०
१२४) शेजवलकर, त्र्यं. शं. नि. पे. सं., पुणे १९६३, पृ. १३

३ पेशवा बाजीरावाच्या काळातील मराठ्यांचा साम्राज्यविस्तार

छत्रपती शाहू महाराजांचा पहिला पेशवा बाळाजी विश्वनाथ १७२० मध्ये मरण पावला. त्याची मराठ्यांच्या इतिहासातील सेवा लक्षात घेऊन शाहू महाराजांनी त्याचा मुलगा बाजीराव याला १७ एप्रिल १७२० रोजी आपला पेशवा नेमले. बाजीराव पेशवा अत्यंत दूरदर्शी आणि धोरणी होता. तत्कालीन राजकीय परिस्थितीचे त्याने बारकाईने परीक्षण केले होते. तोही पित्याबरोबर दिल्लीस गेला होता. मराठ्यांची वाढती शक्ती आणि मुघल साम्राज्याची दुर्बलता याने बरोबर ओळखली होती. मोडकळीस आलेल्या मुघल साम्राज्याच्या भग्नावशेषावर मराठ्यांचे साम्राज्य निर्माण करण्याची त्याला उमेद होती. डॉ. दिघे त्याच्या साम्राज्यवादी धोरणाबाबत लिहितात, "पेशवा बाजीरावाला दक्षिण भारतात प्रभुत्व व उत्तर भारताचे नेतृत्व प्राप्त करावयाचे होते."[१]

मराठ्यांच्या चढाईच्या धोरणाचा पहिला कट्टर पुरस्कर्ता पेशवा बाजीरावच होय. सुमारे २५ वर्षे दक्षिणेतच औरंगजेबाने ठाण मांडल्याने त्या वेळी मराठीशाहीचे धोरण बचावात्मक होते. परंतु बचावासाठी चढाईचीच जरुरी असते, हे युद्धतत्त्व पेशवा बाळाजी विश्वनाथाने मराठा सरदार मंडळाला अचूक शिकविले. कर्तबगार पेशवा बाजीरावाने आपल्या पित्याच्याच पावलावर पाऊल टाकून मुघल सत्तेस आव्हान देण्याचे ठरविले.

श्रीपतराव प्रतिनिधी पेशवा बाजीरावाचा कट्टर विरोधक होता. शाहू महाराजांच्या दरबारात पेशवा आणि प्रतिनिधी असे दोन गट होते. प्रतिनिधीसह अन्य मराठे सरदार पेशवा बाजीरावाच्या विस्तारवादी धोरणाचे विरोधक होते. परंतु पेशवा बाजीरावाने या विरोधाचा विचार न करता आपले विस्तारवादी धोरण पुढे रेटलेच. परिणामी, त्याला अंतर्गत आणि बहिर्गत शत्रूंना तोंड द्यावे लागले. यामध्ये पहिला शत्रू होता तो निजाम!

निजाम म्हणजे औरंगजेबाच्या चाकरीत असलेल्या गाजीउद्दीन फिरोजजंगचा मुलगा होय. त्याचा जन्म १६७१ मध्ये झाला. १६८२ ते १७०७ पर्यंत त्याने औरंगजेबाबरोबर

दक्षिणेत वास्तव्य केले. हा दक्षिणेचा अनुभव निजामाला पुढील काळात उपयुक्त ठरला. सन १७१३ मध्ये फरुकसिअर बादशाहाने निजामाची दक्षिणेच्या सुभेदारीवर नियुक्ती केली. याच वेळी निजामास निजाम-उल-मुल्क खानखानान ही पदवी देण्यात आली. प्रत्यक्ष स्वतंत्र राज्याची १७२४ मध्ये त्यानेच स्थापना केली. दिल्लीच्या बादशाहाबरोबर तो आभासात्मक निष्ठा ठेवून असला तरी दक्षिणेमध्ये स्वतः सुभा निर्माण करावा, असे विचार त्याच्या मनामध्ये दक्षिणेच्या पहिल्या सुभेदारीच्या वेळेस डोकावले नसतील असे नाही.[२] सन १७२० मध्ये छत्रपती शाहू महाराजांची पेशवे बाजीरावांनी भेट घेतली आणि आपले राजकारण स्पष्ट केले. बाजीराव पेशवे म्हणाले, ''स्वसामर्थ्याने शत्रूस वठणीवर आणल्याशिवाय राज्य चालणार नाही. पूर्वी वडिली मोठी कार्ये केली, तशी न करावी. तरी मोठी पदे कशाला घ्यावी? आम्हास हुकूम करा. फौज खजिना सर्व स्वामी चरणांचे प्रतापे करून सिद्ध करीतो. राज्य साधतो, हिंदुस्थानची मसलत करतो. वडिलांचा उद्देश पूर्ण करणे जरुरी आहे.[३]''

शाहू महाराजांनी बाजीराव पेशवेंच्या या विचारास तत्काळ संमती दिली. शाहू महाराज पेशवे बाजीरावांच्या वरील धोरणास संमती देतात आणि शिवाय त्याचबरोबर पेशवे बाजीरावांस कळवितात की, ''तुम्ही नबाबाचे नजीक राहू नये. तुम्ही त्याच्या गोष्टीत मन घालावेसे नाही. त्याच्या स्नेहास अंतर करू नये. नबाबाची मर्जी राखावी. नबाबाशी कलह न केला पाहिजे.''[४] यावरून डॉ. खोबरेकर म्हणतात की, ''पेशवे बाजीराव-निजाम एवढ्या लढायात तह, करारमदार होऊनही निजाम शिल्लक राहिलाच, याला खुद्द शाहू महाराजच कारण ठरले, असे म्हटले पाहिजे.'' मात्र या ठिकाणी हेही लक्षात घ्यावे लागेलच की, पेशव्यांनीही निजामाकडून माळव्याचा सुभा घेतला होता व एक प्रकारे शाहू महाराजांप्रमाणे त्यांनीही निजामाची ताबेदारी स्वीकारली होती. दुसरे म्हणजे निजामाचा तोफखाना प्रबळ राहिला म्हणूनच श्रीमंत पहिले बाजीराव पेशवे त्याला कोंडू शकले. परंतु त्याच्या सैन्याचा पूर्ण लष्करी पराभव करू शकले नाहीत. तसेच पेशव्यांच्या निजामाशी वागण्याच्या धोरणावरून त्यांचा प्रदेशाचा स्वार्थ व लष्करी कमकुवतपणाही सिद्ध होतोच. म्हणूनच प्रा. शेजवलकर, निजाम महाराष्ट्राला जो पुरून उरला तो पेशव्यांमुळेच[५], असे जे म्हणतात तेच खरे. तथापि, या ठिकाणी मराठ्यांच्या विस्तारवादाच्या योजना प्रत्यक्षात आणण्यासाठी निजाम-पेशवे जो हर्षामर्ष घडून आला, त्याची दखल घेणे भाग आहे. तशी ती घेण्याचा प्रयत्न केला आहे.

चिखलठाणा भेट –

बाजीराव पेशवे-निजाम एकूण ६ भेटी झाल्या. त्यांपैकी पहिली भेट ४ जानेवारी १७२१ रोजी चाळीसगाव जवळील चिखलठाणा येथे झाली. तथापि, त्या भेटीतून काहीच निष्पन्न झाले नाही. पण बाजीराव पेशव्यांनी स्वसामर्थ्यावर भिस्त ठेवण्याचा निश्चय केला. इकडे बादशाहाची निकडीची पत्रे आल्याने मुबारीचखानास आपला दुय्यम नेमून निजाम उत्तरेत गेला. मुबारीचखानाने मराठ्यांना त्रास देण्यास सुरुवात केली. दिल्लीस गेल्यानंतर निजामाचे व बादशाहाचे पटले नाही. मराठ्यांच्या बंदोबस्ताचे कारण सांगून तो दक्षिणेस जाण्यासाठी माळव्यातून निघाला. सन १७२२ च्या दसऱ्यानंतर बाजीराव पेशवेही खानदेशातून माळव्यात आले. निजाम लवकरच औरंगाबादला पोहोचला. २२ जून १७२४ ला तो औरंगाबादला पोहोचताच, त्याला मुबारीचखानाच्या संकटाची चाहूल लागली. तो त्या संकट निवारणाच्या कार्यास लागला. निजामावरचे हे संकट दूर करण्यासाठी छत्रपती शाहू महाराजांनी बाजीराव पेशव्यांना निजामाच्या मदतीस पाठविले.६ मराठे आणि निजाम यांच्या एकत्रित सैन्याने मुबारीचखानाचा साखरखेडा येथे ११ ऑक्टोबर १७२४ रोजी पराभव केला. मराठ्यांच्या मदतीने निजामाने मुबारीचखानावर विजय मिळविला; पण इतिहासात विजयाची नोंद मात्र निजामाच्या नावावर झाली.

साखरखेडा युद्धानंतर आपण संपूर्ण दक्षिणेचा बंदोबस्त करू व मराठे नर्मदा ओलांडणार नाहीत याची दक्षता घेऊ, असे निजामाने बादशाहास कळविले. बाजीराव पेशव्यांचा त्याने सत्कार केला. पण हे सर्व वरवरचे होते. मराठ्यांना शह देण्याचे राजकारण निजामाने चालूच ठेवले होते. अशा पार्श्वभूमीवरच निजाम आणि पेशवे यांची पालखेड येथे पहिली लढाई झाली.

पालखेडची लढाई –

निजामाने कोल्हापूरकर संभाजी राजांना हाताशी धरून छत्रपती शाहू महाराजांना साफ उखडण्याचा डाव रचला. तेव्हा शाहू महाराज, सुमंत व प्रतिनिधी यांचे डोळे उघडले. पुण्याच्या रोखाने येणाऱ्या ऐवजखानास तुकोजी पवारने सिन्नर येथे रोखले. सिन्नरचा देशमुख जो निजामास मिळाला होता, तो पराभूत झाला. फत्तेसिंग भोसले व रघुजी भोसले यांनी चंद्रसेन जाधवाचा समाचार घेतला. निजामाने लोहगड घेतला व तो चिंचवडवरून पुण्यास निघाला. पुण्यास संभाजी यांना राजा म्हणून घोषित केले. पुण्यात निजामाने धुमाकूळ उडविला. पेशवे पुण्याच्या रोखाने येत आहेत, असे समजताच निजाम बारामती पेडगाववरून नगरला गेला. निजामाजवळ उत्कृष्ट तोफखाना होता. बाजीराव पेशव्यांनी पुणतांब्याजवळ गोदावरी ओलांडून जालना व सिंदखेड बेचिराख केले. अशा

परिस्थितीत निजामाचा सरदार ऐवजखान बाजीराव पेशव्यांना सामोरा आला. त्याचा ५ नोव्हेंबर १७२७ रोजी बाजीराव पेशव्यांनी पराभव केला. पुढे बाजीराव पेशवे वायुवेगाने वऱ्हाडात निघाले. वाटेत माहूर, वासींद, मंगलूर हे तालुके त्यांनी जिंकून घेतले. गुजराथेत जाऊन सर बुलंदखानाशी निजामाविरुद्ध मैत्री जोडली. आपण बऱ्हाणपूर जाळणार अशी आवईही बाजीराव पेशव्यांनी उठविली. त्यामुळे निजामाला बाजीराव पेशव्यांवर धाव घ्यावी लागली. परिणामी निजाम-पेशवे यांची भेट पालखेड येथे घडली. पालखेडला निजामाच्या सैन्याला मराठी सैन्याने गराडा घातला. निजामाचे बाहेरच्या जगाशी संबंध साफ तुटले. निजामाच्या हालअपेष्टांना सीमा राहिली नाही. परिणामी त्याने ऐवजखानामार्फत ६ मार्च १७२८ रोजी तह केला. तो तह म्हणजेच मुंगी-शेगावचा तह होय. त्यातील काही महत्त्वाची कलमे पुढीलप्रमाणे -[७]

१) दक्षिणेतील सहा सुभ्यांतील राज्यकारभाराची व्यवस्था मराठ्यांच्या अनुमतीने व्हावी. तसे करताना मराठे बादशाहाचे हितच पहातील.

२) आनंदराव सुमंत हा पेशव्यांच्या नोकरीत असल्याने त्याला वकील म्हणून ठेवून घेऊ नये. आम्ही दुसरा कोणीतरी पाठवू.

३) संभाजी राजांस निरोप देऊन निजामाने पन्हाळ्यास रवाना करावे. निजामाने जप्त केलेली ठाणी मोकळी करून पेशव्यांच्या हवाली करावीत. निजामाने दक्षिणच्या सहा सुभ्यांच्या चौथाई आणि सरदेशमुखीच्या सनदांना मान्यता द्यावी. संभाजी राजे यांना कृष्णा-पंचगंगा यामधील मुलूख आम्ही दिला आहे, त्या व्यतिरिक्त जादा आपण न द्यावा.

या तहानंतर निजाम आणि बाजीराव पेशवे यांच्यात वस्त्रांच्या भेटी होऊन ते एकमेकांस भेटले. निजामावर पालखेड येथे बाजीराव पेशव्यांनी अथवा मराठ्यांनी विजय संपादन केला, त्याचे श्रेय मल्हारराव होळकर, राणोजी शिंदे व तुकोजी पवार यांनाही द्यावयास हवे. कारण हे सरदार जीवास जीव देऊन लढण्यास सिद्ध होते.

पालखेड विजयाचे मराठ्यांच्या दृष्टीने महत्त्व -

निजामाने मुंगी-शेगावचा तह मान्य करून मराठे हे आपल्यापेक्षा बलवान व सत्तावान आहेत, हे मान्य केले. दक्षिणेत आपणच सर्वशक्तिमान आहोत. शाहू महाराजांची तिरपीट उडवून देवू अशी जी निजामास घमेंड होती, ती नाहीशी झाली. दक्षिणच्या सहा सुभ्यांवरील मराठ्यांच्या चौथाई आणि सरदेशमुखीच्या हक्कास निजामाकडून मान्यता मिळाली. या हक्कांना तो आत्तापर्यंत मान्यता देत नव्हता. ही मान्यता देणे त्याला भाग पडले. त्यामुळे आपले स्वातंत्र्य गमावून दक्षिणेत मराठ्यांच्या स्वैरसंचारास त्याने मोकळीक करून

दिल्यासारखेच झाले. त्यामुळे मराठ्यांच्या आक्रमणास कायदेशीरपणा आला. यापुढे मराठे आणि निजाम यांचे लढे झाले. पण चौथ आणि सरदेशमुखीच्या हक्कांविरुद्ध निजामाने ब्र काढला नाही. अशा रीतीने मराठ्यांचे दक्षिणेतील राजकीय वर्चस्व निजामाने कबूल केले.

या विजयाचा एक अप्रत्यक्ष परिणाम असा झाला की प्रतिनिधी, कान्होजी भोसले, दाभाडे, सरलष्कर, भोसले, निंबाळकर या जुन्या सरदारांवर नाकर्तेपणाचा शिक्का बसून स्वराज्यात त्यांची कर्तबगारी मागे पडली. बाजीराव पेशवे आणि चिमाजी आप्पा पेशवे यांची ताकद प्रकट झाली.

मराठ्यांच्या सत्तेच्या वृद्धीचे क्षेत्र उत्तर हिंदुस्थानातच आहे, असे बाजीराव पेशव्यांनी ठरविले. आणि पालखेड जिंकल्यानंतर त्यांनी आपला रोख माळवा, बुंदेलखंडावर वळविला. त्यातून गुजरातेत बाजीराव पेशवे–दाभाडे संघर्ष घडून येऊन दाभाडे ठार झाला. पण त्याची जहांगीर त्याच्याच मुलास देऊन बाजीराव पेशव्यांनी आपले औदार्य प्रकट केले. दाभाड्यांना उपद्रव देऊ नये, असेही बाजीराव पेशव्यांनी सचिवांस सांगितले.[८]

निजाम आणि बाजीराव पेशवे यांच्यातील एक अप्रसिद्ध लढाई –

निजाम आणि बाजीराव पेशवे यांच्यात पालखेड येथे सन १७२८ व भोपाळ येथे सन १७३७ अशा दोन लढाया झाल्या, असे आजवरच्या इतिहासावरून दिसून येते. पण बाजीराव पेशवे आणि निजाम यांच्यात वरील दोन लढायांशिवाय सन १७३१मध्ये दमणजवळ लढाई झाली. गुजराथेतून पुण्यास येण्यास दोन मार्ग. एक खानदेश–संगमनेर– पुणे व दुसरा सुरत–जव्हार–कल्याण–माळसेज घाट–जुन्नर आणि पुणे. दुसऱ्या मार्गावरून दमणवरून यावे लागते. बाजीराव पेशवे दुसऱ्याच मार्गाने आले. कारण यशवंतराव ब्रह्मेंद्र स्वामीस लिहितात की, ''प्रधानपंत रेवा उतरवून आंबुलेश्वरावर आले. बाजीराव प्रधान नर्मदा बाबापीराच्या घाटे उतरून अलीकडे आले.'' असे जिवबा हा पेशव्यांचा नोकर ब्रह्मेंद्र स्वामीस लिहितो. पेशव्यांच्या मागे दाभाडे यांच्या फौजा आहेत व त्यांच्यापुढे सागावच्या अंतराने किलीचखान व बंगश आहे. याचा हर्षमर्ष होणार आहे. उदाजी पवार आणि चिमणाजी दामोदर या उभयतांस वस्त्रे आणि हत्ती दोघांस दोन देऊन सोडविले. याचा अर्थ निजाम आणि बाजीराव पेशवे यांची दमणजवळची लढाई ८ एप्रिल १७३१ ते ९ मे १७३१ या दरम्यान झाली असली पाहिजे.[९] या लढाईत बाजीराव पेशव्यांनी निजामाचा पराभव करून त्यास एक तह मान्य करण्यास भाग पाडले. त्यानुसार निजामाने बाजीराव पेशव्यांच्या उत्तरेकडील स्वाऱ्यांचे वेळी त्यांना अडथळा करू नये व बाजीराव पेशव्यांनी निजामाच्या दक्षिणेतील मुलखावर स्वाऱ्या करू नये, असे ठरले.[१०]

रोहे-रामेश्वर येथे बाजीराव-निजाम भेट -

बाजीराव पेशवे आणि निजाम यांच्यात रोहे-रामेश्वर येथे झालेली भेट ही प्रसिद्ध आणि महत्त्वाची होय. ती २७ डिसेंबर १७३२ रोजी झाली. ही भेट करू नये, असे अनेकांनी बाजीराव पेशव्यांना सुचविले. खुद्द मातोश्रीबाईंनीही तसे कळविले होते. तथापि, भेट घ्यावी असे शाहू महाराजांचे म्हणणे असल्याने व बाजीराव पेशवे स्वामिनिष्ठ असल्याने निवडक सहकाऱ्यांसह निजामाच्या भेटीस गेले. दोघांची भेट बुधवार दि. २७ डिसेंबर १७३२ रोजी लातूरपासून ८ मैलांवर असलेल्या रोहे-रामेश्वर येथे झाली. भेट अगदी साधी झाली. निजामाने बाजीराव पेशव्यांना ७ वस्त्रे, दोन सुंदर मोत्यांचे जोड, दोन घोडे व एक हत्ती नजर दिले. भेट चांगली पार पडल्याबद्दल महाराष्ट्रात सगळीकडे आनंद झाला. तोफांचे बार उडविण्यात आले. शाहू महाराजांनी साखऱ्या वाटल्या.[११]

या भेटीबद्दल एलफिन्स्टन म्हणतो, "बाजीराव पेशव्यांच्याबरोबर ही जी निजामाची भेट झाली, त्यात गुप्तपणे मराठ्यांनी निजामास असे आश्वासन दिले असावे की, आम्ही दक्षिणेत धामधूम करणार नाही. फक्त सरदेशमुखी व चौथा वसूल करू आणि निजामाने कबूल केले असावे की, उत्तर हिंदुस्थानात मराठे ज्या वेळी चढाई करतील, त्या वेळी आपण गप्प बसू. मात्र मराठ्यांनी खानदेशला उपसर्ग पोचविता कामा नये."[१२]

भोपाळ लढाई -

बाजीराव पेशव्यांनी उत्तरेकडील मोहीम हाती घेऊन माळवा व गुजराथ जिंकून घेतला. एवढेच नव्हे तर त्यांनी दिल्लीपर्यंत धडक मारली. तेव्हा बाजीराव पेशवे व मराठ्यांना प्रतिकार करणारा बलाढ्य सेनानी दरबारात नसल्याने बादशाहाने निजामाला दक्षिणेतून तातडीने बोलाविले. जुलै, १७३७ मध्ये निजाम दिल्लीत पोहोचला.[१३] राजधानीत त्याचे भव्य स्वागत झाले. मुघल दरबारातील सर्वश्रेष्ठ उमराव म्हणून त्याचा गौरव करून बादशाहाने त्याला आसफजह ही पदवी दिली.[१४] मराठ्यांना हाकलून लावण्यासाठी बादशाहाने त्याला एक कोटी रुपये व पाच सुभ्यांचा कारभार दिला. निजामपुत्र गाजीउद्दीन याला आग्रा व माळवा यांची सुभेदारी दिली. निजामाने इटावा, काल्पी, बुंदेलखंडावरून धामणी व सिरोंजमार्गे भोपाळ गाठले. व तेथील तळे आणि किल्ला यांमध्ये छावणी केली. आपला पुत्र नसिरजंग याला त्याने बाजीराव पेशव्यांना दक्षिणेतून येताना माळव्यात अडविण्यास सांगितले. पण नासिरजंगाला पुरेसा वेळ मिळाला नाही. शिवाय त्याच्या सैन्यातील काही मराठे फुटून बाजीराव पेशव्यांना मिळाले. दाभाडे व रघुजी भोसले हे जरी तटस्थ राहिले असले, तरी बाजीराव पेशवे ८० हजार सैन्य जमा करू शकले. नर्मदा ओलांडून बाजीराव पेशवे भोपाळ येथे पोहोचले. निजामाने संरक्षित

जागा निवडली होती. पण ही बंदिस्त जागाच त्याच्या नाशास कारण ठरली. मराठ्यांनी निजामाची रसद बंद केली.

मुघलांचे शिपाई व मराठे यांची चकमक झाली, पण निजामाने आपले शिपाई मागे घेतले. बाहेर पडून हल्ला करण्यासही त्याने सैन्यास मनाई केली. त्यामुळे निजामाचे सैन्य कंटाळले. मराठ्यांनी त्याला पुरते वेढले. सफदरजंगाने निजामाला मदत पोहोचवण्याचा प्रयत्न केला. पण मल्हाररावाने त्याचा पराभव केला. अखेरीस निजाम मराठ्यांना शरण आला. ७ जानेवारी १७३८ रोजी बाजीराव पेशवे-निजाम यांच्यात दुराई सराईचा तह झाला. त्यानुसार बाजीराव पेशव्यांना सर्व माळवा निजामाने दिला. शिवाय नर्मदा व चंबळ यांमधील प्रदेशही बाजीराव पेशव्यांना मिळाला. लढाईच्या खर्चाबद्दल बादशाहाकडून ५० लाख रुपये देण्याचे निजामाने कबूल केले.

भोपाळ विजयाचे महत्त्व –

भोपाळ लढाईनंतर यशवंतराव पवाराने कोट्यातून १० लाख रुपये मिळविले. शिंदे, होळकर, भावजी कवळे यांना बाजीराव पेशव्यांनी प्रत्येकी २५ हजार रुपये बक्षीस दिले.[१५] पालखेड व भोपाळ युद्धामुळे बाजीराव पेशव्यांची कीर्ती हिंदुस्थानभर झाली. भोपाळ विजय बाजीराव पेशव्यांच्या कर्तृत्वाचा परमोच्च बिंदू म्हटला पाहिजे. पण त्याचबरोबर निजामासारख्या कपटी माणसास बाजीराव पेशवे सातत्याने मोकळा सोडतात, हे अयोग्यच होते. अर्थात, येथे शाहू महाराज बाजीराव पेशव्यांपेक्षा जास्त जबाबदार ठरतात, हे मागे एका शाहू महाराजांच्या पत्रावरून स्पष्ट झाले आहे.

भोपाळ लढ्यात निजामाचा पराभव करून लष्करी क्षेत्रातील मराठ्यांचे श्रेष्ठत्व बाजीराव पेशव्यांनी सिद्ध केले आणि एका नव्या साम्राज्याचा पाया घातला, असेच म्हटले पाहिजे.

शिंदे-होळकरांचे उत्तरेतील पराक्रम –

बाजीराव पेशव्यांच्या नेतृत्वाखाली मराठ्यांच्या उत्तरेकडील पराक्रमाला उधाण आले. १७३१च्या १४ डिसेंबरला छत्रसाल राजा मरण पावल्यावर त्याच्या राज्याचा तिसरा हिस्सा त्यांनी बाजीराव पेशव्यांना दिला. पेशव्यांना मदत करण्याचे छत्रसाल राजाचे ब्रीद होतेच. छत्रसाल राजा लिहितात, 'स्वामी ज्या मुलखावर चालतील, त्या मुलखावर समागमे चालावे, जो मुलुख जप्त करावा त्यात अर्धी अर्ध प्रमाण घ्यावे.[१६]

वरील धोरणानुसार चिमाजी आप्पा एप्रिल १७३३पर्यंत बुंदेलखंडात होते. त्यांनी छत्रसालच्या राज्यालगत असलेल्या जतिया, ओडसा, नरवर या संस्थानिकांकडून खंडण्या वसूल केल्या व आपले सैन्य ग्वाल्हेरपर्यंत नेऊन ठेवले.

दरम्यान, या काळात मराठे उत्तरेकडे गेले की, लोक त्यांना प्रदेश देऊन टाकत. याबद्दलचे एक अप्रकाशित पत्र बोलके आहे. पत्र म्हणते की, विसी लाखाचा मुलुख बुधलियाने दिल्हा, परंतु बंदोबस्त झाला पाहिजे.[१७]

मराठ्यांना अशा प्रकारे माळवा, बुंदेलखंडात प्रदेश-प्राप्ती होत होती. त्यांचा राज्यविस्तार होत होता. पण त्याच वेळी मिळालेल्या प्रदेश-प्राप्तीचा मी एक वाटेकरी, अशी त्या वेळी त्या भागात असलेल्यांची भावना होती. माळव्यात शिंदे, होळकर, पवार या तिघांना वाटा हवा असे. तो जर मिळाला नाही तर अडचणी निर्माण होतील, असे कृष्णाजी हरी चिमाजी आप्पा यांना लिहितात.[१८] अर्थात वतनाची अभिलाषा हे मराठी मनाचे वैशिष्ट्यच होते. त्यानुसार वरील वर्तन झाले. तथापि, आपल्या पराक्रमामुळे आपल्याला काहीतरी प्राप्त होणार आहे, म्हणून का होईना मराठ्यांनी आपला साम्राज्य विस्तार केला, हे नाकारता येणार नाही.

१७३३ नंतर बाजीराव पेशव्यांनी उत्तरेकडे लक्ष केंद्रित केले. उत्तरेत फौजा गेल्याशिवाय खंडण्या वसूल होणार नाहीत, हे ठाऊक असल्यामुळे त्यांनी पिलाजी जाधवाला डिसेंबर १७३३ मध्ये उत्तरेकडे रवाना केले.[१९] शिंदे, होळकरही खानदेश ओलांडून माळव्यात गेले.[२०] पण सर्वांच्या फौजांनी उत्तरेकडची गावेच्या गावे उद्ध्वस्त करून खंडण्या वसूल केल्या. त्यांना प्रतिकार झालाच नाही. ग्वाल्हेर ते अजमेर १५० ते २०० मैलांचा टापू मराठ्यांनी पादाक्रांत केला.[२१]

बादशाही सैन्याची मराठ्यांवर चढाई –

सन १७३४च्या दिवाळीत मराठी फौजा उत्तरेत फिरू लागल्या, त्यांस प्रतिकार करण्यासाठी बादशाहाने आपला वजीर, कमरुद्दीनखान व मीरबक्षीखान डौरान ह्यांना सैन्यासह मराठ्यांवर चालून जाण्याची आज्ञा केली. हे दोन उमराव भली मोठी फौज घेऊन मराठ्यांवर चालून आले. मराठ्यांच्या वायुगती घोडदौडीमुळे मुघलांचा तोफखाना निरुपयोगी ठरला. कमरुद्दीनच्या फौजेने मराठ्यांच्या फौजेशी दोन-तीनदा झुंज दिली. कमरुद्दीनला अपयश आले. पण मराठ्यांनाही काही लाभ झाला नाही. जून १७३५च्या सुमारास मराठी फौज दक्षिणेस आली.[२२]

खान डौरानवर विजय –

शिंदे-होळकरांनी आपली जरब मुघलांना दाखविण्याकरिता १७३४ चा पावसाळा संपताच बुंदी, कोटा अहिरगड या मुलखात झपाट्याने खंडण्या घेण्याची सुरुवात केली. त्यांना धाक दाखविण्याकरिता मीरबक्षीखान डौरान बाहेर पडला. त्याने मारवाडातील सर्व राजे-रजवाड्यांना सामील करून घेतले. समोरासमोरची लढाई मराठ्यांनी टाळली.

शिंदे-होळकर मुकुंददरा नदी पार झाले. खान डौरानला मिळालेले लोक त्यास सोडून जाऊ लागले. तेव्हा खान डौरानने शिंदे-होळकरांशी तह केला.[२३] शिंदे-होळकर या आपल्या सरदारांनी मुघलांना खडे चारल्याचे पाहून बाजीराव पेशव्यांनी उभयतांचे कौतुक केले.[२४]

तडजोडीचे प्रयत्न -

मराठ्यांशी केलेल्या मानहानीच्या तहामुळे खान डौरानवर बादशाहाची इतराजी झाली. खान डौरान बादशाहाच्या मनातून उतरावा, हा एकच हेतू मनाशी बाळगून दरबारातील इतर मुत्सद्दी कमरुद्दीनखान, सादतखान वगैरेंनी खान डौरानच्या फंदफितुरीची शंका व्यक्त केली. जयसिंगाचीही त्यांनी बादशाहापाशी नालस्ती केली.

मराठ्यांचा बंदोबस्त कसा करावा याचा विचार करण्यासाठी बादशाहाने दरबार भरविला असता, जयसिंगाने भर दरबारात स्पष्टपणे सांगितले की, ''औरंगजेबासारख्या बलाढ्य बादशाहाकडून मराठ्यास आळा बसू शकला नाही, औरंगजेबानंतर मराठ्यांचे बल अतोनात वाढून पश्चिम हिंदुस्थानातील बहुतेक प्रदेश मराठ्यांच्या ताब्यात गेले आहेत. त्यांची शक्ती दिवसेंदिवस वाढत आहे. त्यांना आळा घालण्याची ताकद एकाही उमरावाची नाही. शाहू छत्रपती, पेशवे व सरदार यांची पूर्ण जानपछान असून त्यांचे हेतू बादशाहाची सेवा करण्याचे आहेत. बादशाहीस दगा करावा किंवा त्यास नेस्तनाबूद करावे अशी एकाचीही इच्छा नाही. त्यांचे म्हणणे असे की, ''आमच्या पोटापाण्याची सोय करा आम्ही फौजा बाळगून शत्रूंचे निवारण करू, अकबर बादशाहाचे धोरण स्वीकारून भेटीस बोलवावे व त्याजवर असल्या संरक्षणाचा भार टाकावा ही जबाबदारी अंगावर पडली की त्यांची बंडखोरी थांबेल. हे सर्व घडवून आणण्याची जबाबदारी आम्ही आमच्यावर घेतो. अन्य उपाय नाही.'' तेव्हा जयसिंग समानधर्मी मराठ्यांस सामील होऊन विश्वासघात करतात, सबब त्याजकडील सुभेदारी काढून घ्यावी असे मत कमरुद्दीनने दिले. त्याज निजामाने आपला पाठिंबा कळविला. सादतखानही यांच्यात सामील झाला. एवढेच नव्हे तर निजामाच्या मदतीने मराठ्यांचा बंदोबस्त करतो, असे म्हणू लागला.

अशा परिस्थितीत पेशव्यांनी १७३५मध्ये शिंदे-होळकर, बाजी भीमराव यांच्यासह उत्तरेकडे कूच केले. ज्यांच्या सरदारांनी मुघल सैन्याची वाताहात केली, ते पेशवेच स्वतः स्वारीवर निघाले, हे ऐकून उत्तरेतील संस्थानिकांचा थरकाप उडाला. निजामाच्या दरबारातही खळबळ उडाली. बादशाही फौजेच्या मदतीस जाण्यासाठी आपल्या फौजेची व तोफखान्याची निजामाने जल्दी केली.[२५] तथापि, पेशव्यांच्या अथवा मराठ्यांच्या सैन्यावर त्याचा काहीएक परिणाम झाला नाही.

बाजीराव पेशवे-उदेपूर राणा भेट –

पेशवे अनेक खंडण्या घेत कुकसी फत्ते करून लुनावडा, बासवाडा, डोंगरपूर आदी राजपुतान्यातील अनेक राजेरजवाड्यांकडून सत्कार स्वीकारीत उदेपूर राज्याच्या भेटीस गेले.[२६] चंपाबागेत राणाने बाजीराव पेशवे यांच्या भेटीसाठी खास शामियाना उभारला. पेशव्यांनी जाऊन राणाजीची भेट घेतली. राणाने पेशव्यांच्या खंडणीच्या मागण्या मान्य केल्या. पेशव्यांना ३ ते ७ फेब्रुवारी १७३६ पर्यंत ठेवून घेतले.[२७]

खान डौरानकडून बाजीरावाचा सत्कार –

बादशाहाची सारी भिस्त खानावर होती. पण अखेर बादशाहाने खान डौरानच्या पेशव्यांशी समेट करण्याच्या धोरणास मान्यता दिली. खान डौरानने ही हकिगत जयसिंगास कळविली व तेव्हा जयसिंगाने पेशव्यांकडे नजराणा पाठवून त्यांस आपल्या भेटीस बोलाविले. खान डौरानने सतत दोन महिने वेळोवेळी नजराण्यादाखल निरनिराळ्या रकमा बाजीराव पेशव्यांस पाठवून दिल्या. खान डौरान हा बादशाहाचा प्रतिनिधी होता. अर्थात बादशाहाच बाजीराव पेशव्यांचा सत्कार करीत होता.[२८]

बाजीराव पेशवे– जयसिंह भेट –

बाजीराव पेशव्यांनी उदेपूरचा पाहुणचार घेऊन नाथद्वारास जाऊन पत्नीसमवेत देवदर्शन घेतले. ता. ४ मार्च १७३६ रोजी बाजीराव पेशवे व जयसिंग यांची भेट किशनगड नजीक बंभोला येथे झाली.[२९] बाजीराव पेशव्यांना जयसिंहाने पाच लाख खंडणी सालोसाल दिल्याचे कबूल केले. तसेच पूर्वी ठरलेली वीस लाख हप्त्यांनी व जहागीर देण्याचा ठराव झाला. अशा परिस्थितीत लवकरच बाजीराव पेशवे–बादशाहा भेट होणार, अशी वार्ता सर्वत्र पसरली. दक्षिणेतून निजामाने बादशाहास कळविले की, तुम्ही बाजीराव पेशव्यांची भेट घ्याल तर घात होईल. बादशाहाला प्रश्न पडला. प्राप्त परिस्थितीत मार्ग काढण्यासाठी त्याने माळव्याचा सुभा जयसिंगाकडे ठेवून त्याचा नायब म्हणून बाजीराव पेशव्यांची नेमणूक केली. पेशव्यांनी शिंदे, होळकर, पवार यांना माळव्यात ठेवून मे १७३६ अखेर दक्षिणेकडे कूच केले.[३०]

पेशव्यांच्या मातोश्री राधाबाईंची काशीयात्रा –

मराठ्यांचा उत्तरेत जम बसू लागला. राजपुतान्यातील राजेरजवाडे बाजीराव पेशव्यांना आपल्या बरोबरीने मान देऊ लागले. हे ऐकून पेशव्यांच्या मातोश्री राधाबाई यांनी आपली काशीयात्रेस जाण्याची मनीषा बाजीराव पेशव्यांकडे व्यक्त केली. पेशव्यांनी आपल्या मातोश्रींच्या उत्तरेकडील प्रवासाची तयारी केली. उत्तरेतील प्रवासाची कल्पना उत्तरेतील

समस्त राजेरजवाड्यांना देण्यात आली. उत्तरेतील शिंदे-होळकर-बुंदेले यांना मातोश्रींचा प्रवास बिनधोक होण्यासाठी योग्य ती खबरदारी घेण्यास सांगितले. पुण्यातून १४ फेब्रुवारी १७३५ रोजी मातोश्रीबाई प्रवासास निघाल्या. त्या मार्च महिन्यात भराणपुरास पोहोचल्या. पुढे भराणपूरच्या मुसलमान सरदाराने मातोश्रींच्या संरक्षणाकरिता नर्मदा पार होईपर्यंत शे-दोनशे राऊत दिले.[३१] मे महिन्यात राधाबाई उदेपुरास गेल्या. तेथे त्यांचा बहुमान करण्यात आला. उदेपुराहून मंडळी जयपुरास आली. तोच बादशहाची दस्तके सुखरूप प्रवास होण्यासाठी आली. या प्रवासात रजपूतांनी एकूण खूपच आदरसत्कार करून द्रव्यही दिले. जयपूरच्या साबाजींनी तर मातोश्रीस आपली आईच मानले.

१७ ऑक्टोबर १७३५ रोजी मातोश्रीबाई काशीस पोहोचल्या. मे १७३६मध्ये त्या परत पुण्यास पोहोचल्या. १ जून १७३६ रोजी मातोश्रींच्या काशीयात्रेप्रीत्यर्थ मावंदे केले.

पेशव्यांची दिल्लीवरील चढाई –

बाजीराव पेशव्यांना तसेच शिंदे-होळकर सरदारांस पैशाची ओढगस्त लागली. स्वाऱ्या करूनही पैसा मिळत नाही, याबद्दल बाजीराव पेशवे यांना विषाद वाटला. तेव्हा पावसाळ्यात सर्व जबाबदार मराठा सरदारांबरोबर वाटाघाटी करून पेशव्यांनी दिल्लीवर चालून जाण्याचा विचार पक्का केला. मराठ्यांचा बंदोबस्त व्हावयास हवा या विचाराने बादशाहाने पेशव्यांस पायबंद घालण्यासाठी सर्व सरदारांनी एक व्हावे, असे आवाहन सर्व सरदारांस केले. निजामाने पेशव्यांस नर्मदा उतरून द्यावे असे कळविले. ही बातमी बाजीराव पेशव्यांना समजली, तेव्हा त्यांनी नोव्हेंबर १७३६ मध्ये पुणे सोडले. व निजामास चुकवून ते नर्मदा नदी पार झाले. शिंदे, पवार त्यांना मिळाले. १२ जानेवारी १७३७ रोजी त्यांनी भेलशास वेढा घातला.[३२] इथून पुढे मुघल सरदारांस व दिल्लीपतीच्या मांडलिकास जेरीस आणून त्यांचेकडून पैसा वसूल करणे, असे दोन हेतू पेशव्यांनी ठेवले. राजधानीवर चालून जाऊन बादशाहास दहशत बसविण्याचे स्वतः पेशव्यांनी ठरविले. इतर सरदारांनीही कामगिऱ्या वाटून घेतल्या. गनिमी काव्याने शत्रूस हैराण करण्याचा हेतू पेशव्यांनी सरदारांस दिला. बाजीराव पेशवे बुंदेलखंडात शिरले. त्यांनी मुलूख काबीज केला. त्यानंतर अहेर व भदाव घेतले. अहेरचा राजा गोपाळसिंग शरण आला. सादतखानास त्याच्या या कृत्याचा राग आला. त्याने मराठ्यांवर चाल केली. काहींना पकडले. त्यामुळे सादतखानास वाटले की आपण मराठ्यांना बुडविले. त्याने तसे बादशाहास कळविलेही.[३३] बाजीराव पेशवेंना सादतखानाच्या या थापा बादशहास दाखवावे असे वाटले. म्हणून त्यांनी दिल्लीवर चाल केली.

श्रीमंत बाजीराव पेशवेंचा दिल्लीस मुक्काम –

दिल्लीच्या दक्षिणेस ३ मैलांवर बाजीराव पेशवेंनी मुक्काम केला. बादशाहांस आपला पुढील बेत कळविला. बाजीराव पेशव्यांवर हल्ला करण्यासाठी बादशाहाने अमीरखानास १२००० स्वार, २०००० पायदळ व तोफखाना देऊन पाठविले. शहरात सर्वत्र सावध असावे, अशीही ताकीद देण्यात आली.

मुघल फौजेने मराठ्यांवर चाल केली. बाजीराव पेशव्यांनी भाल्यासारखे मागे सरून मुघलांना पूर्णपणे अंगावर घेतले. मुघल पकडीत आलेले दिसताच सेखोजी जाधव, मल्हारराव व राणोजी यांनी चवताळून जाऊन मुघलांस हातोहात तलवारीने कापून काढले. काही जीव घेऊन परत गेले. जखमी झाले. त्यांच्या झुंडी शहरात शिरल्यावर शहरवासियांची बोबडीच वळली. बाजीराव पेशव्यांनी शहर न लुटता दिल्लीकरांना धाक दाखवून ते परत फिरले. शाहूने त्यांची प्रशंसा केली. तर चिमाजीने त्यांचे अभिनंदन केले.[३४]

नादीरशाहाची स्वारी –

नादीरशाहाने इराणहून स्वारी करून १७३८ सालीच काबूल जिंकले. सरहद्दीवरील रानटी टोळ्यांचा बंदोबस्त करण्याची त्याने तेथून हिंदुस्थानच्या बादशाहाला तंबी दिली. पण बादशाहाने त्याकडे दुर्लक्ष केले. तेव्हा लगेच शहाने पेशावर व अटक घेऊन लाहोरवर स्वारी केली. शहराच्या स्वारीचा बंदोबस्त करण्यासाठी बादशाह प्रचंड सैन्य घेऊन निघाला.[३५] सोबत खान दुराण, सादतखान, निजाम यांच्यासारखे उमराव होते. प्रचंड सैन्य व शूर सरदार असूनसुद्धा बादशाहाशी निष्ठा व ऐक्य यांचा अभाव असल्याने शहाशी लढताना मुघलांचा पराभव झाला. मुघलांचे ३०००० शिपाई कापले गेले व अनेक मोठे सरदार मारले गेले. दिल्लीचे तख्त काबीज करून त्याने स्वतःस हिंदुस्थानचा बादशाह म्हणून घोषित केले. शहाने दिल्लीच्या प्रजेवर भयानक अत्याचार सुरू केले. मोठमोठ्या धनिकांचे हाल करून पैसे उकळण्यात आले. वजीर कमरुद्दीनला उन्हात उभे करून एक कोट नक्त व शिवाय हत्ती, जवाहीर वगैरे त्याजकडून घेण्यात आले. परत जाताना त्याने एक अब्ज किंमतीची संपत्ती, ३०० गवंडी, २०० लोहार, २०० सुतार, १०० पाथरवट व १३० हिशेबनीस नेले.

खरे म्हणजे सादतखान व निजाम यांनीच स्वामिद्रोह करून नादीरशहाची स्वारी करविली होती. मुघली सत्ता मराठी सत्तेच्या घशातून वाचविण्याचा हा एकमेव मार्ग म्हणून त्यांनी शहाला गुप्त साहाय्य केले होते. परंतु शहा दिल्लीत फार काळ राहिला नाही. तसेच मराठ्यांशी संघर्ष करून हिंदुस्थानचे साम्राज्य घेण्याचा त्यांचा इरादाही नव्हता. त्याच्या स्वारीमुळे मुघल बादशाही अधिकच खिळखिळी झाली. सर्व उत्तर

हिंदुस्थानभर अराजक माजले. ते मोडून काढण्याची शक्ती मुघलांत राहिली नाही आणि सर्व हिंदुस्थानभर साम्राज्य पसरविण्याच्या मराठ्यांच्या जिद्दीला एक आव्हान मिळाले. सर्व हिंदुस्थानातील सत्ताधीशांची नजर बाजीराव पेशवेंकडे वळली. हा एकच पुरुष हिंदुस्थानातील अराजक मोडून सुव्यवस्था व शांतता निर्माण करू शकेल, असा विश्वास सर्वांना वाटत होता.

दिल्लीच्या बादशाहाला तख्तावरून दूर करून शाहू महाराजांना सर्व हिंदुस्थानचा हिंदुसम्राट करण्याचे बाजीराव पेशवे व इतर सेनानींना अशक्य नव्हते. परंतु मुघल बादशाहाच्या अडचणीच्या प्रसंगी साहाय्यास जाईन हा शब्द शाहू महाराजांनी औरंगजेबाला दिलेला असल्याने मुघल बादशाहीची भव्य इमारत नष्ट करणे शाहू महाराजांच्या मनात नव्हते, हेच खरे.

शाहू महाराजांनी बादशाहाला शहाच्या विरोधी मदत करण्यासाठी बाजीराव पेशव्यांना पाठविले. पण बाजीराव पेशवे बऱ्हाणपूरजवळ आले, तोच त्याला समजले, नादीरशहा इराणला गेला. तेव्हा पेशवा बाजीराव बुऱ्हाणपूर-पालीकडे न जाता पुण्याकडे फिरला व २७ जुलै १७३९ रोजी पुण्यास पोहोचला.

या स्वारीच्या परिणामांबद्दल डॉ. दिघे लिहितात, १७३९ नंतर अवघ्या वीस वर्षांत मराठ्यांची सत्ता झपाट्याने हिंदुस्थानात फैलावली. बादशाही आता क्षीण झाली असून मराठ्यांना प्रतिकार करण्याची ताकद तिच्यात उरली नव्हती. पुढील वीस वर्षांत मराठे व्यावहारिक दृष्टीने संपूर्ण भारताचे मालक बनले.[३६]

बाजीराव पेशव्यांनी वरील उत्तरेकडच्या स्वाऱ्या करून, दिल्लीपर्यंत धडक मारून मराठ्यांचा फार मोठा साम्राज्य विस्तार साधला, यात दुमत नाही. पण त्याचबरोबर त्यांनी दक्षिणेवरही दोन स्वाऱ्या केल्या होत्या. अर्थात उत्तरेच्या मानाने त्यांचा दक्षिणेकडील साम्राज्य विस्तार नगण्यच म्हटला पाहिजे. त्यांनी जरी दोनच स्वाऱ्या दक्षिणेवर केल्या असल्या, तरी त्याची दखल घ्यायलाच हवी. तथापि शहाजी महाराज व बाजीराव पेशवे यांच्या काळात कर्नाटकात मराठ्यांनी काय उद्योग केले, याची चर्चा पाचव्या प्रकरणात करावयाची आहे.

मात्र साम्राज्य विस्ताराच्या दृष्टीने विचार करता एवढे मात्र निश्चित की, मराठ्यांचा नक्ष त्या बाजूस राहण्यास या स्वाऱ्यांचा चांगला उपयोग झाला असावा, असे जे खरे यांनी म्हटले ते मान्य करण्यास हरकत नसावी.[३७]

बाजीराव पेशव्यांनी पंतप्रधान या नात्याने मराठा साम्राज्य विस्ताराचा फार मोठा उद्योग आरंभला व तो तडीस नेला. त्यांच्या या कामात त्यांना त्यांचा धाकटा भाऊ चिमाजी आप्पा ह्याने खूप मोठी मदत केली. तथापि, चिमाजीच्या वसई मोहिमेच्या

व्यतिरिक्त फारसे इतरत्र लिहिले गेले नाही. परंतु चिमाजी आप्पा थोरल्या बाजीरावापेक्षा श्रेष्ठ, शूर, धोरणी, मनमिळाऊ होता. वसईच्या युद्धात सापडलेली फिरंग्यांची मुलगी त्याने सन्मानाने परत पाठविली.[३८]

वसईच्याच मोहिमेत कामाला आलेल्या लुई न्हेलेझोच्या बायकोने चिमाजीजवळ नवऱ्याचे प्रेत पुरण्याची परवानगी मागितली. ती त्याने दिलदारपणे मान्य केली. ह्या त्याच्या औदार्याची पोर्तुगीज इतिहासकारांनी मुक्त कंठाने स्तुती केलेली आढळते.[३९]

बाजीराव पेशव्यांनी काढलेल्या गुजराथ, माळवा, बुंदेलखंड इत्यादी स्वाऱ्यांच्या वेळी चिमाजी आप्पाने फार मोठी कामगिरी बजावली. परंतु या पुस्तकाच्या पुढील प्रकरण क्रमांक चारमध्ये वरील तीनही भागांतील हालचालींचाच समावेश असल्याने त्या त्या ठिकाणीच आप्पाच्या कामगिरीची माहिती देणे युक्त होईल. एक मात्र निश्चित की, चिमाजीने जिथे जिथे पाय ठेवला तेथे आपल्या कर्तृत्वाचा ठसा उमटविला. गुजराथमध्ये त्याने केलेल्या कामगिरीमुळेच गुजराथी लोक त्याला सन्मानाने 'चिमणराज' असे म्हणू लागले.[४०]

चिमाजी आप्पाबद्दल तो बाजीरावपेक्षाही सरस असल्याची कबुली सरदेसायांनी दिलेली आढळते.[४१]

शाहू महाराज आणि सरदारही काही वेळेस चिमाजीच्या तंत्राने कारभार करीत असत. थोडक्यात काय तर बाजीराव पेशव्यांच्या मृत्यूनंतरही मराठा साम्राज्य विस्ताराचे कार्य कमी होता कामा नये किंवा उत्तरेकडे दुर्लक्ष होता कामा नये, म्हणून तो स्वतः नानासाहेब पेशव्यांसह उत्तरेत निघाला. परंतु अल्पावधीच त्याची प्रकृती नादुरुस्त झाल्याने त्याला पुण्याकडे परतावे लागले. पुण्यातच १७ डिसेंबर १७४० रोजी तो मृत्यू पावला.[४२]

श्रीमंत पेशवे बाजीराव आणि पश्चिम किनारा –

कोकणची राजकीय स्थिती –

उत्तर हिंदुस्थानात बाजीराव पेशव्यांना झपाट्याने यश मिळत गेले, परंतु तसे यश त्यांना कोकणात मात्र मिळाले नाही. पश्चिम किनाऱ्यावरील त्यांच्या प्रगतीचा वेग अतिशय मंद होता. शिवाजी महाराजांपासूनच कोकणची समस्या त्रासदायक बनली होती. या पश्चिम किनाऱ्यावर जंजिऱ्याला सिद्दी, गोव्याला पोर्तुगीज आणि मुंबईला इंग्लिश या विदेशी सत्तांची ठाणी असल्यामुळे कोकणचा प्रश्न अधिकाधिक गुंतागुंतीचा बनला होता. मराठ्यांच्या स्वातंत्र्ययुद्धाचा फायदा घेऊन सिद्दी अधिकच सामर्थ्यवान बनला होता. औरंगजेबाच्या कारकिर्दीत मुघलांना मदत केल्यामुळे औरंगजेबाने रायगड, अंजनवेल आणि सिंधुदुर्ग हे लष्करीदृष्ट्या महत्त्वाचे किल्ले सिद्दीला देऊन टाकले होते. सिद्दीप्रमाणेच पोर्तुगीजही सामर्थ्यवान बनले होते. साष्टी, वसई यांसारख्या महत्त्वाच्या ठिकाणांवर त्यांचा

ताबा होता. इंग्रजांना मात्र मुंबई बेटाचा कसाबसा ताबा मिळाला होता. आणि त्यांना फक्त व्यापारात विशेष रस वाटत होता. आपल्या व्यापाराला धक्का लागू नये म्हणून मराठ्यांशी शत्रुत्व घेण्याची त्यांची तयारी नव्हती. याच काळात कान्होजी आंग्रे याचा उदय झाल्यामुळे सिद्दीला थोडाबहुत पायबंद बसला होता. कान्होजी कर्तबगार असल्यामुळे त्याचा सर्व सत्तांशी संघर्ष निर्माण झाला. इतकेच नव्हे तर कोल्हापूरचे संभाजी महाराज आणि वाडीचा सावंत यांच्याशीही त्याचे सतत भांडण चालू होते. अशा रीतीने पश्चिम किनाऱ्यावर सिद्दी, पोर्तुगीज, इंग्रज, आंग्रे, सावंत आणि संभाजी महाराज यांच्यात सतत संघर्ष निर्माण झाल्यामुळे कोकणची भूमी ही युद्धभूमी बनली होती. पेशवा बाळाजी विश्वनाथाने ही सर्व परिस्थिती पाहूनच कान्होजी आंग्र्याला आपल्या बाजूने वळवून घेतले होते आणि त्याचबरोबर सिद्दीशीही समेट घडवून आणला होता. त्यामुळे कोकणात विदेशी सत्तांचे उच्चाटन करणे, एवढेच ध्येय कान्होजीसमोर उभे राहिले. त्या दृष्टीने कान्होजीने तयारी चालविली. सिद्दीशी दीर्घकालीन लढा दिल्यामुळे त्याचे सामर्थ्य बरेच कमी झाले होते. त्यामुळे लष्करीदृष्ट्या सामर्थ्यवान होण्याचा त्याने प्रयत्न चालविला. या वेळी रायगडचा किल्ला सिद्दीच्या ताब्यात होता. मराठ्यांच्या दृष्टीने प्रतिष्ठेला हानी आणणारी ही गोष्ट होती. रायगड हा मराठ्यांचा मानबिंदू होता. शिवाजी महाराजांचा राज्याभिषेक येथेच झाला होता. असा हा किल्ला सिद्दीच्या ताब्यात असावा, याची खंत मराठ्यांना वाटत होती. सिद्दीने रायगडाबरोबरच कोकणचेही काही प्रदेश गिळंकृत केले होते. ते प्रदेश परत मिळविण्याकरिता मराठे आणि कान्होजी हे दोघेही आता सिद्ध झाले होते. कान्होजी आणि सिद्दी यांच्यात तात्पुरती मैत्री करून दिल्यानंतर पेशवा बाळाजी विश्वनाथाला पाच वर्षांपर्यंत कोकणाकडे लक्ष द्यायला अजिबात सवड सापडली नाही. कोकणच्या बंदोबस्ताची सर्व व्यवस्था त्यांनी कान्होजीकडेच सापविली होती. ज्या वेळी बाजीराव पेशवा बनले, त्या वेळी बराचसा कोकणचा भाग हा परकीय सत्तांच्या तब्यात गेला आहे, असे त्यांना दिसून आले. बराचसा प्रदेश मराठा सरदारांच्या ताब्यात होता आणि बाजीराव पेशवेंना कोकणकडे लक्ष देण्यास सवड सापडली नाही. या काळात सिद्दी दिवसेंदिवस जास्त उपद्रवकारी होत गेला. हिंदूवरील त्याचे अत्याचार वाढत गेले. निजामाच्या चिथावणीवरून पालखेड सभोवतालचा मुलूख त्याने लुटून घेतला.[४३] आंग्र्यांच्या ताब्यातील कोकणच्या प्रदेशात लुटालूट केली. अशा स्थितीत सिद्दीचा बंदोबस्त करणे मराठ्यांना आवश्यक झाले होते, म्हणून कान्होजी आंग्रे याने कोकणात सिद्दीविरुद्ध युद्ध पुकारले. परंतु कान्होजीला एकट्याने लढणे अशक्य होऊन बसले. त्याने शाहू महाराजांना मदत पाठविण्याची विनंती केली.[४४]

बाजीराव पेशवे कर्नाटकाच्या युद्धात गुंतले असल्यामुळे त्यांना कोकणात जाणे

शक्य झाले नाही. या वेळी सिद्दीने कोकणातील परशुरामाच्या मंदिरावर हल्ला चढवून ते उद्‌ध्वस्त केले.[४५]

सिद्दीच्या या अत्याचारामुळे कोकणात फार मोठा असंतोष निर्माण झाला. हिंदूंची मने त्यामुळे दुखावली गेली. ब्रम्हेंद्रस्वामींचा या देवालयाशी निकटचा संबंध होता. सिद्दीचे अत्याचार त्यांना पाहवले नाहीत. ते कोकण सोडून देशावर राहायला आले आणि त्यांनीच शाहू महाराज आणि बाजीराव पेशवा यांना सिद्दीच्या बंदोबस्ताची विनंती केली.

ब्रह्मेंद्रस्वामी चरित्र आणि व्यक्तिमत्त्व –

वऱ्हाडातील दुधेवाडी खेड्यात एका गरीब कुटुंबात स्वामीजींचा जन्म झाला. लहानपणापासूनच ईश्वरभक्तीकडे स्वामीजींचा ओढा होता. गणपती हे त्यांचे आराध्य दैवत होते. वायाच्या चौदाव्या वर्षी काशीला जाऊन त्यांनी संन्यास घेतला. त्यामुळे ते ब्रह्मेंद्रस्वामी म्हणून ओळखले जाऊ लागले. देशभर भ्रमण करीत असताना ते कोकणात आले. आणि तेथेच त्यांनी मुक्काम केला. चिपळूणजवळील परशुरामाच्या मंदिरात त्यांनी आपला मुक्काम ठेवला. अल्पावधीतच त्यांची कीर्ती सर्वत्र पसरली. लवकरच त्यांचा पेशवा बाळाजी विश्वनाथाशी संबंध आला आणि शाहू महाराज आणि बाजीराव पेशवे त्यांना आपले गुरू समजू लागले. चिपळणजवळच स्वामींनी एक मोठे देवालय बांधले. तेच आजचे परशुराम मंदिर होय. कोकणातील सर्व सत्तांना स्वामींबद्दल अतिशय आदर होता. जंजिऱ्याचा सिद्दीसुद्धा त्याला अपवाद नव्हता. अंजनवेलचा सुभेदार सिद्दीसात याला मात्र स्वामींबद्दल प्रेम नव्हते. त्याने १७२७ मध्ये मंदिर उद्‌ध्वस्त करून टाकले.[४६] सिद्दीच्या या कृत्यामुळे सर्व महाराष्ट्र खवळून उठला. सिद्दीचा याकरिता सूड घेतलाच पाहिजे, अशी भावना सर्वत्र झाली. परिस्थितीचे गांभीर्य लक्षात घेऊन सिद्दीने दिलगिरी व्यक्त केली, परंतु त्याचा विशेष उपयोग झाला नाही. ब्रह्मेंद्रस्वामी हे यानंतर कोकण सोडून साताऱ्याजवळ धावडशी येथे मुक्काम करून राहिले.[४७] त्यांच्या विनंतीवरूनच मराठ्यांनी सिद्दीशी युद्ध करण्याचे ठरविले.

मराठे आणि सिद्दी यांच्यातील युद्ध –

कोकणात कान्होजी आणि सिद्दी यांच्यातील संघर्षाला आधीच प्रारंभ झाला होता. १७२७ मध्ये कर्नाटकावरील मोहीम संपुष्टात आली आणि मराठे कान्होजीला कोकणात मदत देण्यास मोकळे झाले. प्रथमतः या मोहिमेवर प्रतिनिधी आणि पिलाजी जाधव यांची नेमणूक करण्यात आली.[४८] पिलाजीने पोर्तुगीजांना अडवून धरावे आणि सिद्दीला

पोर्तुगीजांची कोणतीही मदत मिळू नये असे ठरले. प्रतिनिधी आणि पिलाजी हे दोघेही बाजीराव पेशव्यांचे विरोधक असल्यामुळे, त्यांना बाजीराव पेशव्यांनी जाणूनबुजून कोकणच्या स्वारीवर पाठविले, असेसुद्धा सांगितले जाते. तसे असेल तर बाजीराव पेशव्यांचा हेतू बऱ्याच प्रमाणात यशस्वी झाला, असे म्हटले पाहिजे. कारण प्रतिनिधीला कोकणात विशेष यश मिळविता आले नाही.[४१] तर बाजीराव पेशव्यांना मात्र निजामाविरुद्ध मोठा विजय मिळून त्याला मुंगी-शेगावचा तह करणे भाग पडले होते. या सर्व पराक्रमात खरा पराक्रमी कोण, ही गोष्ट स्पष्ट झाली. शेवटी १७३० मध्ये प्रतिनिधींना कोकणातून परत बोलाविण्यात आले. इ. स. १७३०-३१ मध्ये कान्होजी आंग्र्यांच्या दोन मुलांमध्ये म्हणजे सेकोजी आणि संभाजी यांच्यात यादवी निर्माण झाली. त्यामुळे आंग्रे दुर्बळ होत जाऊन पेशवे मात्र बलिष्ठ होत गेले. परंतु त्याचबरोबर कोकणातील स्वारी मंदावली आणि तिचा फायदा सिद्दीला झाला. कान्होजी आंग्र्यांच्या मृत्यूनंतर कोकणात सिद्दी बलिष्ठ होत गेला. अनेक कारणांमुळे बाजीराव पेशव्यांना कोकणकडे लक्ष द्यायला सवड सापडली नव्हती. परंतु आता १७३२ मध्ये डभईच्या विजयानंतर बाजीराव पेशवे बऱ्याच प्रमाणात मोकळे झाले आणि त्यांनी कोकणचा प्रश्न तडीस लावण्याचे ठरविले.

मार्गातील अडथळे -

कोकणच्या प्रश्नात बाजीराव पेशव्यांना अनेक अडचणी आढळून आल्या. संपूर्ण कोकणचा प्रदेश विदेशी शासकांनीच जणू आपापसात वाटून घेतला होता. या सर्वांमध्ये सिद्दी आणि पोर्तुगीज जास्त प्रभावशाली होते. या सर्वांना नामोहरम करण्याचे कार्य इ.स. १७३३-३९ या काळात बाजीराव पेशवे यांनी केले.

१७३२ मध्ये छत्रपती शाहू महाराजांनी प्रथमतः श्रीपतराव प्रतिनिधीची कोकणच्या स्वारीवर नेमणूक केली. प्रतिनिधीने सर्वप्रथम अंजनवेलला वेढा दिला.[४१] सिद्दीने छत्रपती शाहू महाराजांची प्रत्यक्ष भेट घेऊन तहाच्या वाटाघाटी कराव्यात आणि जे काही मतभेद असतील ते विचारविनिमयाने मिटवून टाकावेत, परंतु शक्यतोवर बाजीराव पेशव्यांनी मध्यस्थी स्वीकारू नये असे प्रतिनिधीचे मत होते. प्रतिनिधी आणि बाजीराव पेशवे यांचे संबंध चांगले नसल्यामुळे सिद्दीनेच ही मसलत प्रतिनिधीच्या डोक्यात भरविली होती. ही योजना शत्रूला सांगण्याची प्रतिनिधींची हिंमत नव्हती. म्हणून प्रतिनिधीने बंकाजी नाईकामार्फत वाटाघाटीचा प्रयत्न केला. परंतु बंकाजीने त्याला पूर्ण नकार दिला. सिद्दीची यामुळे फार मोठी निराशा झाली. वरकरणी प्रतिनिधीबाबत सिद्दी आत्तापर्यंत मित्रभाव दाखवत होता. तथापि, आता मात्र त्याचा तो मित्रभाव विरून गेला. हा एक प्रकारे प्रतिनिधीच्या मुत्सद्देगिरीचा पराभवच होता. या वार्ता छत्रपती शाहू महाराजांच्या कानावर

गेल्या. त्यांनी प्रतिनिधीला परत बोलाविले आणि कोकणच्या स्वारीचे नेतृत्व बाजीराव पेशव्यांकडे देण्यात आले.

बाजीराव पेशव्यांच्या कोकणातील हालचाली –

इ.स. १७३३मध्ये सिद्द्यांचा प्रमुख नेता सिद्दी रसुल याकूब याचा मृत्यू झाला.[५०] या संधीचा फायदा घेण्याचे बाजीराव पेशव्यांनी ठरविले. सिद्दी याकूबला अनेक मुले होती. त्यात अब्दुल्ला हा वडील मुलगा होता. गादीचा तोच खरा वारस होता. परंतु त्याला गादी मिळू नये अशी त्याच्या भावांनी खटपट चालविली होती. इतकेच नव्हे, तर त्याच्या भावांनी त्याला विरोध चालविला होता. राज्यात सात सुभेदार होते. त्यांनाही अब्दुल्लाने राजा होणे पसंत नव्हते. या सर्व सुभेदारांत शेख याकुबखान नावाचा जो सुभेदार होता, तो अतिशय महत्त्वाकांक्षी होता. राज्यातील यादवी युद्धाचा त्याने फायदा घेण्याचे ठरविले. मराठ्यांचे सरदार यादवी युद्धात तेल ओतण्याचे कार्य करीत होते. यशवंतराव पोतनीस या मराठा सरदाराने सिद्दीच्या वारसांमध्ये भांडणे लावण्यात बरेच यश मिळविले. या भांडणात सिद्दी रहमानने मराठ्यांचा आश्रय घेतला. अशा रीतीने आपसात भांडणे लावल्यामुळे सिद्दी शासकांची परिस्थिती दुर्बळ बनून गेली. हीच परिस्थिती आपल्याला अनुकूल आहे याचा विचार करून छत्रपती शाहू महाराजांनी बाजीराव पेशव्यांची सिद्दीच्या स्वारीवर नेमणूक केली. १७३३ च्या एप्रिल महिन्यात बाजीराव पेशवे आणि फत्तेसिंग हे दोघेही कोकणात येऊन पाहोचले.[५१] आल्याबरोबर बाजीराव पेशव्यांनी तळे आणि घोसाला हे दोन किल्ले जिंकले. दंडराजपुरी या ठिकाणी एका चकमकीत सिद्दीचा पराभव झाला. म्हणून सर्व सिद्दी राजपुत्र जंजिऱ्याच्या किल्ल्यात आश्रयाला आले. या किल्ल्यावर मानाजी आंग्रेने हल्ला चढविला, परंतु हा किल्ला अतिशय मजबूत असल्यामुळे तो अनेक दिवसांपर्यंत जिंकता आला नाही. परंतु लवकरच या ठिकाणी बाजीराव पेशवे येऊन पोहोचले.[५२] बाजीराव पेशव्यांनी समोरूनच किल्ल्यावर प्रखर हल्ला चढविला. मानाजी आंग्रे याने समुद्रमार्गे हल्ला चढवून सिद्दीचे त्या ठिकाणचे आरमार त्याने नष्ट केले. परंतु एवढे प्रखर हल्ले होऊनही किल्ल्यातील शिबंदीने लढा तसाच चालू ठेवला. आणि त्यामुळे किल्ल्याचा ताबा हाती घेणे कठीण होऊन बसले. याच वेळी सिद्दीने पोर्तुगीजांकडे मदतीची विनवणी केली. तसेच इंग्रजांकडे, सुरतेच्या सुभेदाराकडे आणि हैद्राबादच्या निजामाकडेही त्याने मदतीची याचना केली. या मधल्या काळात मराठ्यांनी खोशकरी, नागोठणे, निजामपूर, बिरवाडी ही सिद्दीची ठाणी जिंकून घेतली. ज्यांच्याकडे सिद्दीने पत्रव्यवहार केला, त्यांचा मात्र त्याला विशेष प्रतिसाद मिळाला नाही. पोर्तुगीजांनी मात्र दोन जहाजे पाठविली, पण त्याचा फारसा उपयोग झाला नाही.

इंग्रजांनी आम्हाला फक्त व्यापार करावयाचा आहे, असे सांगून मदत नाकारली. अशा रीतीने सिद्दीला बाहेरून मदत मिळू शकली नाही, याचा फायदा मराठ्यांनी घ्यावयास हवा होता. परंतु त्यांना तो घेता आला नाही. २० मे रोजी प्रतिनिधी आनंदराव सरलष्कर, कृष्णाजीराव दाभाडे आणि इतर सरदारांसह बाजीराव पेशव्यांच्या मदतीला आले. परंतु त्यामुळे बाजीराव पेशव्यांचा स्वारीतील उत्साह मावळला. अशा स्थितीत ८ जून १७३३ रोजी प्रतिनिधीने रायगडचा किल्ला जिंकून घेतला, तर बंकाजी नाईकाने गोवळकोट या ठिकाणी सिद्दीचा पाडाव केला. त्यामुळे मराठ्यांची प्रतिष्ठा वाढली.

सिद्दीला इंग्रजांची मदत –

जंजिरा, अंजनवेल, गोवळकोट यांसारखी महत्त्वाची ठिकाणे सोडून सिद्दीने जवळजवळ आपला सर्व प्रदेश मराठ्यांना गमावला. अशा रीतीने कोकणात मराठ्यांना वर्चस्व प्राप्त झाल्यामुळे त्यांची भीती इंग्रजांना वाटू लागली. कारण आत्तापर्यंत आंग्र्यांनी इंग्रजांना बराच उपद्रव दिल्यामुळे त्यांचेच वर्चस्व स्थापन होणे सिद्दीच्या दृष्टीने योग्य नव्हते. अशाच परिस्थितीत सेखोजी आंग्रेने एक इंग्रज जहाज पकडले. त्यामुळे इंग्रज दुखावले गेले. त्यांना या घटनेचा सूड घ्यावयाचा होता, म्हणून त्यांनी एक लढाऊ जहाज कॅप्टन हाल्डेन याच्या नेतृत्वाखाली पाठविले.[५३] उंदेरी बेटाला आंग्र्यांनी वेढा दिला. तो वेढा आपल्या मदतीने सिद्दीने उठवावा असाच त्यामागील हेतू होता. परंतु आंग्र्यांनी या इंग्रजांच्या लढाऊ जहाजावर असा काही जबरदस्त हल्ला चढविला की, इंग्रजांना माघार घेण्यावाचून दुसरे गत्यंतर उरले नाही. सप्टेंबर महिन्यात इंग्रजांनी अधिक कुमक पाठविली, परंतु त्याच वेळी सेखोजी आंग्रेचा मृत्यू झाला, म्हणून मराठ्यांची परिस्थिती नाजूक बनली होती. सेखोजीच्या मृत्यूनंतर संभाजी आणि मानाजी यांच्यात यादवी युद्धाला प्रारंभ झाला. मराठी आरमाराचे सेनापती पद दोघांनाही हवे होते. परिस्थिती चिघळू नये, म्हणून शाहू महाराज दोघांनाही दुखवू इच्छित नव्हते. यानंतरचे सर्व आदेश छत्रपती शाहू महाराजांनी साताऱ्यावरूनच दिले. परंतु त्याचा युद्धावर अत्यंत विपरीत परिणाम घडून आला. सिद्दी आणि इंग्रज यांना पुन्हा सागरावर वर्चस्व प्राप्त करता आले. निजामाने सिद्दीशी पुन्हा मैत्री करण्याचे प्रयत्न चालविले. निजामाच्या हालचालींवर लक्ष ठेवण्याकरिता चिमाजी आप्पा यांना पुण्यात मुक्काम करून रहावे लागले. वास्तविक चिमाजी आप्पा यांनी कोकणात बाजीराव पेशव्यांच्या मदतीला जाणे आवश्यक होते. यातच सिद्दी मसूर हा सुरतेवरून जंजिऱ्याच्या सिद्दीला मदतीला जात आहे, अशा वार्ता मिळू लागल्या.[५४] उमाबाई दाभाडे आणि दमाजी गायकवाड यांना सिद्दी मसूदच्या हालचालींवर नजर ठेवण्याकरिता नेमले होते. परंतु बाजीराव पेशव्यांबाबत त्यांच्यात

द्वेषभावना असल्याने त्यांनी उदासीनता दाखविली. पेशवे आणि प्रतिनिधी यांच्यातही वैरभाव असल्याने प्रतिनिधी हात राखून काम करीत होता. या सर्वांचा परिणाम म्हणून कोकणच्या स्वारीत आता मराठ्यांवर पराजित होण्याचा प्रसंग येऊन ठेपला. वास्तविक या स्वारीच्या प्रारंभी मराठ्यांना सर्वत्र विजय मिळत होते. परंतु नंतर आपापसातील चुरशीमुळे त्यांना पराभवाचे सावट दिसू लागले. आपापसातील भांडणे यामुळेच कोकण मोहिमेत अपयश घेण्याचा प्रसंग बाजीराव पेशव्यांवर येऊन ठेपला.

बाजीराव पेशव्यांचे तहाचे प्रयत्न –

कोकण मोहिमेत अपयश येणार, असे दिसू लागताच तहाचे प्रयत्न चालविले. उघड उघड पराभव पत्करण्यापेक्षा तह करणे बरे, अशी बाजीराव पेशव्यांची विचारसरणी होती. डिसेंबर १७३३मध्ये अलीबागचा तह करण्यात शेवटी बाजीराव पेशव्यांना यश लाभले.[५५] या तहान्वये जंजिऱ्याचा प्रमुख अब्दुल रहमान याला मान्यता देण्यात आली. रायगड आणि महाड सोडल्यास इतर सर्व मुलूख सिद्दीला परत करण्यात आला. हा तह केल्यानंतर १७३४ मध्ये बाजीराव पेशवे साताऱ्याला परत आले. तहामुळे मात्र कोणाचेही समाधान झाले नाही. बाजीराव पेशवे परत आले, तरी छत्रपती शाहू महाराजांच्या आज्ञेवरून संभाजी आंग्रे आणि प्रतिनिधी यांनी हे युद्ध पुढे चालविले. या त्यांच्या मोहिमेत उदाजी पवार, देवराव मेघश्याम, सेख मिरा या सरदारांनी सामील व्हावे असा आदेश छत्रपती शाहू महाराजांनी दिला. परंतु प्रतिनिधीजवळ किल्ल्यावर चालविता येण्यासारख्या तोफा नसल्यामुळे त्यांना या मोहिमेत यश लाभले नाही. अशा स्थितीत १७३ मध्ये बाजीराव पेशवे आणि पिलाजी जाधव हे प्रतिनिधीच्या मदतीला पुन्हा धावून आले. तथापि मोहीम जिंकण्याच्या दृष्टीने त्याचा काहीही उपयोग झाला नाही. उलट सिद्दीसात हा दिवसेंदिवस जास्त सामर्थ्यवान बनत गेला. इतकेच नव्हे, तर मराठ्यांच्या मुलखावर त्याने हल्ले चढविण्यास प्रारंभ केला. तेव्हा छत्रपती शाहू महाराजांनी चिमाजी आप्पा यांची त्यांच्या बंदोबस्ताकरिता नेमणूक केली. चिमाजी आप्पा हे २० मार्च १७३६ रोजी कोकणात येऊन पोहोचले. रेवसजवळ शराई या ठिकाणी चिमाजी आप्पा आणि सिद्दीतसात यांच्यात लढाई घडून आली. त्या लढाईत सिद्दीचा पराभव होऊन त्यात तो ठार झाला.[५६]

शराईच्या लढाईचे परिणाम –

शराईच्या लढाईत मराठ्यांनी फार मोठे नुकसान सहन करून विजय मिळाला. सिद्दी लढाईत ठार मारला गेल्यामुळे ब्रह्मेंद्रस्वामींना आणि मराठ्यांना मोठे हायसे वाटले. अंजनवेल आणि गावलकोट ही दोन ठिकाणे मात्र सिद्दीकडेच कायम राहिली. त्याचबरोबर या लढाईमुळे पेशव्यांचे वर्चस्व सिद्ध झाले. कोकणात त्यांना आव्हान देण्याची कुणाचीही

हिंमत राहिली नाही. याच वेळी आंग्रे घराण्यात आपापसात यादवी निर्माण होऊन ते घराणेही दुर्बळ झाल्यामुळे पेशवे कोकणात अधिकच बलिष्ठ बनले. संभाजी आणि मानाजी या दोघा भावांत ज्या वेळी सेनापती पदाबाबत विवाद निर्माण झाला, त्या वेळी बाजीराव पेशव्यांनी त्यांच्या भांडणात हस्तक्षेप करून ते भांडण मिटविण्याचा प्रयत्न केला. परंतु बाजीराव पेशव्यांना त्यात यश आले नाही. म्हणून त्यांनी त्या दोघाही भावांत जहांगिरीची आणि अधिकारांची समान वाटणी करून दिली. या वाटणीमुळे तर आंग्रे घराणे अधिकच दुर्बळ बनले. याचा संपूर्ण फायदा बाजीराव पेशव्यांना मिळाला. बाजीराव पेशव्यांची कोकणवरील पकड पक्की होत गेली. उलट आंग्रे घराणे निष्प्रभ होत गेले.

पोर्तुगीज–मराठा संघर्ष पहिली अवस्था (१७३१–३२) –

कोकणात अशा रीतीने बाजीराव पेशव्यांनी सिद्दी आणि आंग्रे यांची सत्ता दुर्बळ करून टाकली. आता कोकणात पोर्तुगीज तेवढेच स्पर्धक उरले होते. त्यांची सत्ता नष्ट झाल्यास बाजीराव पेशव्यांना कोकणात कोणीच स्पर्धक उरणार नव्हता. पोर्तुगीजांनी आंग्रे घराण्यातील भांडणात संभाजीच्या बाजूने भाग घेतला होता. पण त्याच्याही पूर्वी पोर्तुगीज आणि मराठे यांच्यात अनेक कारणांवरून वितुष्ट निर्माण झालेले होते. पश्चिम किनाऱ्यावर आपले व्यापारी ठाणे प्रस्थापित करताना पोर्तुगीजांनी तिथल्या हिंदू प्रजेशी जी वर्तणूक ठेवली होती, ती अत्यंत निंद्य होती. जागोजागी त्यांनी जबरदस्तीने धर्मांतरे घडवून आणली होती. हिंदू प्रजेवर त्यांनी सतत अत्याचार केले होते. हिंदूंची देवळे पाडून त्यांनी जागोजागी चर्चेस बांधली होती. जबरदस्तीने हिंदूंना ख्रिश्चन केले होते.[५७] पोर्तुगीजांच्या अत्याचारांनी पीडित झालेले अनेक हिंदू महाराष्ट्रात आश्रयाला आले होते. यांपैकी साष्टी येथील पाठारे प्रभू जमातीने अत्याचार करणाऱ्या पोर्तुगीजांचा पूर्ण नाश केल्याशिवाय आपण स्वस्थ बसणार नाही, अशी प्रतिज्ञा केली होती. त्यांचा पुढारी गंगाजी नाईक हा होता. त्यांनी पोर्तुगीजांविरुद्ध संभाजी आणि त्यानंतर कान्होजी आंग्रे यांची मदत घेण्याचा प्रयत्न केला. परंतु त्याला यश लाभले नाही. इ.स. १७२० मध्ये ज्या वेळी बाजीराव पेशवे सत्तेवर आले, त्या वेळी रामचंद्र महादेव जोशी याच्यामार्फत पेशव्यांना आपल्या बाजूने वळवून घेण्याचा प्रयत्न केला; पण अनेक कारणांमुळे बाजीराव पेशव्यांना पोर्तुगीजांच्या उपद्रवाकडे लक्ष देता आले नाही, म्हणून इ.स. १७३० मध्ये अंताजी रघुनाथ, रामचंद्र, मालाडचे देशपांडे इत्यादी प्रतिष्ठित व्यक्तींनी बाजीराव पेशव्यांची भेट घेऊन पोर्तुगीजांच्या अत्याचाराकडे बाजीराव पेशव्यांचे पुन्हा लक्ष वेधले. त्यामुळे बाजीराव पेशव्यांना कारवाई करणे आवश्यक होऊन बसले. १७३१ मध्ये बाजीराव पेशव्यांनी पिलाजी जाधवाला पोर्तुगीजांविरुद्ध पाठविले, त्याबरोबर कृष्णाजी महादेवालाही

दिले. *त्या दोघांनी पोर्तुगीजांचे कॅम्बे हे ठाणे जिंकून घेतले.*[५८] २७ फेब्रुवारी, १७३१ रोजी पोर्तुगीज आणि मराठे यांच्यात जोरदार चकमक उडाली आणि त्यात पोर्तुगीजांचा पराभव झाला. *त्यामुळे पोर्तुगीजांनी मराठ्यांशी तात्पुरता मैत्रीचा तह केला.*[५९] आणि काही काळ पोर्तुगीज-मराठा संबंधात शांतता प्रस्थापित झाली.

मराठा-पोर्तुगीज संघर्ष – दुसरी अवस्था –

१७३२ च्या सुमारास गोव्यामध्ये पोर्तुगीजांचा सॅन्डोमीन नावाचा नवीन गव्हर्नर आला.[६०] त्याने मराठ्यांसंबंधी आक्रमक धोरण स्वीकारले. हिंदूंवर त्याने उघडपणे धार्मिक अत्याचाराला प्रारंभ केला. वाडीच्या सावंतावर त्याने हल्ला केला. १७३४ मध्ये पोर्तुगीजांनी ठाण्याला किल्ला बांधण्यास प्रारंभ केला. याच सुमारास आंग्रे घराण्यात वारसा विवादाला प्रारंभ होऊन मानाजी आणि त्यानंतर संभाजी या दोघांनाही पोर्तुगीजांची मदत मागावी लागली. या वेळी पेशव्यांनी यशस्वीपणे मध्यस्थी करून दोघाही आंग्रे बंधूंमध्ये समेट घडवून आणला. त्याचबरोबर पोर्तुगीजांशी पेशव्यांनी करार केला आणि त्यानुसार साष्टी बेटावर वखार उघडण्याची अनुमती मिळविली. साष्टीच्या सेनापतीने या वखारीकरता जागा निवडावी, असे स्पष्ट करण्यात आले. परंतु साष्टीचा सेनापती याच वेळी पोर्तुगालला निघून गेल्यामुळे वखारीकरता जागा निवडण्याचे काम पोर्तुगीज गव्हर्नरचा पुतण्या लुई बोटॅल्लो याजवर येऊन पडले. तो तापट आणि रागीट स्वभावाचा होता. मराठ्यांबद्दल त्याच्या मनात द्वेषाची भावना होती. त्यामुळे बाजीराव पेशव्यांचा वकील व्यंकोजी जोशी हा ज्या वेळी वखारीची जागा ठरविण्याकरिता गोव्याला आला, त्या वेळेस लुईने त्याला अत्यंत अपमानास्पद रीतीने वागविले. वखारीकरता जागा देण्याचे तर त्याने नाकारलेच आणि वकिलाच्या समक्ष त्याने बाजीराव पेशव्यांना निग्रो म्हणून शिवी दिली. हा वृत्तांत ऐकून बाजीराव पेशवे संतप्त झाले. आणि त्याने पोर्तुगीजांचा सूड घेण्याचे निश्चित केले. स्वारीची तयारी अत्यंत जलद रीतीने करण्यात आली. ही लढाई पश्चिम किनाऱ्यावर पोर्तुगीजांच्या ताब्यात असणाऱ्या अनेक किल्ल्यांवर, ठाण्यांवर आणि बेटांवर लढण्यात आली. पनवेलपासून ते ठाण्याजवळ अंजून आणि कळवे इत्यादी प्रदेशांत पाठारे प्रभूंची वस्ती होती. त्यांचे आणि पोर्तुगीजांचे पक्के भांडण होते. त्यामुळे या प्रदेशातील पाठारे प्रभूही या युद्धात सामील झाले. या स्वारीची तयारी बाजीराव पेशव्यांनी अतिशय गुप्तपणे केली होती. पुण्याला भवानीमातेचा उत्सव होता, त्यामुळे मराठी सैन्य एकत्रित करण्यात आले. जत्रा असल्यामुळे लढाईची सिद्धता होत आहे, याचा संशयही कोणाला आला नाही. शंकराजीपंत याची सेनापती म्हणून नेमणूक करण्यात आली. वसईच्या स्वारीचा प्रमुख म्हणून गंगाजी नाईक आणि साष्टीच्या स्वारीचा प्रमुख

म्हणून खंडोजी मांडकर याची नेमणूक करण्यात आली. मराठ्यांची लढाईची अशी तयारी चालू असताना पोर्तुगीजांना मात्र त्याचा पत्ता नव्हता. मात्र इंग्रजांनी पोर्तुगीजांना सावध करण्याचा प्रयत्न केला. परंतु पोर्तुगीज सेनापती नॉर्थ याने मराठ्यांना कसे तोंड द्यावयाचे हे आम्हाला चांगले माहीत आहे, असे दर्पोक्तीयुक्त उत्तर पाठवून इंग्रजांच्या सूचनेची अवहेलना केली. अशा परिस्थितीत ६ एप्रिल १७३७ रोजी अंताजी रघुनाथ आणि रामचंद्र जोशी यांनी ठाण्याच्या किल्ल्यावर हल्ला केला.[६१] तोफांच्या माऱ्याचे आवाज ऐकू आल्यामुळे चिमाजी आप्पा हेही या मराठी सरदारांच्या मदतीला धावून आले. परंतु मराठा सरदारांनी पोर्तुगीजांचा पराभव करून ठाण्याचा किल्ला अगोदरच जिंकलेला आहे, असे त्यांना दिसून आले. पोर्तुगीजांनी रात्रभर मराठ्यांशी तीव्र लढा दिला, परंतु त्याचा काही उपयोग झाला नाही. अशा रीतीने ठाण्याचा किल्ला मराठ्यांच्या हाती सहजपणे आला. त्यानंतर चिमाजी आप्पा यांनी शंकराजी केशव, चिमणाजी भीवराव या सरदारांना घेऊन साष्टीकडे मोर्चा वळविला. साष्टीही त्यांच्या हाती सहज आली. त्यानंतर मराठ्यांनी धारावी, अर्नाळा इत्यादी ठाणी जिंकून घेतली. यानंतर मराठ्यांनी वसई जिंकण्याचा निश्चय केला. वास्तविक मराठा सैन्य ताबडतोब वसईकडे गेले असते तर कदाचित मराठ्यांना वसईचा किल्ला ताबडतोब मिळू शकला असता. कारण वसईमध्ये कोणाचाच पायपोस कोणाच्याच पायात नव्हता. पोर्तुगीजांच्यात दुही होती. आणि त्यामुळे त्याचा फायदा मराठ्यांना झाला असता. दुर्दैवाने मराठ्यांनी वसईवर हल्ला कसा चढवावयाचा याच्या योजनांवर विचार करण्यातच बराचसा वेळ दवडला. हल्ला करण्याची संपूर्ण योजना निश्चित होईपर्यंत पावसाळ्याला प्रारंभ झाला आणि मोहीम पुढे ढकलावी लागली. शंकराजीपंत आणि गंगाजी नाईक यांना वसईला ठेवून जुलै १७३७मध्ये चिमाजी आप्पा हे पुण्यात परतले. मध्यंतरीच्या काळात त्या दोघांनी वसईच्या किल्याच्या भिंतीवर चढून किल्ला ताब्या घेण्याचा प्रयत्न केला, परंतु त्यात त्यांना यश लाभले नाही.[६२] एवढ्यातच लुई बोटॅल्लो याच्या जागी अंतोनिया होज याची गव्हर्नर पदावर नेमणूक झाली.[६३] दरम्यान बाजीराव पेशवे उत्तर हिंदुस्थानात स्वारीवर निघून गेले. परिणामी वसईची स्वारी मंदावली. नंतरच्या हिवाळ्यात वसईचे मोहिमेला प्रारंभ झाला.

वसईची मोहीम –

पोर्तुगीज–मराठा संघर्षाच्या दुसऱ्या अवस्थेला १७३८च्या उत्तरार्धात प्रारंभ झाला. या दुसऱ्या अवस्थेत मराठे आणि पोर्तुगीज या दोघांनीही एकमेकांची शक्ती–परीक्षा केली. या वेळेपर्यंत पोर्तुगीजांना पोर्तुगालहून नवीन शस्त्रास्त्रांची कुमक येऊन पोहोचली. म्हणून

१७३८ च्या सप्टेंबर महिन्यात त्यांनी ठाणे मराठ्यांकडून जिंकण्याची योजना आखली. परंतु मुंबईच्या इंग्रज गव्हर्नरने मराठ्यांना वेळेवर सावध केल्यामुळे पोर्तुगीजांची ही योजना फसली. त्यामुळे इंग्रज वरकरणी तटस्थतेचा आव आणतात, परंतु प्रत्यक्षात ते पोतुगीजांविरुद्ध नाना प्रकारच्या कारवाया करतात आणि विशेषत: मुंबईचे इंग्रज हे पोर्तुगीजांबददल सहानुभूती ठेवत नाहीत, अशी तक्रार पोर्तुगीज करू लागले. एवढेच नव्हे, तर इंग्रज गव्हर्नरने मराठ्यांना दारूगोळा आणि तोफा चालविणारे शिपाई दिले, असाही आरोप त्यांनी केला. या कालखंडात मराठ्यांची उत्तरेतील मोहीम संपुष्टात आली होती आणि बाजीराव आता पोर्तुगीजांकडे लक्ष देण्याला मोकळा झाला होता. ही पोर्तुगीजांविरुद्धची मोहीम १७३८च्या नोव्हेंबर महिन्यात सुरू झाली. वसई मोहिमेचा सेनापती म्हणून चिमाजी आप्पा यांची नेमणूक करण्यात आली. चिमाजी आप्पा यांनी दमणपासून दीवपर्यंतचा सर्व प्रदेश आपल्या हालचालींनी ढवळून काढला. ठिकठिकाणी ठाणी उभारली. या ठाण्यांची देखरेख स्वतः चिमाजी आप्पा करीत असे. पोर्तुगीज वसाहतींवर हल्ले चढवावेत आणि त्यांना कोणतीही रसद मिळू नये अशी एकंदर चिमाजीची योजना होती. या योजनेत चिमाजी आप्पांना अतिशय थोड्या अवधीत यश मिळाले असते, परंतु तेवढ्यातच मुंबईचा गव्हर्नर जॉन होर्न यांची बदली झाली आणि त्याच्या जागी स्टीफन लॉ याची नेमणूक झाली. या नव्या गव्हर्नरने मराठ्यांची सर्व मदत थांबवून पोर्तुगीजांना मदत देण्यास प्रारंभ केला. इंग्रजांच्या धोरणात अशा प्रकारे बदल झाल्यामुळे चिमाजी आप्पांनासुद्धा आपल्या लढाईच्या योजनेत त्यानुसार बदल करावे लागले. सर्व तयारी झाल्यानंतर चिमाजीरावांनी युद्ध मोहिमेला जोरात प्रारंभ केला. माहीम, तारापोर, अळवे, डहाणू, नारगोळ इत्यादी ठिकाणे त्यांनी जिंकून घेतली. त्याचबरोबर गोव्यावरसुद्धा स्वारी करण्यात आली. व्यंकटराव घोरपडे १२ हजार फौज घेऊन गोव्यात शिरला आणि त्याने त्या ठिकाणी फार मोठा प्रदेश बेचिराख करून टाकला. मडगाव जिंकल्यानंतर त्याने आपला मोर्चा राचोल किल्याकडे वळविला. गोव्याचा गव्हर्नर काउंट सॅन्डो मिल याने प्रतिकार करण्याचा प्रयत्न केला, परंतु मराठा आक्रमकांच्या लाटांवर लाटा येऊन कोसळल्यामुळे त्याचा प्रतिकार विफल ठरला. तरीसुद्धा साध्यासुध्या पोर्तुगीज सैनिकांनी आपली बाजू जिवंत ठेवण्याचा बराच प्रयत्न केला. गोव्यात सक्तीची लष्करभरती जारी करण्यात आली. वर्सोवा आणि कारंजा ही दोन ठाणी मराठ्यांच्या ताब्यात आली. वसईचा वेढा आता अधिकच कडक करण्यात आला. वास्तविक याच वेळी वसईचा किल्ला मराठ्यांच्या ताब्यात यावयाचा, परंतु ऐनवेळी स्टीफन लॉ याची कुमक येऊन पोहोचल्यामुळे तो प्रसंग टळला. याचवेळी पोर्तुगीजांचा सेनापती सिल्व्हेरिया हा मृत्यू पावल्याने पोर्तुगीज अधिकच निराश झाले. अशा रीतीने वसईचा पाडाव हा काही

दिवसांचाच प्रश्न ही गोष्ट उघड झाली. मराठ्यांनी किल्ल्यांवर तोफांचा मारा सतत चालविला होता. अर्ध्या अर्ध्या तासांच्या अंतराने सुरुंग फुटत होते. त्यात मराठ्यांची अतोनात हानी होत होती. चिमाजी आप्पा, मानाजी आंग्रे, मल्हारराव होळकर, राणोजी शिंदे यांचा सैन्यासह किल्याची तटबंदी चढून आत जाण्याचा निकराचा प्रयत्न चालला होता. सॅन सॅबॅस्टेन या बुरुजावर तर मराठ्यांनी अकरा वेळा हल्ला केला. १४ मेला सुरुंगाचा भडका उडून सॅबॅस्टेनचा बुरुज पूर्णपणे जमीनदोस्त झाला. अशा वेळेस पोर्तुगीजांनी शरणागती पत्करावी असे मराठ्यांना वाटणे स्वाभाविक होते; पण पोर्तुगीजांनीही पराक्रमाची शर्थ केली. शेवटी नाईलाज झाला, कुठूनही मदत मिळण्याची आशा संपली. पोर्तुगीज सैन्यही थकले. तेव्हा पोर्तुगीजांनी शरणागतीचा निर्णय घेतला. या विजयाच्या क्षणीदेखील मराठे उदारतेने वागले. किल्यातील पोर्तुगीज सैन्याला त्यांनी किल्ला सोडून सुरक्षित निघून जाण्याची अनुमती दिली. मराठ्यांच्या उदार वर्तणुकीची सर्वत्र प्रशंसा झाली. उभय पक्षात झालेल्या तहाच्या अटी पुढीलप्रमाणे होत्या. मराठ्यांनी पोर्तुगीज सैनिकांना किल्याबाहेर सन्मानाने जाऊ द्यावे. ज्या हिंदू, ख्रिश्चन आणि मुसलमान कुटुंबीयांना इतरत्र जाण्याची इच्छा असेल, त्यांना जाण्यास मराठ्यांनी अनुमती द्यावी. पोर्तुगीज आणि ख्रिस्ती धर्मगुरूंना शांतपणे पोर्तुगालाला जाण्याची अनुमती द्यावी. ज्यांना वसईत राहण्याची इच्छा असेल, त्यांना वसईत राहू द्यावे. युद्ध कैद्यांची आपापसात अदलाबदल करावी. वसईचे किल्यातून पोर्तुगीज सैन्य पूर्णपणे निघून जाईपर्यंत मराठा सैन्याने वसईच्या किल्यात प्रवेश करू नये. वसईतल्या चर्चेसना मराठ्यांनी धक्का लावू नये. उभय पक्षांच्या तहावर सह्या होईपर्यंत पोर्तुगीजांनी आपला प्रतिनिधी मराठ्यांकडे ठेवावा.

मराठ्यांनी या तहाचे काटेकोरपणे पालन केले. गोव्याचा वेढा मात्र अजूनही चालूच होता. शेवटी मराठ्यांचा सेनापती व्यंकटराव याने वसईची मोहीम आटोपल्यानंतर आमचे सर्व सैन्य गोव्याला येईल आणि सुरुंग लावून आम्ही सर्व शहरच बेचिराख करू, अशी धमकी दिली. या वेळेपर्यंत वसईचा विजय मराठ्यांच्या दृष्टोत्पत्तीस आला होता. त्यामुळे परिस्थिती हाताबाहेर जाण्यापूर्वी मराठ्यांशी सन्मानपूर्वक तह करून गोव्याची लढाई संपुष्टात आणणे श्रेयस्कर होईल, असा शहाणपणाचा विचार गोव्याच्या राज्यपालांनी केला. आणि म्हणून त्याने तहाच्या वाटाघाटींना प्रारंभ केला. परिणामी २७ एप्रिल १७३९ रोजी गोव्याचा गर्व्हनर आणि व्यंकटराव यांच्यात एक मित्रत्वाचा करार करण्यात आला. त्यानुसार साष्टी आणि बॉरड या दोन जिल्ह्यांतून मराठ्यांनी निघून जावे आणि याच्या मोबदल्यात पोर्तुगीजांनी त्यांना एक लाख साठ हजार इतकी नुकसान भरपाई द्यावी, असे ठरले. याशिवाय पोर्तुगीजांनी मराठ्यांना एकूण महसुलाच्या १/६ हिस्सा वार्षिक खंडणी

म्हणून देण्याचे मान्य केले.[६४]

पोर्तुगीज युद्धाचे परिणाम –

या युद्धात पोर्तुगीजांची अतिशय हानी झाली. ७५ मैल क्षेत्रफळाचा प्रदेश त्यांना गमवावा लागला. त्यात ८ मोठी शहरे २० बंदरे आणि वसईसारखे महत्त्वाचे किल्ले यांचा अंतर्भाव होता. साष्टी बेट मराठ्यांच्या दृष्टीने अतिशय फायदेशीर ठरले. तांदूळ आणि मीठ यांचे उत्पादन या ठिकाणी भरपूर होते. १७४० पर्यंत दमण आणि त्या सभोवारचे काही जिल्हे एवढाच प्रदेश पोर्तुगीजांकडे राहिला. युद्धात पोर्तुगीजांची आर्थिक हानी फार मोठ्या प्रमाणावर झाली. थोडक्यात या युद्धामुळे पोर्तुगीजांची सत्ता खिळखिळी झाली. पश्चिम किनाऱ्यावर मराठा आणि इंग्रज या दोनच सत्ता शिल्लक राहिल्या. मराठ्यांनी सिद्दी आणि पोर्तुगीज यांना नामोहरम केल्यामुळे पश्चिम किनाऱ्यावर मराठ्यांची प्रतिष्ठा वाढली.

इंग्रजांचे सावध धोरण –

मराठ्यांनी पोर्तुगीजांचा जो पराभव केला, त्यामुळे इंग्रज मराठ्यांशी दबकून वागू लागले. मराठ्यांना खूश करण्याकरिता इंग्रजांनी आपले दोन वकील– एक पेशव्यांकडे व दुसरा छत्रपतींकडे पाठविला. कॅप्टन इंचबर्ड हा पेशव्यांना भेटण्याकरिता आला, तर कॅप्टन गोल्डान हा शाहू महाराजांना भेटण्याकरिता साताऱ्याला आला. कॅप्टन इंचबर्ड पहिल्यांदा चिमाजी आप्पांना भेटला. परंतु चिमाजी आप्पांनी त्याचे अतिशय थंड स्वागत केले. परिणामी इंच बर्डची वकिली पूर्णपणे अयशस्वी ठरली. इंग्रजांचा दुसरा वकील कॅप्टन गोल्डान हा ज्या वेळी साताऱ्याला पोहोचला, त्या वेळी छत्रपती शाहू महाराज मिरजेच्या स्वारीवर गेले होते. गोल्डानने मिरजेला प्रस्थान केले. ८ जून रोजी शाहू महाराज आणि गोल्डान यांची भेट घडून आली, परंतु शाहू महाराज या वेळी नादीरशहाच्या आक्रमणाच्या वार्तेने अतिशय चिंतित झाले होते. परंतु एवढ्यातच व्यंकटरावाने पोर्तुगीजांचा पराभव केल्याची बातमी येऊन थडकली, त्यामुळे शाहू महाराजांची परिस्थिती सुधारून त्यांनी गोल्डानचे यथोचित स्वागत केले. इतकेच नव्हे, तर इंग्रजांशी मैत्री करावी असेही त्यांनी बाजीराव पेशवेंना सुचविले. अशा रीतीने गोल्डान शिष्टाई यशस्वी झाली. शाहू महाराजांच्या सूचनेवरून बाजीराव पेशव्यांनी इंग्रजांशी मैत्रीचा तह केला आणि आपल्या राज्यात इंग्रजांना सर्व व्यापारी सवलती दिल्या. बाजीराव पेशवे यांना उत्तर हिंदुस्थानातच केवळ विजय मिळाले असे नव्हे, तर ते कोकणातही सर्वश्रेष्ठ ठरले.

श्रीमंत बाजीराव पेशव्यांचे काही उल्लेखनीय मदतनीस –

मराठ्यांच्या बाजीराव पेशवेकालीन साम्राज्यविस्ताराच्या योजनेत त्यांना चिमाजी आप्पांची जशी मोठी मदत झाली, तसेच त्यांच्या इतर काही सरदारांचीही उल्लेखनीय मदत झालेली आढळते. अशा कर्तबगार आणि उल्लेखनीय व्यक्ती म्हणजे राणोजी शिंदे, मल्हारराव होळकर, दमाजी गायकवाड व गोविंदपंत बुंदेले होय.

राणोजी शिंदे –

शिंद्यांचे घराणे सातारा जिल्ह्यातील कण्हेर खेडचे. घरची गरिबी असल्याने त्यांनी प्रथम पेशवे बाळाजी विश्वनाथांच्या पागेत बारगिराची नोकरी पत्करली. लवकरच त्यांच्यावर पेशव्यांची मर्जी बसली. राणोजी शिंदे, उदाजी पवार व मल्हारराव होळकर हे आरंभी बाजीराव पेशवेंबरोबर खेळगडी म्हणून एकत्र वाढले असा समज आहे, असे सरदेसाई म्हणतात. परंतु त्यासाठी ते आधार देत नाहीत. त्यामुळे त्यांचे म्हणणे मान्य करणे अवघड ठरते.

निजामाबरोबर झालेल्या बाजीराव पेशव्यांच्या संघर्षांत राणोजीने निष्ठा आणि शौर्य हे गुण दाखविले. तेव्हा बाजीराव पेशव्यांनी त्याला माळवा आणि हिंदुस्थानच्या कामगिरीवर पाठविले. चिमाजी आप्पांनी माळव्यात दया बहाद्दरला बुडविला, त्या युद्धात राणोजी शिंदे होता. त्याने त्या युद्धात पराक्रमाची शर्थ केली.[६५] चिमाजी आप्पांच्या ग्वाल्हेरच्या स्वारीत राणोजी शिंदेनी गुजरातेतील कामगिरी करून माळव्यात उतरावे, अशी योजना करण्यात आली होती.[६६] यावरून राणोजी शिंदेच्या कामगिरीबद्दलचा पेशव्यांच्या ठायी असलेला विश्वासच प्रकट होतो. सुप्रसिद्ध वसईच्या लढ्यातही राणोजी शिंदेचा सहभाग होता.[६७] य. न. केळकरांनी त्याचे वर्णन पेशव्यांच्या ठेवणीतील वीररत्न असा केलेला आढळतो.[६८] कृष्णाजी वासुदेव पुरंदरे यांनी होळकर, शिंदे, पवार यांना बाजीरावांचे राजकारणी शिष्य म्हटले आहे.[६९] आणि त्यांच्या मते, प्रत्येकाचीच कामगिरी वाखाणण्याजोगी झाली आहे. त्यामुळे त्यांच्यात प्रतवारी लावणे कठीण आहे, असे मत दिले आहे.

राणोजी शिंदेंजवळ स्पष्टवक्तेपणा व वेळप्रसंगी धन्याची भीडभाड न ठेवण्याचा स्वभाव होता. शिंदेंच्या घराण्याचा मराठेशाहीच्या इतिहासाशी निकटचा संबंध आहे. इतकेच नव्हे, तर पाऊण शतकाचा इतिहास एका घराण्याने बनविलेला आहे, असे म्हणण्यास चिंता नाही,[७०] असे जे सरदेसाईंनी मत व्यक्त केले आहे, ते रास्तच होय.

मल्हारराव होळकर –

होळकरांचे मूळ नाव विरकर असून पुणे जिल्ह्यातील होळ या गावावरून होळकर हे नाव रूढ झाले. मल्हारराव होळकरांचा जन्म १५ किंवा १६ मार्च १६९३ रोजी झाला.

तो तीन वर्षांचा असतानाच वडील वारले. परीणामी आई त्याला घेऊन खानदेशात भोजराज बारगळ याच्याकडे गेली. तेथेच तो लहान लहान लढ्यात शौर्याची कामे करून प्रसिद्धीस आला. १७२० च्या बाळापूरच्या लढाईत मल्हाररावाने चांगलाच पराक्रम केला. १७२१ पासून तो बाजीराव पेशव्यांकडेच राहू लागला. १७२५ मध्ये बाजीराव पेशव्यांनी त्याला २५०० स्वारांची मनसब दिली. बाजीराव पेशव्यांच्या माळव्याच्या स्वारीत इतर अनेक कर्त्या माणसांबरोबर मल्हाररावही हजर होता. प्रत्यक्ष युद्धाला तोंड लागले, तेव्हाही तो मैदानावर हजर होता. मैदानावर गाजविलेल्या पराक्रमाबद्दल पेशव्यांनी त्याचा खास गौरव केला. इ. स. १७२९-३० मध्ये चिमाजी आप्पांनी काढलेल्या पेटलादच्या स्वारीतही मल्हारराव होळकराने महत्त्वाची भूमिका बजावली. त्या स्वारीत मांडवगड घेण्यात त्याचा आणि उदाजी पवाराचा सिंहाचा वाटा होता.[७१] वसई मोहिमेच्या वेळेस पेशव्यांनी आपला बहुतेक फौजफाटा व सरदार कोकणात उतरविले, त्यातही मल्हारराव होळकर होताच.[७२] त्या युद्धात लढताना मल्हाररावाच्या पायाला जखमही झाली होती. १७३९मध्ये झालेल्या वसईच्या युद्धात मराठ्यांना जो विजय मिळाला, त्याच्या मानकऱ्यांमध्ये मल्हाररावाचे नाव निश्चितपणे घ्यावे लागते.

गोविंदपंत बुंदेले –

बुंदेले हे मूळचे रत्नागिरी जिल्ह्यातील नेवरे या गावचे. मूळ आडनाव खेर असे असून पुढे त्यांना बुंदेले हे उपनाव प्राप्त झाले. वडील वारल्यानंतर ते कोकण सोडून देशावर आले. नोकरीसाठी हिंडताना ते बाजीराव पेशव्यांकडे आले. काही काळ त्यांनी मल्हारराव होळकरांजवळही काम केले असावे, असे सरदेसाई म्हणतात. गोविंदपंतांच्या अंगचे गुण हेरून बुंदेलखंडाची व्यवस्था पहाण्यास बाजीराव पेशव्यांनी त्यांची नेमणूक केली. बाजीराव पेशव्यांच्या नजरेत भरण्यासारखी कामगिरी गोविंदपंतांनी करून दाखविली. १७२९ च्या माळव्याच्या लढ्यात गोविंदपंत हजर होते. एवढेच नव्हे, तर पुढे बाजीराव पेशव्यांचा मुलगा बाळाजी बाजीराव पेशवे यांच्या काळातही गोविंदपंत बुंदेला उत्तरेतच वावरत होते. तथापि गोविंदपंतांनी बाजीराव पेशव्यांच्या मराठा साम्राज्य विस्ताराच्या काळातच आपला जम बसविला. लवकरच उत्तरेतील प्रमुख मराठा सरदारांमध्ये त्यांची गणना होऊ लागली. हळूहळू त्यांनी नवीन किल्ले बांधले व ठाणी हस्तगत केली. कुरईच्या नबाबांकडून त्यांनी काही प्रांत हस्तगत केला. त्यात सागर म्हणून एक प्रचंड तलाव होता. या तलावाच्या काठी सागर नावाचे नवीन शहर वसवून तेथे गोविंदपंताने आपले वास्तव्य कायम केले. सागरची स्थापना १७३६-३७ मध्ये झाली असावी असे सरदेसाई म्हणतात. नानासाहेब पेशव्यांच्या काळात सदाशिवरावभाऊने

त्याच्यावर ५ लक्ष सैन्यास रसद पोहोचविण्याची जबाबदारी सोपविली होती. तसेच अब्दालीची रसद तोडण्याचीही कामगिरी त्याच्यावर सोपविण्यात आली होती. त्याने अब्दालीच्या सैन्याची रसद तोडण्याचा तडाखा लावला, तेव्हा अब्दालीने अतायिखान व करीमदखान यांना गोविंदपंतावर रवाना केले. त्यांनी त्यांच्यावर हल्ला करून त्यांचे शिर कापून त्यांच्या छावणीची लूट केली. ही घटना २० डिसेंबर १७६० रोजी घडली.[७३]

श्रीमंत बाजीराव पेशव्यांच्या ध्येयाची मीमांसा –

शाहू महाराज आणि पेशवा बाळाजी विश्वनाथ यांच्या निर्धाराने मराठी सत्तेची उभारणी बरीचशी व्यवस्थित अशी झाली होती. पेशव्यांनी पूर्णपणे नाही तरी बऱ्याच यशस्वीपणे मराठ्यांना संघटित करून रणांगणावर आणून उत्तरेची दिशा दाखविली होती. तथापि, त्या दिशेने हिमतीने आणि वेगाने पुढे जाणे आवश्यक होते. तसेच इतर दिशांनाही हातपाय पसरणे भाग होते. क्रमप्राप्त अशी ही कामगिरी बाजीराव पेशव्यांच्या अंगावर पडली आणि दोन दशके (१७२०-४०) त्यांनी ती समर्थपणे पार पाडली. तथापि बाजीराव पेशव्यांनी हा जो उत्तरेकडे आपला मोर्चा वळविला, त्याच्यामागे त्यांचे कोणते ध्येय होते हा आजही वादाचा मुद्दा झालेला दिसतो. सरदेसाई बाजीराव पेशव्यांच्या उत्तरेकडील स्वाऱ्यांचे ध्येय स्पष्ट करताना त्यांचा उद्देश स्वधर्म (हिंदू) प्रतिष्ठा वाढविण्याचा होता, असे म्हणतात.[७४]

सरदेसाईंप्रमाणेच डॉ. श्रीनिवास यांनी बाजीराव पेशव्यांना हिंदू स्वातंत्र्याचा कैवारी ठरविले आहे.[७५]

सावरकर लिहितात, ''हिंदू स्वातंत्र्याच्या महत्कार्याच्या पुरस्काराकरिता कोणाही पुरुषाने बाजीराव पेशवेंपेक्षा अधिक मनोभाव आणि अधिक यशस्वीतेने प्रयत्न केले नाहीत. हिंदुपदपातशाहीचे महद्‌ध्येय शक्य तितक्या त्वरेने साध्य करण्यासाठी त्यांना तसे जिवापाड अतिमानवी प्रयत्न करावे लागले. त्यामुळे त्यांना अकाली मरण आले. नादीरशहाच्या दहा आक्रमणांनीदेखील कधीही बसला नसता, इतका मोठा धक्का बाजीराव पेशव्यांच्या अकाली निधनाने हिंदूंच्या कार्याला बसला.''[७६]

सरदार पण्णीकर, राजवाडे, सेन इत्यादी इतिहासकारांनाही बाजीराव पेशव्यांबद्दल हिंदूंचा पुरस्कर्ता, हिंदूपदपादशाहीचा जनक असा अभिप्राय व्यक्त केलेला आढळतो. तथापि त्याच्या अगदी उलट डॉ. दिघे, प्रा. आठवले यांनीही आपले मत नोंदविलेले आढळते.

डॉ. दिघे म्हणतात, ''जयपूर, जोधपूर, उदेपूर, बुंदेले यांच्याकडे मराठ्यांची नेहमी चौथ-सरदेशमुखीची, जहागिरीची मागणी चालावयाची आणि राजेरजवाड्यांनी याबाबत

खळखळ करावयाची, हे काय मैत्रीचे द्योतक का हिंदू संघटनेचे? सर्व राजेरजवाड्यांनी मैत्रीच्या नात्याने त्यांचा संघ बनविला आहे, त्यांनी पातशाहीचा कारभार कोणत्या धोरणावर चालावावयाचा, परस्परांचे संबंध कसे असावे, यासंबंधी विवेचन तत्कालीन कागदपत्रांत मिळत नाही, तोपर्यंत बाजीराव पेशवेंच्या हिंदू धर्माच्या अस्थेबद्दल मुग्धताच बाळगली पाहिजे. गोब्राह्मण प्रतिपालन, काशीप्रयाग तीर्थक्षेत्र सोडविणे या निव्वळ घोषणा होत. सर्व हिंदू सत्ताधीशांची एकजूट झाल्याचा देखावा अठराव्या शतकात दिसत नाही.''[७७]

प्रा. सदाशिव आठवले यांनी असाच अभिप्राय व्यक्त केला आहे. ते म्हणतात, ''शाहू महाराजांचे हिंदुपदपादशाहीचे धोरण कोणत्याही अस्सल कागदपत्रांत नमूद नाही. दिल्लीच्या बादशाहीशी इमान राखण्याचे करारमदार करून स्वराज्याच्या सिंहासनावर बसलेल्या शाहू महाराजांनी दिल्लीपतीचा दक्षिणेतील सुभेदार निजाम याचेशी जपून वागावे, हे समजण्यासारखे आहे. पण हे सगळे राजकारण झाले, यात हिंदू-कारण कोठे आहे?'' तसेच पुढे जाऊन ते म्हणतात, ''पण मनातून अंती हिंदूंच्याच रक्षणासाठी कटिबद्ध होते, असे म्हटले तर त्यांच्या नेतृत्वाखाली झालेल्या मोहिमांत हिंदू प्रजाजनांची जी लूटमार झाली, त्याचा अर्थ समजणे अवघड आहे.''[७८]

बाजीराव पेशव्यांच्या एकूण साम्राज्यविस्ताराचा विचार करताना कै. दत्तोपंत आपटे यांनी ''थोरल्या बाजीराव पेशवेंच्या ध्येयाची मीमांसा'' या लेखात असे म्हटले आहे की, शाहू महाराजांना बाजीराव पेशव्यांच्या उत्तरेकडील मोहिमांची योजना संमत झाली. निदान त्यांनी आक्षेप घेण्याचे सोडून दिले. याचा सरळ अर्थ असा होतो की, निजामाच्या बाबतीत नरमाईचे धोरण स्वीकारणारे तसेच बादशाहीला धक्का लावू नये, अशा मताचे असणारे छत्रपती शाहू महाराज एक प्रकारे बाजीराव पेशव्यांच्या साम्राज्य विस्तारास छत्रपती या नात्याने मूक संमतीच देत होते. आणि केवळ पेशवेच साम्राज्यवादी होते आणि छत्रपती शाहू महाराज नव्हते, असे नाही. रघुजी भोसलेला बंगालमध्ये धाडणाऱ्या शाहू महाराजांच्या त्या कृतीचा अर्थ साम्राज्यवाद असाच लावला पाहिजे. तसेच बाजीराव पेशव्यांना छत्रपती शाहू महाराजांची संमती असल्याशिवाय बाजीराव पेशवेही असे धाडस करणे शक्य नव्हते. कारण अंतिमतः पेशवा हे छत्रपतींचे नोकरच होते.

वरील विद्वानांची मते ध्यानात घेतानाच बाजीराव पेशव्यांनी उत्तरेकडचा मार्ग स्वीकारला, याचे कारण दक्षिणेची कामगिरी बाजीराव पेशव्यांनी पत्करली असती तर प्रतिनिधीची चुरस आड आली असती व प्रतिनिधीस गप्प बसवून बाजीराव पेशव्यांना दक्षिणेवर पाठविण्याचे काम आपण करणार आहोत, असे सांगण्याचे काम शाहू महाराजांच्या हातून होण्याचा फारसा संभव नव्हता.

बाजीराव पेशव्यांच्या अंगी वीरवृत्ती होती. पण धोरणात्मक निर्णय त्यांना घेता येत

नव्हता. अशा परिस्थितीत आपण आपल्या पराक्रमास स्वतंत्र क्षेत्र आखून घेऊन त्यात कामगिरी करावी, या विचारास बाजीराव पेशव्यांच्या मनात प्राधान्य मिळाले. आपल्याकडील फौज कायम ठेवावी व तिच्या हातून होईल ती कामगिरी करवावी हा हिमतीचा मार्ग बाजीराव पेशव्यांनी पत्करला. त्यायोगे त्यांना व्यापक कल्पना सुचल्या, पण त्यांचा मेळ मराठी राज्यातील इतर सरदारांच्या कल्पनेशी बसला नाही.

तथापि, बाजीराव पेशव्यांनी उत्तर हिंदचे राजकारण केले. त्यामागे हिंदुपदपादशाहीचा विचार असेलच असे नाही, परंतु त्याच्या एकामागोमाग एक अशा स्वाऱ्यांमुळे मराठ्यांचा साम्राज्यविस्तर विशेषतः उत्तरेकडे अधिक झाला. द. ब. आपटे यांच्या मतानुसार आपल्या विरुद्ध पक्षाच्या सरदारांपेक्षा आपण आहोत हे सिद्ध करून व शाहू महाराजांचा मान राखून सातारा दरबारात जसे आपणास महत्त्वाचे स्थान प्राप्त करून घेता आले, त्याचप्रमाणे दिल्ली दरबारात आपले वजन कायम करता येईल, अशी विचारसरणी बाजीराव पेशव्यांच्या उत्तर हिंदुस्थानातील धोरणाच्या मुळाशी होती.[७९] वरील वेगवेगळ्या मतांचा परामर्ष घेतल्यानंतर हे स्पष्ट होते की, दत्तोपंत आपटे यांचे मत अधिक वास्तववादी ठरते. कारण मराठे जिवंत आहेत, ही गोष्ट जशी त्यांना पटवून द्यावयाची होती, तशीच स्वतःचे महत्त्व वाढविण्याची महत्त्वाकांक्षाही त्यांना होतीच.

संदर्भ टिपा –

१) Dighe, V. G. Peshwa Bajirao First & Maratha Expansion, Bombay 1944, p. 204

२) कुलकर्णी अ. रा. आणि खरे, ग. ह. मराठ्यांचा इतिहास, खंड २, पुणे १९८५. पृ. १३५–३६

३) म. रि. खंड ३, पृ. २३७

४) पे. द. खंड १०, लेख ७५

५) शेजवलकर, त्र्यं. शं. नि. पे. सं., पुणे १९५९, पृ. १४, ४२ ते ४४

६) खोबरेकर, वि. गो. महाराष्ट्राचा इतिहास, खंड २, मुंबई १९८८. पृ. ७८

७) पे. द. खंड १५, लेख ८६
सदर करार एकूण १७ कलमांचा आहे.

८) पुणे पुराभिलेखागारातील अप्रकाशित कागद दफ्तर क्रमांक १, पुडके क्र. १, कागद क्र. १७९५

९) जौंजाळ, यु. एम. अप्रकाशित एम. फिल. लघुशोध प्रबंध, निजाम पेशवे संबंध, कोल्हापूर १९९२, पृ. ४१, ४२

१०) भा. इ. स. मं. त्रै जून १९३४ पृ. २९–३१

११) खोबरेकर, उपरोक्त पृ. ११६

१२) कित्ता पृ. ११८

१३) पे. द. खंड १५, लेख ४५

१४) कित्ता खंड १२, लेख १५

१५) कित्ता खंड १५, लेख ६५, ६८, ६९

१६) कित्ता खंड १४, लेख ९

१७) पुणे पुराभिलेखागारातील अप्रकाशित कागद, दफ्तर क्रमांक १, पुडके क्र. ४, पत्र क्र. ६५०

१८) पुणे पुराभिलेखागारातील अप्रकाशित कागद, दफ्तर क्रमांक १, पुडके क्र. २, पत्र क्र. १५१६

१९) पे. द. खंड १४, लेख १६, १७, १८

२०) कित्ता, लेख १६, १७, १८

२१) कित्ता, लेख १३

२२) कित्ता, खंड २२, पृ. १६३

२३) कित्ता, खंड १४, लेख २३

२४) कित्ता, खंड २२, पृ. १६३

२५) कित्ता, खंड २२, लेख ४१-४२

२६) कित्ता, खंड ३०, पृ. ३२१

२७) खोबरेकर, उपरोक्त, पृ. १२१

२८) कित्ता

२९) पे. द. खंड ३०, लेख १५६

३०) कित्ता, लेख १६७

३१) कित्ता, लेख १३४

३२) कित्ता खंड ३, लेख १९२

३३) कित्ता खंड २५, लेख १७

३४) कित्ता खंड १५, लेख ३०

३५) राजवाडे, म. इ. सा., खंड ६, लेख १३१

३६) Dighe, V. G. Peshwa Bajirao p. 153

३७) खरे, ग. ह. निवडक लेख, पुणे १९७२, पृ. १३१

३८) सिद्धेश्वरशास्त्री चित्राव, मध्ययुगीन चरित्र कोश, पुणे १९३७ पृ. ३७९

३९) पिसुर्लेकर, पो. म. सं., पृ. १६१ आणि केळकर, य. न. वसईची मोहीम, पुणे १९३७, पृ. १३२, ३३

४०) चित्राव, उपरोक्त, पृ. ३८०

४१) म. रि. खंड ३ पृ. ३२४

४२) पुरंदरे, कृ. वा. चिमाजी आप्पा आणि पेशवे यांची चरित्रे, पुणे १९४८, पृ. ७

४३) शा. रो., पृ. ७

४४) कित्ता, पृ. ६१

४५) राजवाडे, म. इ. सा., खंड ३, लेख १

४६) म. रि. खंड ३, पृ. ४३३

४७) धावडशी येथे राहून स्वामींनी बागबगिचे फुलविले, त्याचे सुरेख वर्णन डॉ. प्र. ल. सासवडकरांनी

काही अप्रकाशित कागदपत्रांच्या साहाय्याने केलेले आढळते. पाहा. भारतीय इतिहास आणि संस्कृती, वर्ष २ रे, पुस्तक ५वे, रियासतकारांनी त्याचे केलेले मूल्यमापनही योग्य वाटते. पाहा म. रि. खंड ३ पृ. ४३६ ते ४३

४८) राजवाडे, म. इ. सा., खंड २, पृ. ५९
४९) कित्ता, खंड ३, लेख ३०५
५०) म. रि. खंड ३, पृ. ४०७
५१) काळे, या. मा. गो. स. सरदेसाई, (संपा.) का. सं. प. पुणे १९३० पृ. ४४-४५
५२) शा. रो. पृ. ५९, ६०
५३) म.रि. खंड ३, पृ. ४१७
५४) कित्ता
५५) राजवाडे, म.इ.सा. पृ. ८७-८८
५६) म.रि. खंड ३, पृ. ४२१
५७) पिसुर्लेकर, पो. म. सं. पृ. १४७
५८) कित्ता
५९) कित्ता, पृ. १४८
६०) म.रि. खंड ३, पृ. ५२६
६१) पिसुर्लेकर, उपरोक्त पृ. १५५
६२) नाईक, ग. गो. साष्टीची बखर, मुंबई १९३५, पृ. ४२
६३) म.रि. खंड ३, पृ. ५२६
६४) पिसुर्लेकर उपरोक्त पृ. १८०-२०१, केळकर वसईची मोहीम पृ. ११७ ते २२४, देसाई पो. म. सं. पृ. १२१ ते १३२
६५) पुरंदरे उपरोक्त पृ. ११
६६) कित्ता
६७) केळकर उपरोक्त पृ. १८९
६८) पुरंदरे उपरोक्त पृ. ९४
६९) कित्ता, पृ. ६९, पृ. ८०
७०) म. रि. खंड १, पृ. ३२५
७१) कित्ता, खंड ३, पृ. ५३८
७२) कित्ता, पृ. ३४०
७३) राजवाडे, म. इ. सा. खंड ३, लेख ५११
७४) म. रि. खंड ३, पृ. ६२२
७५) Shrinivasan, Dr. C. K. Bajirao the great Peshva, Bombay 1961, p. 138
७६) सावरकर, वि. दा. हिंदूपदपादशाही, मुंबई १९४७, पृ. ५७
७७) कुलकर्णी आणि खरे, उपरोक्त पृ. ७७-७८
७८) म. रि. खंड ३, नवी आवृत्ती विभाग संपादकाचे मनोगत, पृ. २०९-१०
७९) आपटे, द.ब. लेखसंग्रह, पुणे १९४५, पृ. १३३-३६

४ माळवा, गुजरात आणि बुंदेलखंडातील मराठ्यांचा साम्राज्यविस्तार

१७ व्या शतकाच्या उत्तरार्धापासून मराठ्यांनी स्वराज्याचे रूपांतर करण्याचे स्वप्न पाहण्यास सुरवात केली व तेव्हापासून त्यांचा संपर्क माळवा, गुजराथ आणि बुंदेलखंड या प्रदेशांशी येऊ लागला. या तिन्ही प्रदेशांत मराठ्यांनी साम्राज्य वृद्धीसाठी केलेल्या प्रयत्नांचा आढावा या प्रकरणात घेण्याचे योजिले आहे.

माळवा म्हणजे मध्य भारतातील एक सुपीक प्रदेश होय. प्राकृतिक दृष्टीने विचार करता माळवा हा सातपुडा पर्वताच्या मुख्य श्रेणीपासून उत्तरेस वाहणाऱ्या चंबळ नदी पाणलोटाचा प्रदेश होय.

माळवा पठाराच्या स्वाभाविक सीमा म्हणजे उत्तरेकडे मुकुंदवारा डोंगररांग, पूर्वेस सागरचे पठार, दक्षिणेस विंध्य पर्वत व पश्चिमेला विंध्य पर्वतातून फुटलेली व पुढे अरवलीला मिळणारी डोंगरांची रांग या होत. समुद्रसपाटीपासून सुमारे ५०० ते ६०० मीटर उंचीवर असलेल्या या प्रदेशातील जमीन सुपीक व काळी असून पठारावर पूर्व-पश्चिम बेटवा, चंबळ व मही नद्यांचे भाग येतात. चंबळ ही तर या प्रदेशातील प्रसिद्ध नदी. याशिवाय क्षिप्रा, काली सिंध व पार्वती या इतरही नद्या आहेत. सरासरी ७० सें.मी. पावसाच्या प्रदेशात गहू, हरभरा, कापूस, अफू ही महत्त्वाची पिके घेतली जातात.[१]

अशा या सुपीक प्रदेशावर प्राचीन काळात पुष्कळ घडामोडी झाल्या. मात्र या प्रदेशावर स्वारी करणारा पहिला इस्लामी शासक म्हणजे गुलामवंशीय अल्तमश होय. त्याने माळव्यावर हल्ला करून १२३५मध्ये उज्जैन शहरातील अनेक भव्य इमारती नष्ट केल्या.[२] गुलाम वंशानंतर खलजी, घोरी या घराण्यांची काही काळ माळव्यावर अधिसत्ता होती. त्यानंतरच्या काळात सोळाव्या शतकाच्या अखेरीस अकबराने माळवा मुघल साम्राज्यास जोडला.[३]

अकबराने उज्जैन ही माळव्याची राजधानी केली. त्या काळी माळव्यात उज्जैन, रायसेन, चंदेरी, सारंगपूर, मांडू, हंडिया, गागरौन, कोटडी, पिंडवा, बीजागढ, गढा, मंद सौर, व नंदुखार या बारा जिल्ह्यांचा समावेश होता. मुघलांच्या काळात माळव्याची चांगलीच भरभराट झाली होती.[४]

छत्रपती शिवाजी महाराजांनी महाराष्ट्रात स्वराज्य स्थापना केली. अखेरपर्यंत त्यांना प्रथम स्वराज्य निर्मितीसाठी आणि नंतर रक्षणासाठी सातत्याने कोणाशी ना कोणाशी तरी लढावे लागले. छत्रपतींच्या काळात मराठ्यांच्या स्वराज्याच्या सीमा ४/५ जिल्ह्यांपुरत्याच मर्यादित राहिल्याने सुरतेवर स्वारी करून ते एक प्रकारे गुजराथेत शिरले, मात्र माळव्यात गेले नाहीत.

मराठ्यांचे दुसरे छत्रपती तर महाराष्ट्राच्या भूमीतच मुघलांशी खुद्द औरंगजेब बादशाहाशी झुंजत राहिले, अखेर १६८९ मध्ये त्याच औरंगजेबाच्या पाशवी आक्रमणाचे बळी ठरले.

मात्र मराठ्यांचे तिसरे छत्रपती व शिवाजी महाराजांचे दुसरे पुत्र छत्रपती राजाराम महाराज यांनी स्वराज्य विस्ताराचे स्वप्न पाहिले होते. त्यांच्या स्वप्नाचे प्रतिबिंब ४ जून १६९१ रोजी त्यांनी लिहिलेल्या हणमंतराव घोरपड्याच्या पत्रात स्पष्ट होते. त्या पत्रात ते म्हणतात, ''महाराष्ट्र धर्म रक्षावा हा तुमचा संकल्प स्वामींनी जाणून उभयतास जातीस व फौजेस सहा लक्ष होनांची नेमणूक चालविण्याचा निश्चय करून दिधला असे. पैकी रायगड प्रांत व विजापूर, भागानगर व औरंगाबाद हे चार काबीज केल्यावर वर कामगिरीस पाऊण लाख या प्रमाणे तीन लाख व बाकीचे तीन लाख प्रत्यक्ष दिल्ली घेतल्यावर द्यावयाचे असा निश्चय केला आहे. एकनिष्ठेने सेवा करावी, स्वामी बहुतेक प्रकारे चालवितील.''[५]

तथापि, मराठ्यांचा मावळ्यात प्रवेश नेमका केव्हा झाला, याबद्दल वाद आहे. सर जॉन माल्कमने मराठे १६९० मध्येच माळव्यात घुसल्याचे मत दिले आहे.[६] तर सर यदुनाथ सरकारांनी फारसी बखरींच्या आधारे १६९९ मध्ये मराठे माळव्यात घुसले, असे म्हटले आहे.[७]

औरंगजेबाच्या कडव्या धार्मिक धोरणाने त्याची हिंदू प्रजा आणि रजपूत राजे-रजवाडे, जमीनदार बादशाहीवर नाराज झाले आणि त्यांनी मराठ्यांशी सर्वतोपरी मिलाप केला. त्यामुळेच मराठ्यांना विंध्य पर्वतातील घाट आणि नर्मदेवरील उतारांची माहिती मिळून त्यांचा माळव्यात प्रवेश सुकर झाला. माळव्यात रजपूतांच्या कित्येक जहागिऱ्या होत्या. त्यांच्याशी स्नेहाचे संबंध राखल्यामुळे मराठ्यांना माळव्यावरील आक्रमणात तेथील लोकांचे साहाय्य झाले.[८]

राजाराम महाराजांच्या काळातच मराठे १६९९ मध्येच नर्मदा पार झाले. या सुमारास

बादशाह व छत्रपती या दोघांनीही परस्परांच्या प्रदेशावर मोठ्या मोहिमा उघडल्या. दोघांच्याही सेना परस्परांचे प्रदेश उजाड करून सर्वत्र घबराट माजवित होत्या. दसरा झाल्यावर महाराजांनी कृष्णा सावंत यांस १५००० घोडदळासह उत्तरेस स्वारीसाठी पाठविले. कृष्णा सावंताने नर्मदा पार करून धामोनीच्या प्रदेशात स्वारी केली. मराठ्यांच्या इतिहासातील मुघली मुलखावर धाड घालणारा कृष्णा सावंत हा पहिला मराठा वीर होय.[९]

राजाराम महाराजांच्या मृत्यूनंतर औरंगजेबाने एका मागोमाग एक मराठी किल्ले सर करण्याचा सपाटा लावला. त्याच्या मोहिमेला उत्तर म्हणून बादशाहाचे उत्तरेशी दळणवळण तोडावयाचे व उत्तरेतील सुभ्यातून येणारी लष्करी सामग्री, धान्य आणि पैसा हस्तगत करावयाचा या हेतूने मराठी फौजा खानदेश, गुजरात, माळवा या प्रांतांत घुसू लागल्या. दक्षिण सुभ्यातही त्यांनी जागोजाग छावण्या घातल्या व खंडण्या वसूल करण्यास सुरुवात केली. थोडक्यात म्हणजे राजाराम महाराजांच्या मृत्यूनंतर अल्पावधीतच मराठ्यांनी मुघलांची राज्ययंत्रणा खिळखिळी करून सोडली.[१०]

१६९९ मध्ये कृष्णा सावंताप्रमाणेच काळोजी पवारही माळव्यात आला होता. त्याचा दरारा पाहून उत्तरेत त्याला काळू मराठा दख्खनवाला ही म्हण प्रचलित झाली होती, हे येथे मुद्दाम लक्षात घ्यावयास हवे.[११]

सन १७०० च्या २ किंवा ३ मार्च रोजी छत्रपती राजाराम महाराजांचा मृत्यू झाला.[१२] त्यानंतर राजाराम महाराजांची पत्नी ताराबाई हिने सत्तेची सर्व सूत्रे स्वीकारली. त्यानंतर तिने मुघलांना त्यांच्या प्रदेशात दे माय धरणी ठाय करून सोडण्याचे धोरण अंगीकारले. नेमके त्याच वेळेस औरंगजेबाने हट्टाला पेटून सातारा, पन्हाळगड, विशाळगड वगैरे नामांकित किल्ले हस्तगत करण्यास सुरुवात केली. त्याने महाराष्ट्रात एकामागून एक काही किल्ले घेतले. परंतु, त्याची पाठ वळताच मराठे पुन्हा आपले गेलेले गड, किल्ले हस्तगत करीत राहिले. दक्षिणेत औरंगजेबाशी मराठे वरीलप्रमाणे सामना देत असताना ते बादशाही मुलखात उतरून धामाधूम करीत होते.[१३]

इ.स. १७०३ च्या डिसेंबरात नेमाजी शिंदे, केसोपंत पिंगळे यांनी सर्जाखानाशी लढाई करून त्यांस कैद केले व ३ लाख रुपये दंड घेऊन सोडूनही दिले. त्यानंतर २ महिन्यांनी नेमाजी शिंदे, केसोपंत व परसोजी भोसले ५०००० स्वार घेऊन नर्मदा उतरून काळबागपर्यंत पोहोचले. बादशाहाने गाजीउद्दीनास त्यांच्यावर रवाना केले.

गाजीउद्दीनने माळव्यात कूच केले. सिंरोजजवळ त्याची नेमाजी शिंद्याशी गाठ पडली. लढाई झाली, तथापि मराठ्यांना माघार घ्यावी लागली. मराठ्यांवर विजय मिळविल्याबद्दल बादशहाने गाजीउद्दीनास सिपाह-सालार ही पदवी दिली.[१४] भीमसेन

सक्सेना म्हणतो, 'खान सिरोंजजवळ आला, पण त्याने नेमाजीशी युद्ध केलेच नाही. उलट त्याने नेमाजीवर मोठा विजय मिळविला असे बादशाहाला मात्र कळविले.' खरी गोष्ट जेव्हा बादशहास कळली, त्या वेळेस त्याने त्याला दिलेली सिपाह-सालार ही पदवी आणि बढत्या काढून घेतल्या.[१५] (मार्च १७०४)

ह्या लढाईनंतर मराठे बुंदेलखंडाच्या रोखाने जात असताना गाजीउद्दीने फिरोजजंग याने पाठलाग करून पुन्हा एकदा त्यांचा पराभव केला. मराठी फौजेत गोळा झालेली बरीच लूट त्यांनी हस्तगत केली. तथापि त्यांना विजयासाठी अनेक सैनिक खर्ची घालावे लागले. खानाच्या विजयाची वार्ता तोरण्यावर बादशाहाला समजली, बादशाह खूश झाला. त्याने त्याच्यावर बक्षिसांचा वर्षाव केला. खानाशी झालेल्या चकमकीनंतर नेमाजी आपल्या फौजेसह बनारसच्या प्रदेशाकडे निघाला. परंतु तिकडील जमिनीदारांनी वाट अडवल्यामुळे त्याला परतावे लागले. त्यानंतर बहुतेक मराठ्यांची फौज स्वराज्यात आली असावी.[१६] मराठ्यांच्या मोहिमेच्या काळात शाहीस्तेखानाचा पुत्र अबुनरखान हा माळव्याचा सुभेदार होता. वऱ्हाडात रुस्तुमखानास कैद करून मराठे माळव्यात आल्याचे समजताच अबुनरखान घाबरून गेला. शत्रूचा प्रतिकार करण्याऐवजी त्याने पळ काढून उज्जैनच्या किल्ल्याच्या आश्रय घेतला. मांडवगडचा किल्लेदार नवाशीजखान याने मराठ्यांना तोंड देण्याची तयारी करून खानास कुमक पाठविण्याची विनंती केली. परंतु खानाने त्याच्याकडे फक्त ६० घोडे पाठविले. सुभेदाराने असा कामचुकारपणा व भित्रेपणा दाखविल्याने नवाशीजखानाचा धीर सुटला व त्याने मांडवगडहून पळ काढून धार येथे आश्रय घेतला. बादशाहाला हे समजताच त्याने त्याला बडतर्फ करून खानदेशात पाठविले.

अशा प्रकारे मराठे माळव्यात धुमाकूळ घालत असता त्यांची दुसरी फौज हैदराबादहून पुढे होऊन मच्छलीपट्टणपर्यंत जाऊन पोहोचली होती (फेब्रुवारी १७०४). या फौजेत १२००० घोडदळ व १०००० पायदळ होते. मच्छलीपट्टण जवळच्या पालाकोलू या ठिकाणावर मराठ्यांनी हल्ला केला व तेथून आजूबाजूच्या प्रदेशात फौजा पाठवून चौथाई सक्तीने वसूल केली. तेथील मुघल अंमलदार मराठ्यांना प्रतिकार करू शकले नाहीत. मराठ्यांच्या दृष्टीने स्वराज्यातील मुघल फौजांवर हल्ले करून त्यांना हैराण करण्याचा काळ आता संपला होता. आता हल्ले मराठे करीत होते. ते बादशाही मुलखावरही तुटून पडत होते. स्वातंत्र्ययुद्धाच्या या तिसऱ्या कालखंडात ताराबाई महाराणींचा पवित्रा आक्रमकच होता. त्या काळात मराठे सर्वत्रच पसरले होते. त्याचे वर्णन करताना भीमसेन सक्सेना म्हणतो, ''मराठे सर्वत्र टोळ आणि मुंग्यांप्रमाणे पसरले होते.''[१७]

मराठ्यांनी माळव्यावर कबजा मिळविण्यासाठी हे जे प्रयत्न आरंभले होते, त्याविषयी रियासतकार लिहितात, ''२५ वर्षांच्या युद्धानुभवाने मराठ्यांच्या राजकीय आकांक्षा व

आत्मप्रत्यय वाढला. तसा वास्तविक शिवाजी महाराजांच्या वेळीही वाढला नव्हता. अर्थात त्यांच्या उद्योगास भरपूर क्षेत्राची गरज या वेळी विशेष निर्माण झाली. औरंगजेबाचा उच्छेद करण्यात त्यांनी माळवा प्रांत परत आक्रमिला होता. जिंजी, तंजावरपर्यंतचे दक्षिण हिंदुस्थान त्यांनी पूर्वीच व्यापले होते. मुघलांनी दक्षिण देश जिंकण्याचे योजिले, तेव्हाच माळवा हा प्रांत त्यांचा उद्योगाचा पाया बनला होता. उलटपक्षी मुघलांचे निवारण करणे असेल तर मुघलांचा हा मूळ पायाच उखडून काढला पाहिजे, हे मराठ्यांनीही तितकेच ओळखले होते. पैसा, फौज, युद्धसामग्री जी काही औरंगजेब दक्षिणेत आणेल, ती माळव्यातून येत असता तेथेच लुटून हस्तगत करण्याचा सपाटा त्यांनी आरंभिला. म्हणून बादशाहाच्या नाड्या तेथे विशेष आखडल्या गेल्या. आपल्या स्वराज्यात युद्धप्रसंग घडू न देता तो माळव्यातच उत्पन्न करणे मराठ्यांना फायदेशीर आणि अपरिहार्य होते.''[१८]

दरम्यानच्या काळात माळवा प्रांताची राजकारणी दुरावस्था निर्माण झाल्याने मराठ्यांनी आपले लक्ष माळव्याकडे वळविले. सन १७०८नंतर छत्रपती शाहू महाराजांनी व त्यांच्या आद्यसल्लागारांनी माळव्याकडे अथवा उत्तरेकडे लक्ष पुरविले, याचेही कारण माळवा प्रांताची दुरावस्थाच होय. श्रीमंत पेशवे बाळाजी विश्वनाथ यांनी दिल्लीच्या स्वारीचे साहस अंगीकारले, त्यात दुहेरी हेतू होता. छत्रपती शाहू महाराजांच्या मातोश्री व त्यांचा परिवार दिल्ली येथे ओलीस होता, त्यांना सोडविणे व माळव्यात आपला पाया भक्कम करणे.

इ.स. १७११ आणि १३ मध्येही मराठी फौजा माळव्यात शिरल्या आणि त्यांनी अमझेरा, वडनगर, वारवा या परगण्यांतून खंडणीची वसुली केली असे जयपूर अखबारावरून कळते. इ.स. १७१३ मध्ये जयसिंहाची माळव्याला सुभेदार म्हणून नेमणूक झाली. मराठ्यांच्या माळव्यावर स्वाऱ्या चालूच होत्या. इ.स. १७१५ च्या १ किंवा २ एप्रिलला खंडेराव दाभाडे व कान्होजी भोसले यांनी ३०००० फौजेनिशी नर्मदा ओलांडून माळव्यात प्रवेश केला. पण जयसिंगाने त्यांचा पराभव केला. मराठ्यांवर मिळविलेल्या या विजयाचे बक्षिस म्हणून बादशाहाने जयसिंगाचे व त्याच्या हस्तकाचे अभिनंदन केले. यापूर्वी मराठ्यांना माळव्यात असा अपयशाचा अनुभव कधीही आला नव्हता. जयसिंगाने माळव्याचा बंदोबस्त उत्कृष्ट केला. वरीलप्रमाणे माळव्यात जयसिंगाकडून पराभूत झालेल्या मराठ्यांनी माघार घेतली. परंतु पुढे अल्पावधीतच ते माळव्यात घुसले. इ.स. १७१७ मध्ये खंडेराव दाभाडे माळव्यात येऊन त्याने अष्टे, देवगड, सिहोर वगैरे परगण्यातून चौथ वसूल केला. संतोजी भोसले आणि संताजी सावंत त्याला २५००० फौजेनिशी येऊन सामील झाले. संताजी भोसल्याने नर्मदा उतरून उज्जैनला वेढा घातला. उज्जैन त्यास घेता आले नाही. पण जयसिंगाच्या दुय्यम अधिकाऱ्यांचा मराठ्यांनी पराभव केला.

त्याचा एक अधिकारी रूपराम याला पकडून दंड केला व हंडीया परगणा मराठ्यांनी मिळविला. ऑक्टोबर १७१७ मध्ये बादशहाने जयसिंगाकडून माळवा सुभा काढून घेऊन त्यावर मोहम्मद आमीनखानची नियुक्ती केली. अशा प्रकारे जयसिंगाचा हा पहिला कारभार संपला.

इ. स. १७१८मध्ये मराठ्यांनी माळवा प्रांतात ठाणे दिले. त्यास काढून लावण्याकरिता बादशहाने महंमद आमीनखान यांची त्या प्रांतावर नेमणूक केली. पण तो लवकरच माळवा सोडून जानेवारी १७१९मध्ये दिल्लीत गेला.

इ. स. १७१९ मध्ये दिल्लीत राज्यक्रांती घडून येऊन मराठ्यांना सनदांची प्राप्ती झाली. २० मार्च १७१९ रोजी पेशवे बाळाजी विश्वनाथ यांनी दिल्ली सोडली. जुलै १७१९ मध्ये ते साताऱ्यास आले आणि अल्पावधीतच २ एप्रिल १७२० रोजी त्यांचा मृत्यू झाला.

पेशवे बाळाजी विश्वनाथ यांच्या मृत्यूनंतर पेशवे पदावर छत्रपती शाहू महाराजांनी त्यांचा थोरला मुलगा पेशवे पहिले बाजीराव यांची नेमणूक केली. पहिल्या दोन वर्षांत पेशव्यांनी खानदेश वैजापूर, बीजागड, नेमाड या भागात मुलूखगिरी केली.

३ नोव्हेंबर १७२२ रोजीच्या पत्रात पेशवे पहिले बाजीराव हे उदाजी पवारास लिहितात, ''प्रांत गुजराथ व प्रांत माळवा निमेल मोकासा हुजुरुन आम्हाकडे आहे. त्यापैकी निमे तुम्हास मोकासा सरंजाम करून दिल्हा आहे. आमची इमारत सर्व तुम्हावरच आहे.''[१९]

पुढच्या वर्षी म्हणजे १७२३ मध्ये खुद्द पेशवे बाजीराव हेच निजामाची भेट घेण्यासाठी बदकशान येथे गेले. १७२४ मध्ये पुन्हा निजाम-पेशवे भेट नालछा येथे झाली. त्यानंतर पेशवे चार वर्षे माळव्यात जाऊ शकले नाही. पण त्यांच्या वतीने आबाजीपंत पुरंदरे, बाजी भिवराव केसो महादेव, कृष्णाजी हरी दक्षिण माळव्यात मुलूखगिरीवर होते.

२४ मे १७२७ च्या पत्रात पेशवे बाजीराव उदाजीराव पवाराची नेमणूक माळव्यातील चौथ व सरदेशमुखीच्या अधिकारावर केल्याचे त्या भागातील देशमुख देशपांडे यांना कळवितात.[२०] ऑक्टोबर १७२८ ते १७२९ पर्यंत पेशव्यांनी म्हणजे वस्तुतः पेशव्यांचा भाऊ चिमाजी आप्पा यांनी माळव्यात स्वारी करून गिरीधर बहाद्दर व दया बहाद्दर यांचा पाडाव केला.

पेशव्यांनी १७२८ मध्ये माळव्यात जी स्वारी केली, त्यास पेशव्यांची नेहमीप्रमाणे असलेली आर्थिक अडचण तर कारणीभूत होतीच, हे पेशव्यांच्या तत्कालीन काही पत्रांवरून स्पष्ट होते. पेशवे बाजीराव चिमाजी यांना लिहितात, ''येथे कर्जदारियाची व दरमाहेची पैकियाची ओढ सातारियास आहे. तिकडे गेलियावर आर्धा ऐवज साधेल तो

हरयत्ने पाठवून देणे. जिकडे पैसा फारसा मिळेसा असेल तिकडे जाणे. कर्जदार आधी वारणे. लोकांस फारसा पैका फारसा न देतो तनू पोटाची राखणे.''[२१] यावर चिमाजी आप्पा लिहितात, ''सातारियास ऐवज रवाना करावयासी लिहिले. याखेरीज दुसरा निजध्यास नाही. सांप्रत उज्जैनीस आलो आहोत. येथील बोली लागली आहे. नियेत जाहला नाही... पैका अनुकूल होईसा दिसतो.''[२२]

या आर्थिक कारणापलीकडे सवाई जयसिंगास मराठ्यांनी माळव्यात स्वारी करावी असे वाटत होते. त्यासाठी सवाई जयसिंगाने दुर्गादास नावाचा आपला घरचा माणूस मुद्दाम दक्षिणेत पाठविला व पेशवे आणि छत्रपतीस लिहिले, ''तुमची फौज माळवियात जलदीने येते तरी पातशहा तुमचे जे मतलबी आहेती ते सर्वही करून देतो. फौज माळव्यात येऊन धामधूम करी ते गोष्ट केली पाहिजे.''

माळव्याच्या या स्वारीची जबाबदारी पेशवे बाजीराव यांनी आपला भाऊ चिमाजी आप्पा याच्यावर सोपविली. यावेळी चिमाजी आप्पा विशीच्या पुढे होते. त्या वेळच्या रिवाजाप्रमाणे स्वतःच्या जबाबदारीवर स्वतंत्र मोहीम पार पाडण्याच्या स्थितीत होते, यात शंका नाही. पेशव्यांनी आप्पा यांच्यावर माळव्याच्या स्वारीची जबाबदारी सोपविली व त्याचबरोबर त्यांच्या मदतीस बाजी भिवराव, गणपतराव मेहंदळे, आबाजी मुजुमदार, अंताजीपंत फडणीस, उदाजी पवार, मल्हारजी होळकर इत्यादी कर्ती माणसे पाठविली. शिवाय ८/१० हजारांची फौज असावी.

माळव्यात पूर्वीपासूनच वावरत असलेला उदाजी पवार चिमाजी आप्पांना येऊन मिळाला. आता माळव्याचा सुभेदार गिरीधर बहाद्दर व मराठे यांचे युद्ध अटळ झाले. २९ नोव्हेंबर १७२९ रोजी आमझऱ्याचे युद्ध झाले. तथापि, पुरंदऱ्यांच्या मतानुसार मराठे माळव्यात उतरल्याचे पाहून आमझऱ्याचा तळ हलवून दया बहाद्दर निघाला व त्याने चिमाजी आप्पा यांना गाठले व युद्धाचे तोंड लागले. अर्थात युद्धभूमी आमझरे नसून नालछी व आमझरे यांच्या दरम्यान आहे.[२३]

या लढाईत सुसज्ज दया बहाद्दरचा पराभव झाला. विजयश्रीने मराठ्यांच्या गळ्यात माळ घातली. चिमाजी आप्पांच्या सैन्यातील उदाजी पवार, बाजी भिवराव, मल्हारराव होळकर, राणोजी शिंदे वगैरेंनी पराक्रमाची शर्थ केली. बाजी भिवरावास गोळीची जखम झाली. तथापि, या युद्धात मराठ्यांनी माळव्याचा सुभेदार गिरीधर बहाद्दर यास ठार केले. तत्कालीन कागदपत्रात गिरीधर बहाद्दर व दया बहाद्दर या युद्धात ठार झाल्याचे स्पष्ट म्हटले आहे.

''दया बहाद्दर याने चालून नेवोन बारि धरिली. मग आपण सख्ती करून युद्ध प्रसंग बरा गाठला. दया बहाद्दर व त्याचे सरदार ठार झाले. लुटून फना केला.''[२४] दया

बहाद्दरप्रमाणेच गिरीधर बहाद्दरासही याच लढाईत मराठ्यांनी मारले. गिरीधर बहाद्दरास उदाजी पवाराच्या हातून मरण आले, असे पुरंदरे म्हणतात. पण जगदेवराय उदाजीचा धाकटा भाऊ याने गिरीधरचे शीर उडविले, असेही म्हटले आहे.

माळव्यात उतरल्यापासून उज्जेनीस जावयास चिमाजी आप्पा यांना तेवीस-चोवीस दिवस लागले. यावरून ही मोहीम एकाच लढाईने आटोपली असेल असे वाटत नाही. अमझरा ते उज्जैन यांच्या दरम्यान अनेक लढाया झाल्या असाव्यात. तथापि, पुराव्याअभावी तर्कावरच विसंबून राहावे लागते.

उज्जैनीस चिमाजी आप्पा गेल्यावर त्यांना पेशव्यांचे पत्र आले. ''जर हे गोस्ट जाहली असली तरी उज्जनी सुभ्याचा बंदोबस्त करून मग कोष्टीकडे पोट भरावयास असुद्या. मुलकात जाऊन फौजेची उस्तवारी करणे. उज्जनी शहराचा पैका बरा घेणे.''[२५]

चिमाजी आप्पा यांनी माळव्याच्या या स्वारीत यश संपादन केल्याने पेशवे घराण्याचा लौकिक तर वाढलाच, परंतु पेशव्यांचा छत्रपती शाहू यांच्या दरबारी व दिल्लीच्या बादशाहीत विशेष बोलबाला होऊ लागला. पेशव्यांवर प्रेम करणाऱ्या राजदरबारी यांजकडून आप्पांवर अभिनंदनाचा वर्षाव होऊ लागला.

धनाजी ढमढेरे व सुभानजी सेलार लिहितात, ''गिरीधर बहाद्दर यास बुडवून यश घेतले, हे वर्तमान संतोषाचे आले. यावरून बहुत समाधान जाहले. आपण येशस्वी आहेत. पुढेही याच प्रकारे श्री यश देईल.''[२६] वरीलप्रमाणेच आप्पांचा गौरव करणारी पत्रे कृष्णराव महादेव, बाजीराव पेशवे, मल्हार दादाजी, धोंडोजी महादेव, चिमणाजी दामोधर यांनी लिहिली.[२७] यश खरोखरी अभिनंदनीय होते यात शंका नाही. माळव्याचा सुभेदार व त्याचा सेनापती लोळवला जाऊन त्याची सर्व सल्तनत मराठ्यांस मिळून मराठी भाल्याचा तीक्ष्णपणा उत्तर हिंदुस्थानात गाजला गेला. मुघल-मराठ्यात यापूर्वी अनेक अद्भुत संग्राम झाले व त्यात मी-मी म्हणविणारे मुघल सेनानी धुळीला मिळविले. पण या वेळी ते स्वदेशात असून त्यांना युद्धभूमीची खडान्‌खडा माहिती होती. पण या वेळी ते परदेशात शत्रूच्या मुलखात असून अनेक अडचणींवर मात करत होते. मुघल बादशाहीला हादरा बसला. तथापि आप्पाच्या स्वारीचे दुय्यम उद्दिष्ट जे पैका मिळवून दारातील सावकारी धरणेकरी उठविणे, बहुधा फारसे साधले नसावे.''[२८]

माळव्यात मराठ्यांनी यश मिळविले. परंतु आपापसात त्यांना माळव्यात ३ वाटे हवे होते. अन्यथा अडचणी निर्माण होतील, हे स्पष्ट करणारे एक (अप्रकाशित) पत्र याविषयी बोलके ठरते.

''श्रीमंत आपा स्वामीचे सेवेसी वि. सेवक कृष्णाजी हरी कृ. सा. न. वि. स्वामीचे कृपे दृष्टी करून तागाईत का. वद्य सप्तमीपर्यंत सेवकाचे वर्तमान येथोस्थित असे. स्वामीची

आज्ञा घेऊन राबोस (?) रा. म्हाल्हारजी होळकर यांची भेटी घेऊन सिनरास आलो. अलिकडे वर्तमान परस्पर ऐकिलो की, पवारांची समजावीसी झाली. ते मालवियात या समागम जातात म्हणून वर्तमान ऐकिले. त्यासी ते ती जाईचे विभागी या निमित्त आमचेविषयी त्यास पत्र असले पाहिजे. आमचेविषयी त्यांनी (शिंदे/होळकर यांना) पत्र द्यावयाची आज्ञा केली पाहिजे. स्वामीचे आज्ञेप्रमाणे मालवियात जातो. पुढे तरी स्वामीने आमचा अभिमान धरून जेणेकरून आमचे उर्जित घेऊन एकवेळ कर्जमुक्त होऊ ती गोष्ट केली पाहिजे.''[२९]

गिरीधर बहाद्दर मेल्यामुळे दिल्लीच्या बादशाहाने माळव्याच्या सुभेदारीवर त्याचा मुलगा भवानीराम याची नेमणूक केली. आप्पा स्वारी संपवून पुण्यास गेले. १७२९ च्या पावसाळ्यात दोघेही भाऊ साताऱ्यास शाहू महाराजांच्या दर्शनास गेले. तरी मागे त्यांनी छावणीला मल्हारराव होळकरांस ठेवले होते. माळव्याचा लढा चालूच होता. तिथले नाक मांडवगडचा किल्ला अद्याप मराठ्यांच्या हाती आला नव्हता. सुभेदार भवानीराम याचा सवाई जयसिंग व सैद अज्जमुदी अल्लीखान यांनी पाठपुरावा करावा, असा बादशाहाचा हुकूम होता. परंतु माळव्याच्या सुभेदारीवर या दोघांचा डोळा असल्याने त्यांनी भवानीरामास मदत तर केली नाहीच, उलट ते मराठ्यांचे पक्षपाती असल्याने त्यांनी त्याच्या कारभारात विघ्नेच उत्पन्न केली. एकंदरीत भवानीरामचा जम न बसता, त्याची फटफजिती झाली व तो केवळ एक वर्षातच पदभ्रष्ट झाला व सुभेदारीची माळ पुन्हा सवाई जयसिंगाच्या गळ्यात पडली. तथापि पुढे अल्पावधीतच बादशाहाने महंमदखान बंगश यास माळव्याचा सुभेदार म्हणून नेमले.

१७३० च्या नोव्हेंबरास पैशाची तरतूद करून, फौज जमवून बंगशने आग्रा सोडले व माळव्यात शिरताच त्याने मराठ्यांविरुद्ध मोहीम सुरू केली. २७ जानेवारी १७३१ ला मल्हारराव होळकरांची शहाजहानपूर नजीक गाठ पडून लढाई झाली. २५ फेब्रुवारी १७३१ ला पुन्हा धारनजीक मराठ्यांनी बंगराबरोबर चकमक उडून मराठ्यांना मागे हटावे लागले. याप्रमाणे १७३१ मध्ये मराठ्यांची पिछेहाटच होत गेली. त्यांनी आतापर्यंत माळव्यातील काबीज केलेल्या ठाण्यांपैकी उज्जैन, धार, मांडू इत्यादी ठाणी त्यांना सोडून द्यावी लागली. इतकेच नव्हे तर नर्मदेच्या उत्तरातीरी त्यांनी बांधलेले बहुतेक किल्लेसुद्धा बंगशने काबीज केले.

तथापि, अल्पावधीतच १७३१ च्या हिवाळ्याच्या सुरुवातीस मराठी फौजांनी पुन्हा एकदा नर्मदा ओलांडली. सुभेदाराच्या (महंमदखान बंगश) मदतीस जाऊन स्वतःची खराबी करून घेण्यापेक्षा मराठ्यांना पैसा देऊन आपला बचाव करणे, माळव्यातील जमीनदारांना जास्त सुरक्षितपणाचे वाटले. माळव्यात मराठी फौजा चौफेर वावरत

असल्यामुळे खजिना रिकामा पडत चालला. सुभ्यातील छोटे छोटे संस्थानिक, राजेरजवाडे, जमीनदार उघड-उघड रीतीने मराठ्यांना सामील झाले. दिल्लीहून कुमक आल्याशिवाय मराठ्यांचा प्रतिकार आपल्या हातून शक्य नाही, असे बंगशने लिहून कळविताच, त्याला परत बोलावून मराठ्यांच्या हालचालीस पायबंद घालण्याचे बादशाहाने ठरवून मराठ्यांशी सलुख्याने राहू इच्छिणाऱ्या सवाई जयसिंगास माळव्याची सुभेदारी पुन्हा सन १७३२ मध्ये दिली. दिल्ली दरबारने माळव्याच्या सुभेदारीवर दुसऱ्यांदा जयसिंगाची नेमणूक केल्याने व दरम्यान मराठ्यांची तृष्णा वाढल्याने जर आपण जयसिंगास प्रतिबंध केला नाही, तर आपले तेथील स्थान ढळल्यावाचून राहणार नाही अशी मराठ्यांची भीतीही रास्तच होती; कारण दिल्ली दरबारने मराठ्यांच्या बंदोबस्तकरिता त्याची या जागी नेमणूक केली होती. त्याने अधिकार ग्रहण केल्याबरोबर चढाईचे धोरण स्वीकारून दक्षिणेत फौजा पाठविण्याचा विचार केला. या जयसिंगाच्या हालचालीची बातमी येताच शाहू दरबारात चलबिचल सुरू झाली. जिकडे ज्यांचे हिसंबंध तिकडील भानगडीत त्याने प्रथम लक्ष घालणे जरूर होते. माळव्यात गडबड होते आहे, तेव्हा तिकडील बंदोबस्त करण्याची जबाबदारी पेशव्यांवर येऊन पडली व १७३२ सालच्या विजयादशमीच्या नंतर आप्पा उत्तरेच्या स्वारीकरिता डेरेदाखल होऊन मार्ग क्रमू लागले. आप्पा खानदेशात गेल्यावर त्यांस छत्रपतींकडून पत्र आले, ''सांप्रत उत्तरेकडील फौजांचा चळचळाट दक्षण प्रांतास यावयाचे उद्देशे जाला आहे म्हणून तत्त्वतः वर्तमान लिहिले आहे. ऐशास तुम्ही त्या प्रांते जात आहा, तिकडील खबर तुम्हांकडे येत असले, परंतु तुम्हांस कलावे तुम्ही सावध असावे यास्तव हे आज्ञापत्र सादर केले आहे. तरी उत्तरेकडील बातमी चौकस राखोन जो मनसुबा कर्तव्य तो विचारे करून करणे.''[३०]

खानदेशात शिरल्यावर आपल्या फौजेचे चिमाजी आप्पाने दोन विभाग केले. मल्हारजी होळकर आणि राणोजी शिंदे यांनी गुजराथेतील कामगिरी करून माळव्यात उतरावे आणि खुद्द चिमाजीने नेमाडातून माळव्यात यावे अशी ही योजना होती. या योजनेनुसार दोन वाटांनी आप्पांची फौज चालू लागली.

वाटेत चिमाजीने मानाजी जाधवाच्या जहांगिरीत धुमाकूळ घातला. परिणामी रागाने त्याने चिमाजीविरुद्ध छत्रपतींकडे तक्रार केली.[३१]

अशा प्रकारे १७३२ पासून मराठ्यांचे माळव्यातील आक्रमण दोन दिशांनी चाले. शिंदे-होळकरांच्या हाताखालील फौजा गुजराथमार्गे पश्चिम माळव्यात शिरत. दुसरे ईशान्य दिशेने बुंदेलखंडात जाऊन बुंदेल्यांची मदत घेऊन ग्वाल्हेरपर्यंतचा मुलूख उद्ध्वस्त करीत.

सन १७३३ मध्ये मंदसोरजवळ सवाई जयसिंग आणि मराठी फौज यांचे युद्ध झाले. जयसिंग पराभूत झाला. पण दरम्यान मराठ्यांच्यात फूट दिसू लागली. उदाजी व

कृष्णाजी पवारांनी सवाईजीकडे बोली लावून त्याजकडे जाण्याची सिद्धता केली होती. परंतु भले लोक मध्यस्त होऊन पवारास पुनित केले व तो प्रसंग टळला.[३२]

१७३४ मध्ये मराठ्यांनी बुंदीवर हल्ला करून जयसिंगाने गादीवर बसविलेल्या दलेलसिंगास हुसकावून बुधसिंगास गादी मिळवून दिली. अशा प्रकारे मराठ्यांनी राजस्थानच्या राजकारणात प्रवेश केला.

१७३४ चा पावसाळा संपताच, आपली जरब मुघलांना दाखविण्याकरिता शिंदे, होळकरांनी माळावा, बुंदी, कोटा, अहारवाडा या मुलखात झपाट्याने खंडण्या घेण्याची सुरुवात केली. त्यास दाबण्याकरिता मीरबक्षीखान दिल्लीतून बाहेर पडला. त्याने मारवाडातील राजेरजवाडे सामील करून घेतले. प्रचंड सेना घेऊन तो निघाला. समोरासमोरील लढाईत आपला निभाव लागणार नाही, हे ओळखून शिंदे-होळकरांनी मुकुंददरा नदीच्या पिछाडीकडून मुघलांचा नाश चालविला. त्यामुळे मीरबक्षीस मिळालेले संस्थानिक त्यास सोडून येऊ लागले. अशा परिस्थितीत त्याने जयसिंगाच्या मध्यस्थीने माळव्याच्या चौथाईबद्दल २३ लाख रुपये मराठ्यांना देण्याचे मान्य केले. शिंदे-होळकर जुलै १७३५मध्ये पुण्यास आले.[३३] तथापि, पुढे अल्पावधीतच निजामाने माळवा सुभा आपल्या मुलाच्या नावे करून घेऊन एक प्रकारे पेशव्यास आव्हानच दिले.

पावसाळा संपताच (१७३५) तीस हजार उत्कृष्ट सैन्य गेऊन निजाम माळव्याच्या रोखे वाट चालू लागला. त्याने बुंदेलखंडातून माळव्यावर चढाई केली. १२ नोव्हेंबर १७३७ रोजी निजामाचा धामोणी येथे मुक्काम झाला. डिसेंबरच्या दुसऱ्या आठवड्यात तो भोपाळनजीक आला. त्याने भोपाळच्या किल्याचा आश्रय घेतला. १५ डिसेंबर १७७३ रोजी पेशव्यांनी मुघल फौजेवर हल्ला चढविला व विजय संपादन केला.

७ जानेवारी १७८३ रोजी दोरहा सराई करारानुसार माळव्याची सनद पेशव्यांनी मिळविली.[३४] शिवाय नर्मदा व यमुना यांमधील मुलूख व युद्धखर्च म्हणून ५० लाख रुपये मिळविले. तथापि, उपरोक्त करार बाजीराव पेशव्यांच्या हयातीत अमलात आणला गेला नाही, तर पुढे चौदा वर्षांनी १७४३ मध्ये बादशाहाने त्याला राजरोस मान्यता दिली.

डॉ. दिघे यांच्या मतानुसार, भोपाळ विजय उत्तरेस स्थापन होत चाललेल्या मराठी साम्राज्याचा पहिला जाहीरनामा होय.[३५] भले माळव्याच्या सनदा नानासाहेब पेशव्यांच्या काळात मराठ्यांना प्राप्त झालेल्या असतील, पण वरील करारानंतर माळव्यावर दिल्लीहून नवीन सुभेदाराची नेमणूक न होता माळवा सुभा मराठी अमलाखाली राहिला. व राजाराम महाराजांच्या कारकिर्दीत माळव्यावर सुरू झालेल्या स्वाऱ्यांचा प्रदेश विस्ताराच्या दृष्टीने बाजीराव पेशव्यांच्या काळातच यशस्वी शेवट झाला, असेच म्हटले पाहिजे.

गुजरात –

कच्छ, सौराष्ट्र (काठेवाड) व गुजरात हे प्रदेश मिळून सध्याचे गुजरात राज्य बनले आहे. याच्या वायव्येस पाक, उत्तरेस व ईशान्येस राजस्थान, पूर्वेस माळवा व धुळे जिल्हा (महाराष्ट्र) आणि पश्चिमेस अरबी सागर आहे.

या प्रदेशाचे तीन नैसर्गिक प्रदेश आहेत. किनाऱ्याजवळचा प्रदेश रेती व लवणे यांनी व्यापलेला आहे. दक्षिणेकडील भागात दलदल पसरलेली आहे. या भागात गवत चांगले वाढते आणि ऊस व कापूस ही पिकेही भरघोस येतात. एक हजार मैल लांबीचा समुद्र किनारा लाभला असून प्राचीन काळी या बंदरातून दूर देशी मोठा व्यापार चालत असे. दुसरा विभाग मैदानी प्रदेशाचा आहे. हा दक्षिणेकडे सुरतेजवळ फक्त १५ मैल रुंद आहे. पण उत्तरेकडे हळूहळू वाढत जातो. हा सपाट भू-भाग साबरमती, मही, बनारस, सरस्वती, नर्मदा व तापी या नद्यांमुळे फार सुपीक बनलेला आहे. शिवाय मच्छू, भादर, शेमुंजी, दमणगंगा या लहान नद्यांनीही गुजरातला समृद्ध केले आहे. तिसऱ्या भागात अरवली, विंध्य, सातपुडा व सह्याद्री यांच्या रांगा येतात. या पर्वताच्या कुशीतून वाहणारे असंख्य जलौघ गुजरातमधील नद्यांना जलप्रदान करतात. या भागात विपुल झाडी व अनेक दुर्गम गिरिशिखरे आहेत.

गुजरातमध्ये सर्वसाधारणपणे ७५ ते १२५ सें. मी. पाऊस पडतो. प्रदेश कृषी-प्रधान असून गहू, तांदूळ, ज्वारी व कापूस ही इथली मुख्य पिके होत. खनिज संपत्तीही या प्रदेशात विपुल प्रमाणात सापडते.[३६]

अशा या संपन्न प्रदेशात प्राचीन काळापासून ते अर्वाचीन काळापर्यंत बरावाईट इतिहास घडत आला आहे.

इ. स. १३०० पर्यंत गुजरातमध्ये हिंदू राजवट होती. तथापि त्या वर्षी अल्लाउद्दीन खिलजीने ती संपुष्टात आणली, त्यानंतर सुमारे ४०० वर्षे मुसलमानी अंमल गुजरातवर होता.

१५७३ मध्ये अकबराने गुजरात जिंकून तो मुघल राज्याचा एक सुभा बनवला. तेव्हापासून सुमारे १८५ वर्षे राजघराण्यातील सुभेदार आणि ठाणेदार यांच्यामार्फत गुजरातवर मुघलांचे राज्य होते.[३७] याच कालखंडात इ. स. १५०० नंतर पोर्तुगीज लोकांनी गुजरातच्या किनाऱ्यावरील दीव, दमण वगैरे ठाणी काबीज केली.

छ. शिवाजी महाराजांचा गुजरातशी संबंध म्हणजे त्यांनी केलेली सुरतेची लूट होय. ही लूट जानेवारी ६ ते १०, १६६४ मध्ये महाराजांनी केली. अर्थात महाराजांनी सुरतेवर जो हल्ला केला, त्याला खरे म्हणजे लूट म्हणण्याऐवजी सुरतेवरची स्वारी म्हणणे जास्त संयुक्तिक होईल. महाराज सुरतेवरच का घसरले, याची कारणे देताना आपल्याला

असे सांगता येईल की, त्यांना औरंगजेबावर सूड उगवायचा होता, तसेच मुघलांनी मराठ्यांवर जे युद्ध लादले होते, त्याचा खर्च भरून काढावयाचा होता व त्यासाठी सुरत हेच योग्य ठिकाण होते. दुसरे महत्त्वाचे कारण, म्हणजे सुरत हे श्रीमंत शहर होते, पण त्यास भक्कम तटबंदी नव्हती. ही सर्व माहिती महाराजांनी अचूक मिळविली आणि सुरतेवर मोहीम काढली. १ जानेवारी १६६४ रोजी सुरत स्वारीकरिता त्यांनी नाशिक सोडले आणि ५ जानेवारी रोजी ते सुरतपासून अवघ्या २८ मैलांवर असलेल्या गणदेवी या ठिकाणी आले. व तेथे आल्याबरोबर महाराजांनी आपले दूत सुरतेचा सुभेदार इनायत खान व इतर व्यापारी यांच्याकडे पाठविले व खंडणीची मागणी केली. ती इनायत खानाने धुडकावून लावल्यामुळे महाराजांनी सैनिकांना सुरत लुटीची आज्ञा केली. मराठ्यांनी ६ ते १० जानेवारी असे चार दिवस मन मानेल तसे शहर लुटले. मराठे सुरत लुटत असता इनायत खानाने किल्यातून तोफांची मारगिरी सुरू केली. परंतु त्यामुळे मराठ्यांचे फारसे नुकसान न होता, शहरातील घरेच नष्ट झाली.

या सुरत लुटीत महाराजांना नेमकी किती लूट मिळाली, याविषयी मतभिन्नता आढळते, परंतु सर्वसाधारणपणे १ कोटी रुपये मिळाले असावेत. रियासतकार लिहितात, प्राचीन काळापासून संपत्तीचे माहेरघर असे ते दोन लाख अठरा पगड वस्तीचे शहर मुघली फौजेस दाद लागण्यापूर्वीच शिवाजी महाराजांनी सावकाशपणे पाच दिवसांपर्यंत लुटून सुमारे पाऊण कोटीची मत्ता लांबविली.[३८]

वा. सी. बेंद्रे यांच्या मतानुसार या लुटीमुळे मुघल व आदिलशहाबरोबर झालेल्या झगड्याचा खर्च वसूल झाला. शिवाय पुढील एक-दोन वर्षांच्या खर्चालाही साह्य झाले.[३९]

प्रस्तुत प्रकरणाच्या संदर्भात विचार करता शिवाजी महाराजांच्या सुरत स्वारीचे महत्त्व म्हणजे मोगलांच्या गुजरात सुभ्यात मराठ्यांच्या साम्राज्य विस्ताराच्या दृष्टीने पाया घातला गेला, हेच होय.

सुरत प्रकरणावर मत व्यक्त करताना सेतुमाधवराव पगडी म्हणतात, ''महाराजांचे ते कर्तृत्व (सुरत स्वारी) पाहिल्यानंतर मन थक्क होते. म्हणजे असा एखादा मनुष्य होऊन गेला अशी कल्पना करणेसुद्धा अशक्य होते. आईनस्टाईनने जसे महात्मा गांधींच्याबद्दल उद्गार काढले आहेत. "Coming Generation will refuse to believe that such a man walked on the earth." त्याप्रकारे महाराजांबद्दल म्हणावेसे वाटते.[४०] तथापि, राजकीय दृष्टीने विचार करता डॉ. जयसिंगराव पवारांचे मत जास्त पटण्यासारखे वाटते. ते म्हणतात, ''या प्रसंगाचे महत्त्व केवळ संपत्तीच्या संख्येत नव्हते तर मुघलांच्या बेइज्जतीत होते. पश्चिम किनाऱ्यावरील अत्यंत संपन्न शहर लुटून महाराजांनी औरंगजेबाची बेइज्जत केली होती व त्याचबरोबर आपली इज्जत वाढविली होती. यामध्येच या स्वारीचे खरे

महत्त्व आहे.''[४१]

१६७०च्या ऑक्टोबर महिन्यात छत्रपती शिवाजी महाराजांनी पुन्हा सुरतेवर स्वारी केली. ती सुरतेची दुसरी लूट म्हणून इतिहासात ओळखली जाते. ३ ऑक्टोबर १६७० रोजी महाराज १५ हजार घोडदळानिशी सुरतेसमोर आले आणि सतत ३ दिवस ते शहर जाळून लुटून घेतले. महाराजांनी युरोपियन व्यापाऱ्यांना थोडाही त्रास दिला नाही. त्यांनी महाराजांना भेटी दिल्या. तिसरे दिवशी मुघल फौजा सुरतेच्या बचावासाठी येत आहेत, असे समजताच महाराजांनी सुरत सोडली. जाताना सुरतकारांनी प्रतिवर्षी १२ लाख रुपये खंडणी द्यावी, नाहीतर अशीच लूट करू, अशी धमकी त्यांना दिली. एकंदर ६६ लाखच लूट त्यांना मिळाली. परतीच्या वाटेवर मात्र त्यांना दाऊदखान कुरेशीबरोबर लढा द्यावा लागला. त्यांनी तो यशस्वीपणे दिला. त्याचा पराभव केला. तेव्हा महाराजांना चार हजार घोडी मिळाली. त्याचे अनेक अधिकारी कैद झाले. त्यांना पुढे महाराजांनी सोडून दिले. महाराजांच्या या दुसऱ्या सुरत लुटीने मात्र सुरतचे महत्त्व झपाट्याने लयाला गेले. यानंतर महाराजांच्या स्वारीच्या बातम्या सुरतेतच वारंवार येत व तेथे मोठी घबराट निर्माण होई. परंतु महाराजांनी पुन्हा सुरतेची लूट केली नाही. तथापि शिवाजी महाराजांच्या काळात सन १६६४-१६८० दरम्यान मराठी सैन्य गुजरातेत सारखे फिरत होते व आपला दरारा गाजवत होते.[४२]

मराठ्यांचे दुसरे छत्रपती संभाजी महाराज ह्यांना दक्षिणेतच औरंगजेबाच्या तुफानी हल्ल्यांना तोंड द्यावे लागले. अशा परिस्थितीत ते बाह्य प्रदेशात कशी आक्रमणे करणार? तथापि ऑक्टोबर १६८०मध्ये संभाजी महाराजांच्या एका फौजेने सुरतेकडे रोख धरला होता. पण अचानक मराठ्यांनी सुरतेऐवजी बऱ्हाणपूरवर आपला मोर्चा वळविला. हंबीरराव मोहित्यांनी ३ दिवस बऱ्हाणपूर लुटले. पुढे संभाजी महाराजांनंतर मराठ्यांचे छत्रपती म्हणून गादीवर आलेल्या राजाराम महाराजांच्या कारकिर्दीतील बराच काळ कर्नाटकात जिंजी येथेच व्यतीत झाला. मात्र १६९९ मध्ये त्यांची तेथून सुटका झाल्यानंतर त्यांनी मुघल प्रदेशात प्रवेश केला. नंदुरबार व त्यालगतचे प्रदेशात मराठ्यांनी सधन व्यापाऱ्यांची लूट केली. सन १६९९ मध्ये राजाराम महाराजांनी सुरतेकडे रोख धरला. परंतु ही बातमी मुघलांना लागल्याने बेदरबख्त, चीन किलीजखान, झुल्फिकारखान हे त्यांचे पाठलागावर दौडत आले. परिंड्याजवळ बेदरबख्तखानाबरोबर मराठ्यांची चकमक झाली. मराठे परत नगरला आले (१३ नोव्हेंबर १६९९). मराठे खानदेशात शिरणार होते. मात्र मुघलांनी तिकडूनही त्यांना प्रतिकार केला. मात्र काही थोड्या टोळ्या उतरून थेट नर्मदा पार झाल्या. परंतु मराठ्यांचे सैन्य विभागले गेले. धनाजी जाधव व राणोजी घोरपडे यांची आणि हमीदुदीनखानाची गाठ कऱ्हाडजवळ पडून मोठे रणकंदन झाले. हमीदुद्दीनचा

पराभव झाला (२१ डिसेंबर १६९९). धनाजीच्या हाताखालील दादो मल्हार या ब्राह्मण सरदाराने विशेष बहादुरी दाखविली.

महाराणी ताराबाईंच्या काळातील गुजरातमधील साम्राज्यविस्तार –

राजाराम महाराजांची विधवा पत्नी महाराणी ताराबाई ह्यांनी सत्तेची सूत्रे हाती घेतल्यानंतर १७०२पासून मराठी साम्राज्य विस्तारासाठी आक्रमक पवित्रा घेतल्याचे दिसून येते. त्या वर्षीपासून मराठे माळवा, आंध्र, कर्नाटक, तामीळनाडू यांप्रमाणे गुजरातमध्येही धाडसी आक्रमणे करू लागले. मुघल बादशाह स्वराज्यातील किल्ले घेण्याच्या उद्योगात गुंतला असता, त्याच्या साम्राज्याच्या इतर सुभ्यांवर स्वाऱ्या योजून त्या यशस्वी करण्याचे महाराणी ताराबाईंचे धोरण अत्यंत मुत्सद्देगिरीचे होते.

महाराणी ताराबाईंच्या काळात माळव्याप्रमाणे मराठ्यांनी गुजरातवर स्वारी केली. नेमाजी शिंदे आपल्या फौजेसह माळव्यात शिरला असता मराठ्यांची एक तीस हजारांची फौज खानदेशमार्गे तापीच्या खोऱ्यातून कूच करून सुरतेजवळ येऊन थडकली (जाने.फेब्रु. १७०३). या वेळी सुरतेमधील इंग्रज वखारवाल्यांनी आपल्या वखारीची संरक्षण व्यवस्थाही केली होती. परंतु मराठे सुरतेवर घसरले नाहीत. त्यांनी सुरतेच्या परिसरातील गावे जाळली व ते परत फिरले. त्यांना हुसकावून लावण्यासाठी मोगलांचा नसरुल्लाखान हा सरदार पाच हजार फौजेसह सुरतेकडे आला. परंतु त्याचा मराठ्यांशी सामना घडून आला नाही.[४३] मात्र गुजरातच्या संदर्भात औरंगजेबाचा मृत्यूजवळ आलेला असताना व त्याचबरोबर मराठ्यांचे स्वातंत्र्ययुद्ध संपुष्टात येत असताना मराठ्यांनी गुजरातच्या सुभ्यात धमाल उडवून दिली.

आपल्या पित्याचा मृत्यू जवळ ठेपला आहे, हे जाणून गुजरातच्या सुभ्यावर असणाऱ्या शहाजादा महंमद आज्जमने आपणास अहमदनगरकडे भेटीस येऊ द्यावे, म्हणून बादशाहाकडे सारखी विनंतीपत्रे पाठविण्यास सुरवात केली होती. बापाच्या मृत्यूच्या वेळेस आपण त्याच्याजवळ असल्यास आपणास सत्ता काबीज करणे सोपे जाईल, असे त्यास वाटत होते. बादशाहाने प्रथम भेटीची परवानगी नाकारली, परंतु वारंवार विनंती केल्यामुळे तशी परवानगी शहाजाद्याला मिळाली. २५ नोव्हेंबर १७०५ रोजी त्याने अहमदाबाद सोडले. परंतु १७०५ नोव्हेंबर ते १७०६ जुलै या काळात गुजरातच्या सुभेदारीची जागा रिकामी राहिली.[४४] महाराणी ताराबाईंना या सर्व राजकीय घडामोडींची बित्तंबातमी होती. त्यांनी गुजरातमधील परिस्थितीचा फायदा उठविण्याचे ठरविले. १७०६ मध्ये फेब्रुवारीच्या सुमारास धनाजी जाधव व नेमाजी शिंदे यांच्या फौजा ताराबाई महाराणींनी बादशाही छावणीवर पाठविल्या होत्या. त्याच फौजा धनाजीच्या नेतृत्वाखाली त्यांनी

गुजरातेत घुसविल्या.४५ त्या वेळी मराठ्यांची लष्करसंख्या पंधरा-सोळा हजार किंवा चाळीस हजार असावी. मराठे प्रथम सुरतेच्या प्रदेशावर घसरले. सुरतेची उपनगरे आणि भोवतालचा प्रदेश त्यांनी लुटला. अल्पावधीतच त्यांनी बडोदाही जिंकले. तेथून ते नर्मदेच्या तीरावर आले. तेव्हा गुजरातमधील काही मुघल अधिकाऱ्यांनी एकत्र येऊन मराठ्यांवर चाल करण्याचे ठरविले. ही बातमी मराठ्यांना समजताच मराठ्यांनीच त्यांच्यावर तुफानी हल्ले चढविले व मुघल सैन्याची दाणादाण उडविली. मुघल सैन्यावर हा प्रचंड विजय मिळविल्यावर मराठ्यांनी पुन्हा उत्तरेकडे कूच केले व अहमदाबाद शहरावर आक्रमण केले व तेथे बरीच लूट केली. गुजरातच्या सुभ्यातील लूट आणि कैद मुघल अधिकारी यांसह मराठा सैन्य स्वराज्यात परतले. ताराबाई महाराणींनी या मुघल अधिकाऱ्यांच्या सुटकेसाठी आठ लाख रुपयांची मागणी केली. बहुतेक बादशाहाने ही रक्कम भरून आपल्या अधिकाऱ्यांची सुटका केली असावी.

ताराबाई महाराणींचे युद्ध-प्रयत्न महत्त्वाचे आहेत. त्या बादशाहाने वेढा दिलेले किल्ले त्वेषाने लढवित होत्याच, शिवाय मुघल प्रदेशावर मोहिमा काढीत होत्या. धनाजी जाधव, हिंदुराव घोरपडे, राणोजी घोरपडे, नेमाजी शिंदे, केसो त्रिमल, परसोजी भोसले, कृष्णा सावंत, हणमंतराव निंबाळकर इत्यादी सेनानींच्या हाताखाली मोठमोठे सैन्य देऊन मोगलांच्या गुजरात, माळवा, तेलंगण व कर्नाटक या प्रदेशांत ताराबाई महाराणींनी लष्करी मोहिमा काढल्या; परिणामी मराठ्यांच्या एकेका किल्ल्यांच्या पायथ्याशी बादशाह चार-पाच महिने वेढा घालून बसला असता, मराठ्यांचे लष्कर मात्र मुघलांच्या सधन व सुस्थिर सुभ्यात धुमाकूळ माजवीत होते. आता मराठे आक्रमक बनले होते आणि मुघल सुभेदारांवर बचावात्मक लढाया खेळण्याची पाळी आली होती.

बादशाहाचा अंत जवळ आला होता. तथापि, तो युद्ध तहकुबीची भाषा करत नव्हता. पण मराठी फौजांना पायबंद घालण्याचे सामर्थ्य मुघल फौजांत उरले नव्हते. खुद्द बादशाह असाहाय्य झाला होता. ताराबाई महाराणींनी बादशाहाच्या त्या परिस्थितीचा पूर्ण फायदा उठविला. त्यांनी मोठ्या जोमाने आपल्या फौजा अनेक सुभ्यांत घुसविल्या. गुजरात, माळवा, तेलंगण, कर्नाटक या प्रदेशांत मराठे राजरोसपणे मोहिमा काढू लागले. अहमदाबाद, सुरत, बडोदे इत्यादी सधन शहरे त्यांनी लुटली. अनेक सेनानींना त्यांनी धूळ चारली. अनेकांना कैद केले. प्रचंड लूट करून मुघल सुभ्यात घबराट निर्माण केली. मराठ्यांच्या अंगी असणाऱ्या शौर्य पराक्रमादी गुणांना त्यांनी उत्तेजन देऊन, मुघल मुलखात त्यांना धाडून, तेथे धामधूम माजविली. महाराष्ट्राबाहेर मराठ्यांनी काढलेल्या मोहिमांमुळे मराठ्यांचे नीतिधैर्य वाढले तर मुघलांचे खचले. या नीतिधैर्याच्या जोरावरच पुढे मराठ्यांनी अर्धशतकभर हिंदुस्थानभर अधिसत्ता निर्माण केली. तिची बीजे ताराबाई महाराणींच्या

आक्रमक लष्करी मोहिमांत आढळून येतात. मुघली सुभ्यात धुमाकूळ घालणारे मराठे हळूहळू तेथे आपले बस्तान बसवू लागले. अशा प्रकारे मराठ्यांच्या अधिसत्तेचा उदय ताराबाई महाराणींच्या कालातच घडून आला.

तथापि, ८ मे १७०८ रोजी छत्रपती शाहू महाराजांची सुटका झाली. व राजकारणाचे सर्व रंगच बदलले. पुढचा मराठ्यांच्या राज्यविस्ताराचा इतिहास शाहू महाराज आणि त्यांचे पेशवे यांच्याशीच निगडित आहे. पुढे मराठ्यांनी गुजरातवर ज्या धडका मारल्या व तेथे जे यशापयश मिळविले, त्याचे धनी अर्थातच शाहू महाराज आणि विशेषतः पहिले दोन पेशवेच.

औरंगजेबाच्या मृत्यूनंतर मराठ्यांना चारी दिशा मोकळ्या झाल्या होत्या. पेशवे बाळाजी विश्वनाथ यांच्या नेतृत्वाखाली मराठे गुजरातेत घुसले. झबुर्आ, गोध्रा शहरावरून मुसंडी मारत मराठे अहमदाबादेवर चाल करून आले. अहमदाबादचा सुभेदार इब्राहिम त्या वेळी घाबरला. शहरातील गरीब व श्रीमंत व्यापारी वर्गाची त्या वेळी तिरपीट उडाली. शहर रक्षण करणे कठीण होऊन बसले. तेव्हा शहराच्या रक्षणाकरिता मराठे मागतील ते पैसे मराठ्यांना देऊन त्यांचा हल्ला परतविणे श्रेयस्कर, असा विचार करून इब्राहिमने मराठ्यांना दोन लक्ष दहा हजार रुपये खंडणी दिली.[४६] मराठे अहमदाबादेवरून परतले. या स्वारीमुळे पेशवे बाळाजी विश्वनाथ यांच्या लढाऊ शक्तीची कल्पना प्रथमच दृष्टीस पडते. त्यांच्याकडे आघाडीच्या कुशल सेनापतीचे गुण होते, तशीच माणसांची चांगली पारख होती असेही म्हणावे लागते.

एवढी एक स्वारी सोडता पेशवे बाळाजी विश्वनाथ यांनी गुजरातवर फिरून पेशवे या नात्याने आक्रमण केल्याचे दिसत नाही. तथापि, इ.स. १७१७ मध्ये म्हणजे पेशवे बाळाजी विश्वनाथांच्या पेशवेपदाच्या काळातच गुजरात मराठ्यांच्या ताब्यात आला. तथापि गुजरातमध्ये आपापसात तंटे-बखेडेही खूप झाले.

गुजरातमध्ये छत्रपती शाहू महाराजांच्या सरदारांपैकी बांडे, दाभाडे, गायकवाड व चिमणाजी बल्लाळ ह्यांचे संबंध निगडित झाले होते. ही मंडळी आपला प्रदेश व आपल्या उत्पन्नाच्या इतर बाबी खेळीमेळीने वसूल करीत नसून ते त्याकरिता आपापसात हरदम झगडत असत. एकाच मध्यवर्ती सत्तेचे घटक आपापसात भांडत असत.

गुजरातेतील पेटलादवर चिमाजी आप्पा यांनी सप्टेंबर १७२९ ते ३० जुलै या काळात स्वारी केली. तिथून खंडणी मिळविली. तथापि, तेथे मुसलमानांशी लढण्याऐवजी आप्पा हे स्वपक्षीयांशीच म्हणजे कंठाजी कदम यांच्याशी लढले. त्यांनी छत्रपती शाहू महाराजांकडे चिमाजी आप्पांविषयी तक्रार केली. गुजरातेत या वेळी मुघल अधिकारी हमीदखान व सरबुलंदखान यांची आपापसात घासाघीस होती. त्यात चिमाजी आप्पा

यांनी सरबुलंदखानाचा पक्ष स्वीकारल्याने त्यांच्या भेटीगाठी साहजिकच होत्या. अशातच शाहू छत्रपतींचे चिमाजी आप्पा यांना स्वारी लवकर संपविण्याचे आज्ञापत्र आल्याने चिमाजी आप्पा यांनी ती स्वारी आटोपती घेतली. ४७ तथापि या आटोपत्या घेतलेल्या स्वारीतून पेशव्यांना काहीच मिळाले नाही, असे मात्र नाही. सरबलुंदखानाने गुजरातच्या चौथाई सरदेशमुखीचे हक्क सुरतेशिवाय करून दिले. मराठ्यांनी पंचवीसशे फौज गुजराथेत ठेवून बादशाहाच्या शत्रूचा बंदोबस्त करावा आणि त्याबद्दल बादशाहाकडून वरील हक्क मिळावा, असा हा करार होता. बाजीराव पेशव्यांनी पिलाजी गायकवाडाने जर उपद्रव दिला, तर त्याच्या बंदोबस्ताची हमी दिली होती. २३ मार्च १७३०च्या पत्रातील उल्लेख असा ''सरदेशमुखीच्या अमलाविशी गुजरात सुभ्याची पत्रे सरबुलंदखान याची की गुजरातचे चवेचाळीस महाल खंडेराव याजकडून तगीर करून बाजीराव पेशवे यांजकडे करार केले. हिशेबप्रमाणे देत जावे.''

मराठ्यांना घाबरून सरबुलंदखानाने मराठ्यांचे चौथाई सरदेशमुखीचे अधिकार मान्य केल्याचे न आवडल्याने त्याने अभयसिंगाला गुजरातवर पाठविले. त्याने सरबुलंदखानास पकडून दिल्लीस पाठविले. चार कोटी रुपये व एक हजार तोफा इतकी लूट अभयसिंगाने केली. रियासतकार म्हणतात, ''हिंदुस्थानातील द्रव्याने केवळ मराठ्यांच्याच तोंडाला पाणी सुटले असे नाही. ज्यास सामर्थ्य झाले, त्या वेळी त्याने ते काम केले.''४८

वस्तुतः पेशव्यांच्या काळात पेशवे बाळाजी विश्वनाथ दिल्लीहून १७१९ मध्ये परतल्यानंतर नवीन मिळालेल्या हक्कांच्या जोरावर मराठ्यांच्या फौजा निरनिराळ्या प्रदेशांत संचार करू लागल्या होत्या. दाभाडे व गायकवाड यांचा संचार गुजराथेत होऊ लागला. किंबहुना हे दोघे गुजराथ हे आपल्या पराक्रमाचेच खास क्षेत्र समजत असत. चिमाजी आप्पा यांनी पेटलादवर स्वारी करून मुघलांना धूळ चारून खंडण्या वसूल केल्या होत्या. व सोनगडास कायमचे मराठ्यांचे ठाणे तयार केले होते. त्यांच्या या उद्योगात मराठ्यांना गुजरातमधील पटेल वर्गाची मदत मिळत होती.

इ.स. १७२३ मध्ये पिलाजी गायकवाडाने गुजरातेत बऱ्याच स्वाऱ्या करून बराच वसूल केला होता. २ एप्रिल १७२७ रोजी बडोदे गायकवाडांच्या ताब्यात आले. त्यामुळे दक्षिण गुजरातमधील सुरत बंदराशिवाय सर्व प्रदेश मराठ्यांच्या ताब्यात आला.४९

तथापि, हे सर्व होत असताना गुजरातमधे पेशवे आणि सेनापती यांचे यादवी युद्ध घडून आले, त्यामुळे मराठ्यांच्या गुजरातच्या साम्राज्य विस्तारावर काही काळ का होईना थोडाफार परिणाम झाल्याशिवाय राहिला नाही. खंडेराव दाभाडे यास ११ जानेवारी १७१७ रोजी शाहू महाराजांनी सेनापतीपद देऊन गुजरात प्रांत सर करण्याचा हुकूम दिला.

पेशवे बाळाजी विश्वनाथ व खंडेराव यांचे एकमत होते. तथापि पेशवे बाळाजी विश्वनाथांच्या नंतर पेशवेपदावर आलेल्या पेशवे बाजीराव यांच्याबरोबर मात्र त्यांचे सख्य झाले नाही. पेशवे बाजीराव यांनी योजलेल्या कामातून तो उत्तरोत्तर अलिप्त राहू लागला. याबाबत छत्रपती शाहू महाराजांना त्याची अनेक वेळा कानउघाडणी करावी लागली होती. खंडेरावाचे वय झाल्यामुळे शेवटची पाच–सहा वर्षे सेनापतीतर्फे त्याचा मुलगा त्रिंबकराव दाभाडे व पिलाजी गायकवाड हेच मुखत्यारीचे काम करीत, त्याचे व पेशव्यांचे रहस्य कधीच जमले नाही. एकमेकांविषयी मने कलुषित होत गेली. अशातच २७ सप्टेंबर १७२९ रोजी खंडेराव मूतखड्याच्या विकाराने मरण पावला. अल्पावधीतच पुढे त्रिंबकरावांचा आणि बाजीराव पेशव्यांचा बेबनाव सुरू झाला. दोघांना दरबारात बोलावून दोघांच्यातील बेबनाव मिटवावा, असा छत्रपती शाहू महाराजांनी प्रयत्न केला. तथापि, दाभाड्यांनी त्यांना साथ न देता उलट निजामाशी संगनमत केले. अशा परिस्थितीत बाजीराव पेशवे दाभाड्यांची खोड मोडण्यासाठी अधीर होते. पण छत्रपती शाहू महाराजांनी शेवटपर्यंत समेटाचा प्रयत्न केला. पण अखेर व्हायचे तेच झाले. दाभाडे, गायकवाड विरुद्ध पेशवे यांच्या लढाईला बडोद्याजवळ तोंड फुटले (१ एप्रिल १७३१). या लढाईत त्रिंबकराव दाभाडे, जावाजी दाभाडे व मलोजी पवार व पिलाजी गायकवाडचा मुलगा ठार झाला. ती प्रसिद्ध लढाई म्हणजेच डभईची लढाई होय.

डभईची ही लढाई भिलापूर नजीक झाली, असे रियासतकार सांगतात.[५०] तर लढाईचे ठिकाण डभई नसून थवाई होते, असे पुरंदरे म्हणतात.[५१] झाला प्रकार छत्रपतींना आवडला नाही. तथापि त्यांनी उमाबाईचे सांत्वन केले आणि यशवंतराव दाभाडे यास सेनापतीचे तर सवाई बाबूराव दाभाडे यांस सेनासरखेलचे पद दिले. उमाबाईंच्या मनोदयानुसार कारभार झाल्यामुळे तिने आपल्या सरदारास पत्रे लिहिली की, तुरुत ताबाकडे न जाणे. डभईनंतरही गुजरातेत पेशव्यांचे हितसंबंध दिसत आहेत. तेव्हा लढाईने त्यांनी आपला मतलब साधला हे खास, पण छत्रपतींच्या अष्टप्रधानातील सेनापतीपद नावाचेच राहिले व राज्याचे एक अंग लुळे पडले, हे मात्र खरे.

मराठ्यांच्या या सेनापतीविरुद्ध पेशवे या यादवीच्यावेळी गुजरातवरील मुघल सुभेदार अभयसिंग हा अहमदाबादेस होता. त्याने वरील भांडणाचा फायदा घेऊन डभई व बडोदे भागात मोठी धमाल उडवून दिली. पिलाजी गायकवाडाच्या ताब्यातून बडोदे हिसकावून घेतले व डभईस वेढा घातला. त्याच वेळी छत्रपती शाहू महाराजांच्याकडून अभयपत्रही मिळविले. तहाच्या वाटाघाटीच्या निमित्ताने पिलाजीचा खून करविला, दि. १४ एप्रिल १७३२. तथापि, पिलाजीच्या लोकांनी डभई हातची जाऊ दिली नाही. १९ एप्रिल १७३२ रोजी छत्रपती शाहू महाराजांनी दुमाजी गायकवाडाचे पत्र लिहून समाधान केले.

त्यात म्हटले होते, ''पिलाजीस घोलसिंगाने दगा केला, त्यामागे तुम्ही हिंमत धरुन अंगेजणी बरीच केली, म्हणून यशवंतराव दाभाडे सेनापतीने लिहिले तरी होणार ती गोष्ट जाहिली. त्याचा अखेर खेद न करणे. तुम्हाविषयी सेनापतीस आज्ञा केली आहे. ते तुमचे उभारणी करून चालवितील तुम्ही त्यांचे हुकूमाप्रमाणे वर्तणूक करणे.''[५२]

पिलाजीच्या खुनामुळे त्याच्या पुत्रास चेव चढला. त्यांनी व दाभाड्यांनी उमाबाईसह अहमदाबादेस वेढा दिला. तेव्हा अभयसिंगाने दमाजी गायकवाडास गुजरातची चौथाई व सरदेशमुखी देण्याचा करार लिहून दिला व अहमदाबादच्या खजिन्यातून १० हजार रोख मराठ्यांना देण्याचे ठरविले. सन १७३३ मध्ये दमाजीने अभयसिंगाच्या राज्यातील जोधपूरवर हल्ला चढविला. तेव्हा जोधपूरचे रक्षण करण्यासाठी अभयसिंगाला अहमदाबादेहून मारवाडात स्वप्रांती जावे लागले. अभयसिंगाने अहमदाबादवर रतनसिंगाची नेमणूक केली. त्याजवर दमाजीने हल्ला करून त्याला पळता भुई थोडी करून सोडले. १७३४ मध्ये दमाजीने बडोद्यावर हल्ला करून तिथला किल्लेदार शेरखान बावीत यास हुसकावून लावले व बडोदा ताब्यात घेऊन तिथे राजधानी केली.

इ.स १७३५ मध्येच मराठ्यांनी काठेवाडला प्रथम भेट दिली. पुढील १० वर्षांनी म्हणजे १७३५ मध्ये तेथे तुफानी हल्ले करून भरपूर वसुली केली.

इ.स. १७३७ मध्ये मोमीनखान आणि दमाजी गायकवाड यांचे तुंबळ युद्ध होऊन त्यात दमाजीचा विजय झाला. त्यामुळे अहमदाबाद शहराचा निम्मा भाग व संपूर्ण गुजरातचा निम्मा वसूल मराठ्यांना प्राप्त झाला. त्यामुळे १७३७ मध्येच मराठे गुजरातचे सर्व सत्ताधीश झाले व मुघल नावालाच उरले.

अशा प्रकारे गुजरातवरील मुघलांची सत्ता मराठ्यांनी हिसकावून घेतली. व त्याचा उपभोग पेशवे, गायकवाड घेऊ लागले.[५३] अशा प्रकारे गुजरातेत मराठ्यांचा साम्राज्य विस्तार झाला.

बुंदेलखंड –

प्रस्तुत कालखंडात बुंदेलखंड मध्यप्रदेशात समाविष्ट आहे. पूर्वेला विंध्य पर्वताची श्रेणी, पश्चिमेला चंबळ नदी, दक्षिणेला नर्मदा व उत्तरेला यमुना ह्या त्याच्या भौगोलिक सीमा होत. बुंदेलखंडाचा बहुतांश प्रदेश पहाडी आहे. बुंदेले राजपूत यांच्या नावावरून या प्रदेशाला बुंदेलखंड हे नाव पडले. पूर्वी त्याला चेद्दी देश म्हटले जात असे. मौर्याच्या काळात हा प्रदेश मौर्य साम्राज्याचा एक भाग होता. त्यानंतर शुंग आणि पुढे गुप्तांची सत्ता तेथे स्थापन झाली. गुप्तांनंतर हर्षवर्धनाची सत्ताही या प्रदेशाने पाहिली. इसवी सनाच्या सातव्या शतकापासून कलचुरींची कारकिर्द सुरू झाली. तर इसवी सनाच्या ११ व्या

शतकाच्या अखेरीस चंदेलांनी हा प्रदेश जिंकून घेतला.

१६ व्या शतकात बुंदेले राजपूत हे या प्रदेशाचे सत्ताधारी बनले. हे लोक काशीच्या राजवंशातील (गाहडवाल) पंचम नामक पुरुषाचे वंशज होते.

१५०७ मध्ये बुंदेलखंडाचा राजा रुद्र प्रताप झाला तर त्यानंतर किरतसिंह गादीवर आला.[५४]

सम्राट अकबर आणि शहाजहान यांच्या काळात बुंदेलखंडावर आक्रमणे होत होती. परंतु शिवाजी महाराजांच्या मावळ्यांप्रमाणे बुंदेले राजपूतांनी डोंगराळ प्रदेशाचा आश्रय घेऊन मुघल फौजेस जर्जर केले.

औरंगजेबाने या गोष्टीचा सूड उगवण्यासाठी चंपतराय बुंदेल्यावर स्वारी केली. त्यात तो मरण पावला. त्याच्या राणीने आत्मत्याग केला. चंपतरायचा मुलगा छत्रसाल आणि मराठे यांचा अठराव्या शतकात प्रत्यक्ष संबंध आला. मराठ्यांनी बुंदेलखंड आपल्या अमलाखाली आणण्याचा प्रयत्न केला. तथापि, छत्रसाल हा चंपतरायाचा मुलगा बुंदेलखंडात स्वातंत्र्याकरिता कसा लढत होता व त्याला मदत करण्यासाठी बाजीराव पेशवे पुढे कसे गेले, अशा क्रमाने हा इतिहास पाहता येईल.

छत्रसालचा जन्म २५ मे १६५० चा रोजी झाला. स्वदेशाचे स्वातंत्र्य स्थापन करण्यात देह झिजविण्याचा त्याने संकल्प केला. दक्षिणेत १६६५ मध्ये तो आला, तेव्हापासून शिवाजी महाराजांचे पराक्रम ऐकून त्याला नवी स्फूर्ती उत्पन्न झाली आणि मुघलांची चाकरी करण्याऐवजी त्यांच्याविरुद्ध आपले क्षात्रतेज गाजविण्याचा त्याने निश्चय केला. एके दिवशी शिकारीस जाण्याचे निमित्त करून ते शिवाजी महाराजांकडे आले. दोघांच्या भेटी झाल्या. बुंदेल्यांनी उत्तरेस व मराठ्यांनी दक्षिणेत एकदम उठाव केल्यास मुघलांना हार खावी लागेल, अशी मसलत ठरली.

छत्रपती शिवाजी महाराजांकडून स्फूर्ती घेऊन त्याने बुंदेलखंडात मुसलमानांबरोबरच्या युद्धात विजय मिळविले. मराठ्यांप्रमाणेच त्याने तिकडे चौथाई वसूल करण्याचा प्रघात घातला. अल्पावधीतच सर्व बुंदेलखंडावर त्याची निष्कंटक सत्ता सुरू झाली. औरंगजेबाच्या मृत्यूनंतर त्याचा पुत्र बहादूरशहा याने छत्रसालचे स्वातंत्र्य कबूल केले. बुंदेलखंडात मराठ्यांचा प्रवेश छत्रसालच्या मार्फतच झाला.[५५] नेमाजी शिंद्याच्या नेतृत्वाखाली माळव्यात मराठे लढत असताना (इ.स. १७०४) अयशस्वी ठरले, त्या वेळेसच ते बुंदेलखंडाकडे जात असता गाजीउद्दीन फिरोजजंगने त्यांचा पराभव केला.

इ. स. १७०६ – २२ या काळात गुजरातवर दहा सुभेदार नेमले गेले. प्रत्येक सुभेदारास स्वतःची शाश्वती नसल्याने राज्यकारभाराकडे दुर्लक्ष करीत. शिवाय लोकांकडून

बळेच नजराणे वसूल करीत. त्यामुळे लोकही मुघलांच्या सत्तेस विटले. त्यांनी मराठ्यांना आपल्यावर राज्य करण्यास वाव दिला. याचा परिणाम असा झाला की, माळव्याप्रमाणेच बुंदेलखंडातील प्रमुखांनी मराठ्यांची मदत मागितली. अशा रीतीने बुंदेलखंडात मराठ्यांचा अंमल सुरू झाला.

इ.स. १७२२ मध्ये बाजीराव पेशव्यांनी माळवा जिंकण्याचा उद्योग केला. त्या वेळेसच मराठ्यांनी बुंदेलखंडापर्यंत स्वारी करून खंडण्या वसूल केल्या.

अशा वेळेस मराठे व छत्रसाल यांच्या एकीमुळे कदाचित माळवा हातचा जाईल व दिल्लीसुद्धा काबीज करण्यास मराठे व छत्रसाल कचरणार नाहीत, हे ओळखून मराठे व छत्रसाल यांचे पारिपत्य करण्यासाठी बादशाहाने महंमदखान बंगशची नेमणूक केली.[५६]

त्यानंतर साहिजकच १७२८ मध्ये छत्रसाल व बंगश यांचे निकराचे युद्ध झाले. छत्रसाल पराभूत झाला. बंगशला शरण गेला.[५७] परंतु बाजीरावांनी छत्रसाल लाख मदत देऊन शरण येण्यावाचून गत्यंतर नाही, इतकी हलाखीची स्थिती पेशव्यांने बंगशची करून टाकली.[५८] पावसाळ्याआधी दक्षिणेत पोहोचायची निकड असल्याने उरलेली कामगिरी छत्रसालवर सोपवून पेशव्यांनी दक्षिणेस प्रयाण केले. जैतपूरचा वेढा पुढे निकराने चालवून छत्रसालने बंगशास बुंदेलखंडातून घालवून दिले.

जैतपुरावर मार खाऊन महंमदखान बंगश दिल्लीस परतला. तेथे बुंदेलखंडात पराभव पावल्यामुळे अलाहाबादच्या सुभ्यावरून आपली उचलबांगडी झाल्याचे त्यास समजले. पण माळव्याच्या सुभेदारीवर त्याची नेमणूक झाली. अशा रीतीने छत्रसालची सुटका बाजीराव पेशव्यांनी केली. सन १७३१ च्या १४ डिसेंबरला वयाच्या ८२ व्या वर्षी छत्रसाल मरण पावला. आपल्या हाकेस धावून येऊन आपले रक्षण पेशव्यांनी केले याचे स्मरण ठेवून मृत्युसमयी आपल्या राज्याचा तिसरा भाग पेशव्यांस मिळावा, अशी व्यवस्था छत्रसालने केली.

रियासतकार सरदेसाई बुंदेलखंड प्रकरणावर भाष्य करताना म्हणतात, ‘‘हे एकंदर प्रकरण म्हणजे मराठे व रजपूत यांचे मुघल बादशाहीविरुद्ध धर्मयुद्धच होते. लोकवार्तेत तरी बाजीराव पेशव्यांना हिंदूंचा पुरस्कर्ता हे नाव मिळाले.’’[५९] तथापि डॉ. दिघे, प्राचार्य आठवले या आधुनिक इतिहासकारांना हे मत मान्य नाही. डॉ. दिघे म्हणतात, ‘‘जयपूर, जोधपूर, उदेपूर, बुंदेले यांच्याकडे मराठ्यांनी चौथ सरदेशमुखीची मागणी करावयाची व राजेरजवाड्यांनी याबाबत खळखळ करावयाची, हे काय मैत्रीचे द्योतक का हिंदू संघटनेचे? सर्व राजेरजवाड्यांनी मैत्रीच्या नात्याने त्यांचा संघ बनविला आहे. त्यांनी मिळून पातशाहीचा कारभार कोणत्या धोरणावर चालवावयाचा आहे, परस्परांचे संबंध कसे असावे यांसंबंधी विवेचन तत्कालीन कागदपत्रात मिळत नाही. तोपर्यंत बाजीराव

पेशव्यांच्या हिंदू धर्माच्या आस्थेबद्दल मुग्धताच पाळलेली बरी. गोब्राह्मण प्रतिपालक, काशीप्रयाग तीर्थे सोडविणे या निव्वळ घोषणा होत. सर्व हिंदू सत्ताधीशांची मुसलमानांच्या विरुद्ध एकजूट असल्याचा देखावा अठराव्या शतकात तरी दिसत नाही.''[६०]

आठवले म्हणतात, ''मराठे हिंदूंच्या रक्षणासाठी कटिबद्ध होते असे म्हणावे तर तिचा अर्थ समजणे कठीण आहे. मराठ्यांच्या स्वाऱ्यांमुळे हिंदू प्रजाही त्रस्त होत होती.''[६१]

डॉ. व्ही. एस. कदम यांनीही मराठी रियासतीच्या चौथ्या खंडाचे संपादन करून त्याला जी प्रस्तावना लिहिली आहे, त्यात रियासतकारांच्या हिंदू-पदपातशाहीच्या धोरणाला लंगडे समर्थन असे म्हटले आहे.[६२]

इ.स. १७३२-३३ मध्ये चिमाजी आप्पा यांनी बुंदेलखंडात स्वारी केली. तेव्हा त्याने तिकडील प्रदेशाची व्यवस्था करण्यासाठी गोविंदपंत बुंदेल्यांची नेमणूक केली. बाजीराव पेशव्यांनाही बुंदेलखंडात पुष्कळसा मुलूख मिळाला. बाजीराव पेशवे आणि छत्रसालच्या मुलांनी एकमेकांशी करार करून एकमेकांना मदतीची आश्वासने दिली. पण छत्रसालच्या पश्चात बुंदेलखंड पेशव्यांच्या ताब्यात आलाच नाही. दरसाल सात लाख खंडणी मात्र मिळे आणि तीही बहुधा फौजबंद सरदार पाठवून वसूल करावी लागे. बुंदेलखंडाच्या बऱ्याचशा भागावर मालकी प्रस्थापित करण्याचे काम बाजीराव पेशव्यांचा मुलगा नानासाहेब यांनीच केले. इ.स. १७४२ मध्ये माळव्याच्या सुभेदारीचे राजकारण करीत असतानाच नानासाहेब पेशव्यांनी आपले सरदार बुंदेलखंडात खंडणी वसूल करण्याकरता पाठविले. पण मराठ्यांना खंडणी न मिळता उलट मराठ्यांच्या छावणीवर हल्ला चढवून मल्हार कृष्ण व जोत्याजी शिंदे ह्यांची डोकी कापून नेली. नानासाहेब पेशव्यांनी याचा पुढे पुरेपूर सूड घेतला. औच्छांच्या राजाला कैद करून त्याच्या राजधानीवर नांगर फिरविला (गाढवाचा). नारो शंकर याने झाशीचा किल्ला ताब्यात घेतला. १७४६-४७ पासून पेशव्यांनी साताऱ्यात राहून बुंदेलखंडाचा जेवढा भाग जिंकला होता, त्याची व्यवस्था लावून दिली. शिंदे-होळकरांनी बुंदेलखंडातील जैतपूर हे ठाणे काबीज केले. दतियाचा बंदोबस्त करता आला. १७४७ साल उजाडण्यापूर्वी बुंदेल्याच्या प्रमुख सत्ताधाऱ्यांशी करार-मदार करण्यात आले. प्रा. सदाशिव आठवले बुंदेलखंड प्रकरणावर भाष्य करताना म्हणतात, ''एकंदरीत संपूर्ण बुंदेलखंड मराठ्यांच्या अमलाखाली आला नसला तरी काही भागावर त्यांची स्पष्ट मालकी तर उरलेल्या भागावर त्यांचे राजकीय वर्चस्व प्रस्थापित झाले यात शंका नाही. बाजीराव पेशव्यांनी सुरू करून सोडून दिलेले राजकारण त्यांच्या पुत्राने चार पावले पुढे नेले. एवढे निश्चित म्हणता येईल.''[६३]

डॉ. दिघे लिहितात, ''शिवाजी महाराज जर स्वराज्य संस्थापक तर बाजीराव पेशवे साम्राज्य संस्थापक म्हणावयास हरकत नाही. स्वकीयांचा विरोध, दरबारी अडथळे,

निजामाची कारवाई या सर्वांस ते पुरून उरले. माळवा बुंदेलखंडात या पुरुषाने मराठ्यांची सत्ता प्रस्थापित केली. पानिपतच्या पराभवानंतर पंजाब, आकबराबाद व दुआब यांतून मराठे मागे हटले; पण माळवा, बुंदेलखंडात कायम राहिले. यातच बाजीराव पेशव्यांनी उभारलेल्या इमारतीच्या स्थैर्याची साक्ष आहे.''६४

एकंदरीत गुजरातच्या बाबतीत शिवाजी महाराजांनी साम्राज्यवादी धोरण स्वीकारले, ते पेशव्यांनी पूर्ण केले. माळव्यात राजाराम महाराजांच्या काळात साम्राज्यवादाला सुरुवात केली. तेथेही पेशव्यांनीच जम बसविला तर बुंदेलखंडात बाजीराव पेशव्यांनी राजकारण सुरू केले. त्यांच्या मुलाने ते पूर्णत्वास नेले, हेच खरे.

संदर्भ टीपा –

१) जोशी, लक्ष्मणशास्त्री, म. वि. को. खंड १३, मुंबई १९८८, पृ.४८४-५

२) सरदेसाई, गो. स. मुसलमानी रियासत, खंड १, मुंबई १९९३ (पाचवी आ. पृ. ९६)

३) मराठी विश्वकोश, उपरोक्त पृ. ४८५, जोशी, महादेवशास्त्री पुणे १९७२

४) भारतीय संस्कृतीकोश खंड ७, पृ. ३६३-४ जोशी, शं. ना. शिवचरित्र साहित्य, खंड ५, लो. ६, पृ. १०-१२, भा. इ. सं. मं. पुणे १९४२

५) राजवाडे, म. इ. सा. खंड ५, लेख ६

६) Joshi, Dr. Sulochana Studies in Maratha History, May 1979 p. 1-3

७) Sarkar Jadarath History of Aurangazeb, Vol. V. p. 382 Culcutta, 1934

८) म. रि. खंड ३, पृष्ठ ३१६

९) पगडी, मो. म., पृष्ठ १४३ मो. द. बा. खंड १, प्रस्तावना, पृष्ठ ३०

१०) पगडी, कित्ता, प्रस्तावना पृष्ठ २२

११) लेले, का. कृ. आणि ओक, शि. का. श्रीमंत धारकर पवारांच्या इतिहासाची साधने, धार, १९३४

१२) सरकार आणि सरदेसाई राजाराम महाराजांच्या मृत्यूची तारीख २ मार्च १७०० अशी देतात, तर गदाधर प्रल्हाद शकावलीच्या आधारे ती तारीख ३ मार्च असल्याचे डॉ. जयसिंगराव पवार म्हणतात. पाहा - म. रि. खंड २, पृष्ठ २५१-५२

१३) गुजर, मा. वि. पवार घराण्याचा इतिहास, पुणे १९५९, पृ. २१-२४ (दु. आ.)

१४) पगडी, मो. म. सं., पृ. १२१

१५) मो. म., पृ. १७२

१६) पवार, जयसिंगराव महाराणी ताराबाई, कोल्हापूर १९७५, पृ. २०९

१७) पगडी, मो. म., पृ. १५७

१८) म. रि., खंड ३, पृ. २९

१९) श्रीमंत धारकर पवारांच्या इतिहासाची साधने, लेखांक २, पृ. ४

२०) कित्ता, पृ. १७

२१) पे. द., खंड १३, लेख १८

२२) कित्ता, लेख १९

२३) पुरंदरे, कृ. वा. चिमाजी आप्पा पेशवे यांचे चरित्र, पुणे १९४५, पृ. ६-११

२४) पे. द., खंड १३, लेख १७

२५) कित्ता, खंड ३०, लेख २८७

२६) कित्ता, खंड १२, लेख १५

२७) कित्ता, लेख १७, २३, २५, ३८, ४८

२८) पुरंदरे, उपरोक्त, पृ. १८-१९

२९) पुणे पुराभिलेखागारातील अप्रकाशित कागदपत्रे, दफ्तर क्र. ३, पुडकी क्र. २., पत्र क्र. १५१६

३०) शा. रो. पृष्ठ २१

३१) पे. द., खंड १७, लेख ३०

३२) श्रीमंत धारकर पवारांच्या इतिहासाची साधने, पृ. ४४ तळटीप

३३) पे. द., खंड २२, पृ. १६३

३४) सरदेसाई, गो. स. कराराची तारीख ७ जानेवारी १७३८ अशी देतात. खरे जंत्रीनुसार ती तारीख ६ डिसेंबर १७३८ अशी   येते. पाहा – म. रि., खंड ३, पृ. ५२४

३५) कुलकर्णी, अ. रा. आणि ग. ह. खरे (संपा), मराठ्यांचा इतिहास, खंड २, पृ. ६५

३६) भारतीय संस्कृती कोश, खंड ३, पृ. ३५

३७) मराठी विश्वकोश, खंड ५, पृ. ५९

३८) म. रि., खंड १, पृ. २१६

३९) बेंद्रे, वा. सी. छत्रपती शिवाजी महाराजांचे चरित्र, मुंबई १९७२, पृ. ३७३

४०) सेतुमाधवराव पगडी, शिवचरित्र एक अभ्यास, कोल्हापूर १९७१, पृ. ५२

४१) पवार जयसिंगराव, मराठी सत्तेचा उदय, मुंबई १९७९, पृ. १३९

४२) खोबरेकर, वि. गो. गुजरातेतील मराठी राजवट, पुणे १९६२, पृ. ८

४३) पगडी, सेतुमाधवराव हिंदवी स्वराज्य आणि मोगल, पृ. २६१

४४) कित्ता, पृ. २८५

४५) पगडी सेतुमाधवराव, मराठ्यांचे स्वातंत्र्ययुद्ध, पृ. ८३

४६) V. G. Dighe, Bajirao and Expansion of Maratha, p. 22

४७) पुरंदरे, उपरोक्त पृ. २१-४

४८) म. रि., खंड ३, पृ. ३७८

४९) खोबरेकर, उपरोक्त, पृ. १५-३३

५०) म. रि., खंड ३, पृ. ३८८

५१) पुरंदरे, उपरोक्त, पृ. ४५

५२) म. रि., खंड ३, पृ. ३९९

५३) खोबरेकर, उपरोक्त, पृ. ४२-८

५४) भारतीय संस्कृती कोश, खंड ६, पृ. १९१-९२

५५) मु. रि., खंड २, पृ. २७२-६

५६) महंमद खान बंगश – बादशाही फौजेतील पराक्रमी वीर, त्याने छत्रसालवर हल्ला केला. तेव्हा छत्रसालने बाजीराव पेशव्यांकडे मदत मागितली. बाजीराव पेशव्यांनी ती देऊन बंगशचा पराभव केला.

५७) दिघे, वि. गो. मराठ्यांच्या उत्तरेतील मोहिमा, पुणे १९३३, पृ. १७

५८) पे. द. खंड १३, लेख ४५

५९) म. रि., खंड ३, पृ. ३७७

६०) कुलकर्णी आणि खरे, उपरोक्त, पृ. ७७-७८

६१) म. रि., खंड ३, विभाग संपादकांचे मनोगत, पृ. २१०-११

६२) कित्ता, खंड ४, विभाग संपादकांचे मनोगत, पृ. १२

६३) कुलकर्णी आणि खरे, उपरोक्त, पृ – ९२-९३

६४) दिघे, वि. गो. उपरोक्त, पृ. ७९

५ मराठ्यांचा कर्नाटकातील साम्राज्यविस्ताराचा उद्योग

कर्नाटक म्हणजे कानडी भाषा बोलणाऱ्यांचा प्रदेश, असा सर्वसाधारण अर्थ होतो. पण या शब्दांची व्याप्ती त्याहून मोठी होती. सतराव्या आणि अठराव्या शतकात या शब्दांची व्याप्ती त्याहून मोठी होती. त्या काळात कर्नाटकाचे दोन भाग समजले जात होते. त्यांची हैद्राबादी कर्नाटक व विजापुरी कर्नाटक अशी नावे होती. या दोन भागांची सरहद्द पालार नदी समजली जात होती. या प्रत्येक भागाचे पुन्हा बालाघाट व पाईनघाट असे दोन भाग पाडले जात होते. म्हणजे संपूर्ण कर्नाटक प्रदेशाचे चार भाग पडत होते. हैद्राबादी बालाघाट, हैद्राबादी पाईनघाट, विजापूर बालाघाट व विजापूर पाईनघाट. मुघलांनी दक्षिणेतील प्रदेशाचे सहा सुभे फार दिवसांपासून पाडले होते. त्यांपैकी हैद्राबाद व विजापूर हे प्रमुख होते.

प्राचीन काळात कर्नाटकात मोठमोठी हिंदू राज्ये होती. त्या राज्यांचा अस्त झाल्यावर त्यांच्या अधिकाऱ्यांनी स्थानिक सत्ता बळकावून आपली संस्थाने स्थापन केली होती. या संस्थानिकांना कर्नाटकात पाळेगार किंवा नायक म्हणत.[१] हे पाळेगार जवळ जवळ स्वतंत्रच असत. त्यांच्यात एकी नसल्याने आपापसातील झगडे व लढाया ही नित्याची बाब असे. औरंगजेबालासुद्धा या पाळेगारांचा नाश करता आला नाही. आदिलशाही व कुतुबशाही यांच्या आमदानीतच ते ह्या शाह्यांचे मांडलिक असत. त्यांच्यावर स्वाऱ्या करूनच खंडणी वसूल होई. मुघलांचे राज्य आले, तेव्हाही मुघलांचा लष्करी जोर असला की नमते घेणे व जोर कमी झाला की त्यांच्या सत्तेला न जुमानणे हा पाळेगारांचा स्थायिभावच झाला होता. कर्नाटकात मुलकी व फौजदारी कामांकरिता मुघल बादशाहाने जे अधिकारी नेमले होते, तेच पुढे कर्नाटकाचे नबाब म्हणून प्रसिद्धीस आले. अर्काट, शिरे, काडापा व कर्नुल, सावनूर या ठिकाणच्या पाच नबाबांशी अठराव्या शतकात मराठ्यांचा संबंध आला. याशिवाय म्हैसूर, बिदनूर, चित्रदुर्ग, हरपनहल्ली, अनागोन्दी

व रायदुर्ग ही संस्थाने कर्नाटकात आपल्या सत्ता टिकवून होते. तंजावरचे राज्य व मुरारराव घोरपडे यांचे गुत्तीचे संस्थान ही दोनच मराठी राज्ये कर्नाटकात होती.

i) शहाजीराजे भोसले यांची कर्नाटकातील कामगिरी –

छत्रपती शिवाजी महाराजांचे वडील शहाजीराजे भोसले यांचा जन्म १५९४ साली झाला.[२] ऑक्टोबर १६२४ मध्ये निजामशाही विरुद्ध मुघल बादशाही यांची जी इतिहास प्रसिद्ध भातवडीची लढाई झाली, त्यामध्ये निजामशाहीच्या बाजूने लढून त्यांनी आपल्या राजकीय कारकिर्दीस सुरुवात केली. भातवडीच्या लढाईत पराक्रम गाजवल्यामुळे निजामशाही दरबारात शहाजीराजांची प्रतिष्ठा वाढली. परंतु त्यांनी निजामशाहीचा त्याग करून आदिलशाहीची वाट धरली. पुन्हा तिचा त्याग केला व १६२८ मध्ये राजे पुन्हा निजामशाहीत दाखल झाले. अल्पावधीतच तेथील धोकादायक राजकारणाला कंटाळून ते मुघल बादशाहीकडे गेले. व मुघलांची पाच हजारी मनसब स्वीकारली. तथापि, पुन्हा निजामशाहीचे पुनरुज्जीवन करण्यासाठी ते प्रयत्नशील झाले. तो प्रयत्न करत असताना त्यांना आदिलशाही व मुघली फौजांच्या संयुक्त सेनेबरोबर लढत द्यावी लागली. ऑक्टोबर १६३६ मध्ये त्यांना तर मुघलांना शरण जाणे भाग पडले. ते निजामशहासह मुघलांना शरण गेले. शहाजी महाराजांच्या या कारस्थानावर भाष्य करताना प्रा. जयसिंगराव पवार म्हणतात, ‘‘राजकारणात मराठा सरदाराने केलेले हे अभूतपूर्व असे धाडस होते. त्याचा शेवट जरी यशस्वी झाला नसला तरी मराठ्यांच्या दृष्टीने ते धाडस अपूर्व होते.[३] त्यानंतर शहाजी राजांनी आदिलशाहीची चाकरी स्वीकारली. आदिलशहाने त्यांना बारा हजारी मनसबदारी दिली. तसेच त्यांच्याकडे पुणे सुपेची जहागीर कायम राखली. शहाजीराजांसारखा खटपटी व सामर्थ्यशाली सरदार महाराष्ट्रात मुघल व आदिलशाही यांच्या सीमेवर ठेवण्यापेक्षा त्यास कर्नाटकात दूरच्या कामगिरीवर पाठविण्याचे आदिलशाहाने ठरविले. कर्नाटकात दूरवर शहाजीराजांना पाठविण्याचा आदिलशहाचा हेतू काही का असेना, पण पुढे त्यामुळे दक्षिणेकडील मराठ्यांच्या साम्राज्य विस्ताराला शहारीराजांचे कर्नाटकात जाणे हितकारकच ठरले याबद्दल दुमत असू नये.

कर्नाटकात जाण्यापूर्वी शहाजी राजांनी आपल्या पुण्याच्या जहागिरीची चांगली व्यवस्था केली. आपली पत्नी जिजाबाई व पुत्र शिवाजी राजे यांना पुणे येथे ठेवण्याचा त्यांनी निर्णय घेतला व जहागिरीच्या कारभारीपणावर दादोजी कोंडदेव या अत्यंत विश्वासू व अनुभवी व्यक्तीची नेमणूक केली. तसेच जातांना आपला सरंजामही त्यांनी पुणे जहागिरीत ठेवून दिला.

शहाजी महाराजांच्या कर्नाटक स्वारीच्या वेळेस कर्नाटकात विजयनगरचा वंशज

पेनुकोंड्याचा श्रीरंगराय, इक्केरीचा वीरभद्र, श्रीरंगपट्टणचा कांतिराय, तंजावरचा विजय राघव राय, जिंजीचा व्यंकट नायक असे अनेक हिंदू राजे राज्य करीत होते. तथापि, एकजुटीने मुसलमानी आक्रमाणास विरोध करण्याचा विचार कोणास सुचला नाही.

शहाजीराजांच्या तीन स्वाऱ्या – बंगलोरास वास्तव्य (१६३७–४०)

१६३७–४० ह्या काळात आदिलशाही सरदार रणदुल्लाखान व शहाजीराजे यांनी कर्नाटकात तीन स्वाऱ्या पार पाडल्या. पहिल्या स्वारीत त्यांनी इक्केरीच्या नायकाचा पराभव करून, त्याचे अर्धे राज्य व १८ लाख होनांची खंडणी घेतली. दुसरी स्वारी शिरे येथे केली. त्या स्वारीत शहाजीराजे, रणदुल्लाखान व अफजलखान एकत्र होते. त्या स्वारीत कस्तुरीरंग या नायकाचा अफजलखानाने विश्वासघात करून शिरच्छेद केला.

दरम्यान, शहाजीराजांनी बंगलोर हस्तगत केले. शहाजीराजेंची नेमणूक बंगलोरवर करण्यात आली.

रणदुल्लाखानाची तिसरी स्वारी १६३९–४०मध्ये झाली. या स्वारीत त्याने बसवापट्टणचा केंगनायक याचा पाडाव केला. बसवापट्टणच्या स्वारीत शहाजीराजे यांनी मोठा पराक्रम केला.

या स्वाऱ्यांत यश मिळाल्याने आपण तीन वर्षांत काफरांचे निर्मूलन केल्याचा आनंद महंमदशहास झाला. तथापि, शहाजीला शक्य तितका खूश ठेवण्याचाही त्याने प्रयत्न केला.

रणदुल्लाखान दरबारात परत आल्यानंतर शहाजीराजे कर्नाटकात आदिलशहाचे मुख्य हस्तक म्हणून वावरू लागले. त्याने तिकडे लोकांचे प्रेम संपादन केले व नियमित वसूलही गोळा केला. वेळेवर रकमा तो विजापुरास पाठवित असल्याने शहास त्याचा कारभार चांगलाच पसंत पडला. कोणाही मुसलमान सरदाराकडून पूर्वी प्रांताची सुव्यवस्था इतकी चांगली लागली नव्हती.

शहाजी बंगलोरास राहून सर्व कारभार पाहत होता. आपल्या हातून हिंदूंचा निःपात होतो, हे या उद्योगाचे खरे मर्म त्याने ओळखले होते. हिंदू सत्ताधीशांचे वकील त्याच्याकडे जाऊ–येऊ लागले होते. केव्हा उघड वाटाघाटी तर केव्हा गुप्त कावे त्यांचे सारखे चालू होते. दक्षिणेतील हिंदूंचा पुरस्कार त्यांजकडे येऊन त्याने स्वतंत्र राजाचा थाट जमविला होता. त्यामुळेच बंगलोरला हिंदू राज्य उत्पन्न झाल्याचा देखावा चालू झाला.[४]

इ. स. १६४३ साली मे ते जुलैच्या दरम्यान रणदुल्लाखान मरण पावला. त्याच्या जागी आदिलशहाने त्याचा जावई मुस्तफाखान याची नेमणूक केली.[५]

इ. स. १६४३–४७ मध्ये शहाराजीराजे व मुस्तफाखान यांनी बंगलोरच्या श्रीरंगराया

बरोबर लढाई करून श्रीरंगरायाची फौज उधळून लावली आणि वेलोर हस्तगत केले. या विजयानंतर मुस्तफाखान ज्या वेळेस विजापूरला परतला, त्या वेळेस महमंदशहा मुद्दाम चाळीस मैलांवर अलीकडे येऊन त्याने मुस्तफाखानचा गौरव केला.

शहाजीराजेंच्या पराक्रमाबद्दल शहाने महाराजांनाही महाराज फर्जंद शहाजीराजे भोसले या शब्दांनी सन्मानित केले.

याच युद्ध–प्रसंगात (वेलोरच्या) शहाजीराजे व मुस्ताफाखान यांचे वैमनस्य प्रथम उद्भवले. शहाजीराजे हिंदूंचा पुरस्कार करतात अशी सामान्यतः दरबाराची समजूत झाली, तर शहाजीराजांना हिंदू धर्माच्या नाशास आपण कारण व्हावे ही गोष्ट बिलकूल रुचली नाही. रियासतकार लिहितात, एकंदर शहाजीराजांची अवस्था इकडे आड तिकडे विहीर अशी झाली.[६]

इ. स. १६४८ साली मुस्ताफाखान व शहाजीराजे यांनी रुपनायकाच्या जिंजीच्या किल्यास वेढा घातला. याच वेढ्याच्या प्रसंगी गोवळकोंड्याच्या कुतुबशाहाशी आतून संधान बांधले, म्हणून शहाजी राजांस अटक केले– २५ जुलै १६४८. शहाजीराजांच्या अटकेविषयी ग. ह. खरे म्हणतात, जिंजीच्या नायकांचा किंवा पाळेगारांचा घरोबा होता, म्हणून ही अटक झाली.[७] तर वा. सी. बेंद्रे शहाजीच्या अटकेविषयी लिहितात, शहाजीराजांवर हिंदू नायकांचा भर होता व ते त्यांच्या भरवाशावर आदिलशाही सरदारांची भीती धरीत नव्हते. ऐन संकटाचे प्रसंगी शहाजीराजांनी नबाबास शत्रूच्या तोंडी देऊन निघून जाणे, याचाच अर्थ असा की, हिंदू राजे त्यावेळी नबाबाचा पूर्ण पाडाव करण्यास समर्थ होते. शिवाय त्यास मीर जुमल्याची चोरून मदत होतीच. सारांश, हिंदू राज्य बुडविण्याच्या यावनी बेतास कायमचा धक्का देण्यासारखे वर्तन होते, परंतु नबाबाने शहाजी राजांवर मात केली आणि आदिलशहाची संमती मिळवून त्यास शहाजीराजांच्या हिंदू व भाऊबंद शत्रूच्याच साहाय्याने अचानक घाला घालून कैद केले.[८]

शहाजी राजांना विजापूरला आणण्यासाठी अफझलखान या सरदाराची खास नेमणूक झाली. ९ नोव्हेंबर १६४८ रोजी मुस्तफाखान मरण पावला व त्याच्या ठिकाणी वजीरखान महंमदाची नेमणूक झाली. त्याने वेढ्याचे काम अंगावर घेऊन २८ डिसेंबर १६४८ रोजी जिंजीचा किल्ला हस्तगत केला. त्यात त्याला २० कोट रुपयाची मत्ता मिळाली. ती सर्व संपत्ती ८९ हत्तींवर लादून शहाजी राजांस बंदोबस्तात घेऊन अफझलखान जिंजीहून निघाला, तो सन १६४९ च्या उन्हाळ्यात विजापुरास पोहोचला.

शहाजी राजांना कैद केल्याबरोबर बंगलोर व कोंढाणा हस्तगत करण्यासाठी फौजा रवाना केल्या. कर्नाटकात शहाजीराजांचे पुत्र संभाजीराजे आणि महाराष्ट्रात शिवाजी राजे यांनी मोठ्या पराक्रमाने या फौजा परतवून लावल्या.

अशा प्रकारे शहाजी महाराजांच्या जहागिऱ्या जप्त करण्यात शहाला अपयश आले. याच वेळी शिवाजी महाराजांनी आपल्या पित्याची सुटका करण्यासाठी मुघल सुभेदार शहाजादा मुरादबक्ष यांचेही दडपण आदिलशहावर आणण्याचा प्रयत्न केला. मुरादने चांगला प्रतिसाद दिला. शहाजी महाराजांची १६ मे १६४९ रोजी सन्मानपूर्वक सुटका करून त्यांना कर्नाटकात कामगिरीवर पाठविले. बेंद्रे म्हणतात, शहाजी महाराजांची सुटका म्हणजे आदिलशहाच्या कृपेचे किंवा दयेचे प्रतीक नसून ही सुटका मुघल व इतर दडपणामुळे झाली होती.[९] प्रा. जयसिंगराव पवार या सुटकेवर भाष्य करताना म्हणतात, ''मुघल दडपणापेक्षा शहाजी राजांच्या उभय पुत्रांच्या पराक्रमामुळेच त्यांची सुटका झाली असे म्हणावे लागेल.[१०] या सर्व प्रकरणात तडजोड म्हणून शिवाजी राजांना अत्यंत प्रिय असणारा कोंढाणा किल्ला आदिलशहाला द्यावा लागला.

कैदेतून सुटका झाल्यानंतर कर्नाटकातील रायचूर दुआबातील कनकगिरी प्रदेशात बरीच वर्षे शहाजीराजांनी व त्यांचे पुत्र संभाजी राजे यांनी वास्तव्य केले. याच सुमारास आदिलशाही व कुतुबशाही यांच्यामध्ये कर्नाटकातील प्रदेशासंबंधी युद्ध सुरू झाले (सन १६५१). या युद्धात आदिलशाहीच्या बाजूने शहाजी राजांनी पराक्रम गाजविला. मीर जुम्ला याच्याशी लढून त्याचा धुव्वा उडविला आणि दंड म्हणून नऊ लाख होनांचा दंड वसूल केला. या घटनेमुळे आदिलशहाच्या दरबारात शहाजी महाराजांचे वजन वाढले.

सन १६५४ च्या वर्षी कनकगिरीचा पाळेगार आपाखान याने बंडखोरी केली, म्हणून त्याचे पारिपत्य करण्यासाठी शहाने अफझलखान व संभाजी राजांस पाठविले. त्या लढाईत संभाजी राजांना पुढे करून खानाने त्यास मारले. हे वर्तमान कळताच शहाजी राजांनी त्वेषाने लढून पाळेगारास जिंकले. अफजलखानाने संभाजी राजांस लढाईत पुढे करून मागून त्याचा पाठपुरावा केला नाही, म्हणून शहाजी राजांस खानाचा भारी राग आला. आणि शिवाजी महाराजांच्या मनातही हे वैषम्य कायम राहिले. (याच खानास शिवाजी महाराजांनी १६५९ मध्ये यमसदनास पाठविले)

महंमद आदिलशहा दिवसेंदिवस क्षीण होत जाऊन शेवटी ४ नोव्हेंबर १६५६ रोजी मरण पावला. व त्याच्या गादीवर त्याचा पुत्र अलि आदिलशहा हा बसला. तो अल्पवयीन असल्याने राज्याचा कारभार त्याची माता बडी साहिबा पाहू लागली. तेव्हा दरबारात साहजिकच कारस्थानांचे राजकारण सुरू झाले. शहाजी राजांचा आदिलशाही दरबारातील पुरस्कर्ता वजीरखान महंमद ११ नोव्हेंबर १६५७ रोजी मारला गेला. शहाजी राजांवरही याचा परिणाम झाला, तथापि, त्यांनी आदिलशाही दरबाराला तंबी दिली, परिणामी आदिलशाही दरबार शहाजी राजांशी सरळ वागू लागला.

सन १६५८ मध्ये शहाजी राजांनी कनकगिरीच्या पूर्वेस असलेल्या श्रीशैल मल्लिकार्जुन हस्तगत करण्यास व्यंकोजीस पाठविले. १६५९ मध्ये स्वतः तंजावरवर चालून गेले, पण तेथील नाईकाने त्यांना मुळीच दाद दिली नाही. तेव्हा शहाजी राजे त्रिचनापल्लीवर गेले. पण तेही ठिकाण त्यांना मिळाले नाही. सन १६६१ मध्ये मदुरा, जिंजी व तंजावर येथील नाईकांनी एकजूट करून शहाजी राजांच्या आक्रमणास विरोध केला. परिणामी, तंजावर काही त्यांना हस्तगत करता आले नाही. तथापि, १६७४ साली रायगडावर शिवाजी महाराजांनी आपणास राज्याभिषेक करून घेतला, त्याच सुमारास एकोजीने तंजावरचा ताबा घेतला व तेथे स्वतंत्र राज्य स्थापले. रियासतकार लिहितात, मिळून, जो स्वतंत्रतेचा प्रयोग खुद्द शहाजी राजांना साधला नाही, तो त्यांच्या दोघा पुत्रांनी पुढे यथावकाश आपापल्या क्षेत्रात सिद्ध करून दाखवला.[११] सन १६६१-६२ च्या पूर्वीच शहाजी राजे व त्यांचे पुत्र आपणास भारी आहेत अशी आदिलशाही दरबारची खात्री होऊन चुकली होती. पश्चिम महाराष्ट्रातून तर शिवाजी महाराजांनी आदिलशाही अंमल पार उठवून दिला. आणि कर्नाटकात शहाजी राजे व एकोजी तसेच करणार, असा अंदाज दिसू लागला. अशा परिस्थितीत वेळेवर शहाजी महाराजांना आळा घालता आला तर पहावा, अशा इराद्याने बरोबर मोठी फौज घेऊन अली आदिलशहाने पश्चिम कर्नाटकात स्वारी केली आणि एप्रिल १६६३ मध्ये तो बंकापुरास गेला. आणि शहाजी राजांना निकडीची बोलावणी करून आपल्याकडे आणले आणि जवळ येताच त्यांच्या पायात बेड्या ठोकल्या. याप्रमाणे शहाजी राजांना दुसऱ्यांदा कैद भोगण्याची पाळी आली. परंतु या वेळी त्यांना फार वेळ कुचंबत राहावे लागले नाही. दोन दिवसांत त्याची सुटका झाली आणि आदिलशहाने त्यांस बेदनूरच्या कामगिरीवर पाठविले.

बेदनूरचे स्वारीत मृत्यू -

बेदनूरचा नाईक आदिलशाहीचा ताबेदार होता. तो स्वतंत्रपणे वागू लागला होता. तेव्हा त्याला वठणीवर आणण्यासाठी शहाजी राजांना पाठविण्यात आले. शहाजी राजांनी नाईकचा पराभव करून त्याला शरण आणले. आदिलशहाने मानमरातबाची पत्रे, वस्त्रे, भूषण, हत्ती, घोडे वगैरे पाठवून शहाजी राजांचा गौरव केला. शहाजी राजे बेदनूरच्या स्वारीतून परत येताना होडिकरी या गावी मुक्कामास होते. तेथे घोड्यावरून पडून २३ जानेवारी १६६४ रोजी मरण पावले. [१२] आदिलशहाने मनसबदारीची वस्त्रे एकोजीस दिली. डॉ. प्र. न. देशपांडे यांच्या मतानुसार व्यंकोजीला एकट्यालाच मनसबदारी देण्यामागे शहाजी राजांच्या मृत्यूनंतर व्यंकोजीने शिवाजी राजांच्या स्वराज्य कार्यात सहभागी होऊ

नये व आपल्या चाकरीत राहावे, यासाठी आदिलशहाने ही साखरपेरणी केली असली पाहिजे.[१३] आदिलशहाच्या या साखरपेरणीला व्यंकोजी बळी पडला असेच म्हणावे लागते. म्हणूनच पुढे १६७७-७८ मध्ये शिवाजी महाराजांना भावावरच स्वारी करावी लागली.

मराठ्यांच्या इतिहासात शहाजीराजांचे कार्य काय, हा आतापर्यंत अनेक इतिहासकारांच्या चिंतनाचा विषय झालेला आहे. परंतु या प्रकरणापुरते पाहावयाचे तर मराठ्यांचा पुढे दक्षिणेकडे विशेषत: कर्नाटकात जो साम्राज्य विस्तार झाला, त्याचा पाया शहाजी राजांनीच घातला, असेच म्हणावे लागते. भले ते आदिलशहाचे चाकर म्हणूनच पराक्रम गाजवत असतील, पण बंगलोरची जहागिरी त्यांना मिळाल्यावर त्यांनी त्या शहराची वाढ केली. कर्नाटकात त्यांनी प्रजेच्या कल्याणाच्या अनेक योजना आखल्या व प्रजेचे कल्याण हे राज्यकर्त्यांचे अंतिम ध्येय असले पाहिजे, हा आदर्श शहाजी राजांनी घालून दिला.

शिवाजी महाराजांनी महाराष्ट्रात स्वराज्य निर्मिती केली. पण शहाजी राजांना बृहन्महाराष्ट्राचा संस्थापक मानले पाहिजे. कर्नाटकात त्यांनी महाराष्ट्रीय संस्कृतीचा प्रसार व विकास केला, यातही वाद होता कामा नये. आजही महाराष्ट्राबाहेर कर्नाटकात ब्राह्मण, क्षत्रिय कारागीर वगैरे नानाविध कुटुंबे दृष्टीस पडतात, ती आरंभी शहाजी राजांच्या वेळेस तिकडे गेली.[१४] आदिलशाहीची चाकरी करत असताना कर्नाटकातील नायकांच्या कडून त्यांनी खंडण्या वसूल केल्या, पण एकूणच त्यांनी कर्नाटकातील नायकांसंदर्भात उदार धोरण आखले होते. हे सर्व करत असताना त्यांनी विद्या व कलांना आश्रय देऊन हिंदू संस्कृतीचे पुनरुज्जीवन करण्याचा प्रयत्न केला.

त्यांच्या दरबारात सुमारे ७५ शास्त्री, कवी, पंडित होते. शहाजी महाराज स्वतः अनेक भाषा जाणणारे असून ते विद्वज्जनांचा परामर्ष घेत. हिंदू संस्कृतीचा व साहित्याचा होत असलेला ऱ्हास थांबवून त्यांनी त्यात जिवंतपणा आणण्याचा प्रयत्न केला.[१५]

या पार्श्वभूमीवरच रियासतकार लिहितात, ''तत्कालीन ऐतिहासिक व्यक्तींत राष्ट्रीय स्वत्व दिमाखाने मिरविणारा शहाजी राजांशिवाय दुसरा एकही हिंदू सत्ताधीश दक्षिणेत आढळत नाही. म्हणून शिवाजी राजांना जन्म देऊन त्यांच्या ठिकाणी स्वातंत्र्याचे वारे उत्पन्न करण्याचे श्रेय त्यांना अवश्य मिळते. या दृष्टीने शिवाजी महाराजांना जर 'राज्यसंस्थापक' म्हणावयाचे तर शहाजी राजांना 'राज्यसंकल्पक' असे पद देण्यास हरकत नाही.[१६] शिवाजी राजांच्या स्वराज्य स्थापनेचे श्रेय शिवाजी महाराजांचे असले, तरी मूळ कल्पना शहाजी राजांची असल्याचे राजवाड्यांनी स्पष्ट म्हटले आहे.[१७] तथापि, स्वराज्य स्थापनेचे सर्व श्रेय शिवाजी महाराजांनाच असे म्हणणारे इतिहासकारही आहेतच. त्यात

सेतुमाधवराव पगडी, न. र. फाटक, सदाशिव आठवले यांचा समावेश होता. परंतु कर्नाटकात मराठी साम्राज्य व संस्कृती पोहचविण्याची कामगिरी शहाजी महाराजांनीच केली, यात वाद असता कामा नये.

या दृष्टीने रियासतकारांचे म्हणणे लक्षात घेण्याजोगे आहे. ते लिहितात, विद्येची आवड तंजावरच्या राज्यात आनुवंशिक परंपरेने उत्तरोत्तर वाढत गेली. आणि शेकडो ग्रंथ निर्माण होऊन अनेक विद्वानांना राजाश्रय मिळाला, तो प्रकार महाराष्ट्रातील श्रावणमास दक्षिणेलाही साध्य झाला नाही. एका दृष्टीने शहाजी राजांनी निर्माण केलेली प्राचीन संस्कृतीची आवड आजसुद्धा बंगलोर तंजावरकडे टिकलेली दिसते, तितकी महाराष्ट्रात दिसत नाही. ही गोष्ट शहाजी राजांची योग्यता ठरवताना अवश्य ध्यानात ठेवली पाहिजे.[१८]

ii) छत्रपती शिवाजी महाराज आणि कर्नाटक –

छत्रपती शिवाजी महाराजांचे कर्नाटकातील मराठ्यांच्या सत्ता विस्ताराचे उद्योग– राज्याभिषेकानंतर छत्रपती शिवाजी महाराजांनी कर्नाटक स्वारी हाती घेतली व तीत त्यांनी यश मिळविले. महाराजांनी १६७४ मध्ये राज्याभिषेक करवून घेऊन स्वतंत्र राज्याचा पुकारा केला होता. तथापि, त्यांचे राज्य फारच छोटे होते. तेव्हा ते वाढविण्यासाठी महाराजांनी कर्नाटक स्वारी १६७६–७७ मध्ये हाती घेतली असण्याची शक्यता आहे. रियासतकारांनी अशा आशयाचे मत मांडल्याचे आढळते. सरदेसाई लिहितात, ‘‘हा नवीन उपक्रम अंगीकारण्यास आणखी एक विशिष्ट कारण घडले. ते ऐतिहासिकदृष्ट्या प्रत्यक्ष घडले नसले, तरी लोकचर्चेत आविष्कृत होते. ते असे की, शिवाजी महाराजांनी मोठमोठे किताब धारण केले तरी त्यांचे राज्य महाराष्ट्राच्या टीचभर भूमीपलीकडे नव्हते. शिवाय शिवाजी महाराजांना इतर कोणी हिणवित म्हणून या हिणवणीस जबाब म्हणून शिवाजी महाराजांनी दक्षिण दिग्विजयाचे काम हाती घेतले.[१९]

शिवाजी महाराजांनी कर्नाटक स्वारी का हाती घेतली याची चर्चा सरदेसाईंप्रमाणेच सरकार, शेजवलकर, बेंद्रे, पगडी, मुद्दाचारी इत्यादी आधुनिक इतिहासकारांनी केलेली आढळते.

सरकार सुरत प्रकरणासारखेच याही घटनेकडे बघतात. ते म्हणतात लूट मिळविणे हाच शिवाजी महाराजांचा या स्वारीमागचा उद्देश होता. त्यांच्याच शब्दात बोलावयाचे झाल्यास, "But gold and not land used his chief objects."[२०]

शेजवलकरांच्या मते, या विजयनगरच्या हिंदू राज्याचे पुनरुज्जीवन करून दक्षिणेतील नायकांना भोसल्याच्या राज्यात सामील करणे. ते काम व्यंकोजीने केले नाही म्हणून शिवाजी महाराजांनी कर्नाटक स्वारी हाती घेतली.[२१]

पगडींच्या मते, दक्षिण दिग्विजय हाच शिवाजी महाराजांच्या कर्नाटक स्वारीचा हेतू होता. हे स्पष्ट करताना ते लिहितात, ''शिवाजी महाराजांनी या स्वारीत विजापूरकरांचा दहा हजार चौरस मैलांचा जिंजी, वेलोर हा प्रदेश कायमचा आपल्या ताब्यात आणला. यावरून विजापूर राज्याचा तो भाग जिंकून घेणे हे शिवाजी महाराजांचे उद्दिष्ट होते, हे स्पष्ट होते.[२२]

डॉ. बी. मुद्दाचारी यांच्या मते, सन १६७५ मध्ये व्यंकोजीने आपली राजधानी बंगलोरहून तंजावरला हलविली, हे काही शहाणपणाचे धोरण नव्हते. त्यामुळे म्हैसूरच्या नायकाला तेथे हातपाय पसरण्याची संधी मिळणार होती.[२३]

शिवाजी महाराजांना कर्नाटकातील वडिलांच्या जहागिरीतील अर्धा वाटा हवा होता. पण शहाजी राजांच्या मृत्यूनंतर बारा-तेरा वर्षे झाली तरी व्यंकोजीने तो दिला नाही. महाराजांनी व्यंकोजीला लिहिले, 'अधर्मे करून तेरा वर्षे आपण सारे राज्य खादले. आता अर्धा वाटा मागतात तो त्यांचा त्यास द्यावा आणि आपण सुखी व्हावे ऐसा विचार (तुम्ही) करावा होता.''[२४]

व्यंकोजीने महाराजांना काहीच दिले नाही. तेव्हा त्याला वठणीवर आणण्यासाठी महाराजांनी कर्नाटक मोहीम काढली असली पाहिजे, हे वरील पत्रावरून स्पष्ट होते. वा. सी. बेंद्रे यांच्या मतानुसार 'आदिलशाही प्रथम उलथून पाडावयाची व मारा करणाऱ्या शत्रूला कायमचे लंगडे करून टाकून नंतर उत्तर हिंदुस्थानातून येणाऱ्या मुघलांची खाली उतरण्याची वाटच बंद करावी हे, या मोहिमेतील राजकारण होते.''[२५]

भविष्यकाळातील संकटावर मात करण्याची तरतूद म्हणून महाराजांनी कर्नाटक मोहीम हाती घेतली असावी, असे डॉ.जयसिंगराव पवार यांना वाटते.[२६] व राजाराम महाराजांनी पुढे मराठ्यांच्या स्वातंत्र्ययुद्धाच्या वेळेस जिंजीचा आश्रय घेतला, त्यामुळे महाराजांची या मोहिमेमागे दूरदृष्टी होती हे स्पष्ट होते, असेही ते म्हणतात. पुढील ऐतिहासिक घटना बघता डॉ.पवारांचे मत मान्य करावयास हरकत नाही. शिवाजी महाराजांना संभाजी राजे (१६५७) व राजाराम महाराज (१६७०) असे दोन पुत्र होते. दोघांना दोन जहागिऱ्या असाव्यात असे वडील म्हणून कदाचित त्यांना वाटत असावे व तशी दुसरी जहागिरी निर्माण करण्यासाठी महाराजांनी ही कर्नाटक स्वारी हाती घेतली असण्याची शक्यता सभासद बखरीतील महाराजांच्या तोंडी घातलेल्या वाक्यावरून वर्तवावयास हरकत नसावी. सभासद लिहितो, ''आपले पुत्र दोघे जण एक तू संभाजी राजे व दुसरे राजाराम महाराज ऐसियास हे सर्व राज्य आहे. यास दोन विभाग करतो. त्यास तू वडील पुत्र तुजला कर्नाटकाचे राज्य दिधले. इकडील राज्य राजाराम महाराजांस देतो. तुम्ही दोघे पुत्र दोन राज्य करणे.''[२७]

याचा अर्थ शिवाजी महाराजांनी कोणत्याही एका कारणासाठी कर्नाटक स्वारी

हाती घेतली असे नाही, तर वरील विविध उद्देश त्यापाठीमागे होते.

शिवाजी महाराजांनी १६७७-७८ मध्ये हाती घेतलेली ही स्वारी त्यांच्या व मराठा साम्राज्याच्या दृष्टीनेही उपकारक ठरली. तथापि महाराजांनी केवळ एकच स्वारी कर्नाटकावर केली असे नाही, तर १६७७-७८ची ही स्वारी महाराजांची तिसरी स्वारी होय. फारतर राज्याभिषेकानंतरची ही पहिली स्वारी म्हणता येईल. पण महाराजांनी अफझलखान वधापूर्वीही (१० नोव्हेंबर १३५९) एक स्वारी कर्नाटकावर केली होती. ४ नोव्हेंबर १६५६ ते ५ जानेवारी १६५७ या दरम्यान केव्हातरी शिवाजी महाराजांच्या सैन्याने कर्नाटकात धारवाड जिल्हा व म्हैसूर संस्थान यांच्या सरहद्दीवर असलेल्या मासूर गावापर्यंत धडक मारली होती. पण ह्या स्वारीत शिवाजी महाराजांच्या सैन्याचा पराभव होऊन त्यांस माघार घ्यावी लागली होती.

१६५७ नंतर १६५८मध्ये महाराज कर्नाटकात स्वारीवर गेले होते. १ ऑक्टोबर १६५८ च्या एका शिवकालीन पत्राचा आधार त्याच्यासाठी घेता येतो. त्या पत्रात एका शिवेच्या वादामध्ये दिव्याचा निर्णय घेतला असता दिव्य करण्याचे नाकारले, अशी फिर्याद घेऊन एक पक्ष पुरुंदरास शिवाजी महाराजांकडे आला व त्याने आपली फिर्याद गुदरली. फिर्यादीचे काम पुढे चालवावयाचे तो "साहेब करणाटक, प्रांती गेले त्या प्रांतीहून आलियावर जो निवाडा करणे तो करतील तो परियंत"[२८] असे नमूद केले आहे. शिवाजी महाराज कर्नाटकात गेले असल्यामुळे आदिलशहाने अफझलखानास त्यांचा बंदोबस्त करण्यासाठी तिकडे पाठविले होते. ग. ह. खरे, यांच्या मतानुसार कदाचित हा महाराजांचा शहाजी राजांच्या म्हैसूर संस्थानातील बसवापट्टण वगैरे भागात असलेल्या जहागिरीशी संबंध जोडण्याचा प्रयत्न असावा.[२९]

रघुनाथपंत हणमंतेची कामगिरी –

रघुनाथ पंडित हा नारो मिमण हणमंते या शहाजी राजांच्या सेवकाचा पुत्र. रघुनाथ पंडित शहाजी राजांच्या पश्चातही कर्नाटकातच राहिला. शहाजी पुत्र एकोजी याचे तेथे बस्तान बसविण्यात रघुनाथपंत हणमंते प्रमुख होता. तथापि पुढे त्यांचे पटेनासे झाले. तेव्हा पंताने व्यंकोजीस दटावले, "आमची बरदास्त दुसरे ठिकाणी होणार नाही असे आपण म्हणाल तर आज्ञा द्यावी, प्रत्यक्ष दाखवू". व्यंकोजीनेही पंतास रजा दिली. पंत काशीयात्रेचे निमित्त करून बाहेर पडला. तो विजापुरास आला. तेथे स्थिर न होता कुतुबशहाच्या दरबारात गेला. कुतुबशहाचा कारभार मादण्णापंत शहाणपणाने हाकत आहे, तर आपण शिवाजी महाराजांकडे जाऊन त्यास घेऊन कर्नाटकात यावे आणि सर्वत्र एकछत्री मराठ्यांचे राज्य चालू करावे, असा विचार करून मादण्णास भेटला.

दरबारात त्याचे (कुतुबशहाच्या) शहा व मादण्णाकडून चांगले स्वागत झाले. तेथेच विजापुरी कर्नाटक जिंकण्यास शिवाजी राजांनी मोहिम काढावी असे राजकारण ठरले. रघुनाथपंताने पन्हाळ्यास येऊन शिवाजी महाराजांची भेट घेतली. दोघांनी एकांतात बसून स्वारीचा विचार केला.

कोप्पल म्हणजे दक्षिण दरवाजा काबीज (जानेवारी–मार्च १६७७) –

कर्नाटकातील कोप्पल किल्ला म्हणजे कृष्णा व तुंगभद्रा या नद्यांच्या दरम्यान असणाऱ्या प्रदेशाची किल्ली होती. तो किल्ला ताब्यात असणे, कर्नाटकातील आपल्या सुरक्षिततेच्या दृष्टीने आवश्यक असल्याचे पाहून महाराजांनी त्यावर हंबीरराव मोहिते व सेनापती जाधव यांची मोहीम पाठविली. उभयतांनी विजापुरी दरबाराचा अंमलदार हुसेन मियाना याला सळो की पळो करून सोडले. हुसेन खानाने कोप्पलास जाऊन किल्ला मराठ्यांच्या ताब्यात दिला.[३०]

शिवाजी महाराज आणि कुतुबशहा –

जानेवारी १६७७ मध्ये शिवाजी महाराज भागानगरास गेले. बरोबर पंचवीस हजार निवडक घोडेस्वार होते. शिवाजी महाराज भागानगरास येताच मादण्णाने त्यांचे स्वागत केले. महाराजांनी मोठ्या दिमाखाने कुतुबशहाच्या राजधानीत प्रवेश केला. त्या वेळी संपूर्ण शहर शृंगारले होते. नागरिकांनी महाराजांना पाहण्यास गर्दी केली तर सवाष्णींनी महाराजांना ओवाळले. महाराजांवर सोने/रुपे यांची फुले उधळली.[३१] पातशाही स्त्रियांनी पडद्यातून शिवाजी महाराजांना पाहिले. त्या थक्क झाल्या.[३२] उभयतांची भेट झाली. शिवाजी महाराजांचा एकेक पराक्रम त्यांचेच तोंडून त्याने ऐकला.

दुसरे दिवशी कुतुबशहा व महाराज यांच्या भेटीस उभयपक्षी एक करार होऊन पुढील गोष्टी ठरल्या. १) शहाने रोज शिवाजी महाराजांच्या फौजेसाठी तीन हजार होन देणे. २) पाच हजार फौज व तोफखाना शिवाजी महाराजांच्या मदतीस पाठवावा. ३) महाराज जिंकतील, तो प्रदेश शहास द्यावा व शहाजी राजांनी हस्तगत केलेला प्रदेश स्वतःकडे ठेवावा. ४) मुघलांविरुद्ध लढण्यास परस्परांनी सहकार्य करावे. ५) शहाने शिवाजी महाराजांचा एक वकील दरबारात ठेवून घ्यावा. ६) शहाने एक लाख होन खंडणी दरसाल शिवाजी महाराजांस द्यावी.

हा तह चालू असतानाच इतर पाहुणचार व सत्कार चालूच होते. बाजी सर्जेराव व येसाजी कंक याचेबरोबर शहाच्या फौजा घेऊन त्यांना शिवाजी महाराजांनी पुढे कर्नाटकात रवाना केले. आणि स्वतः शिवाजी महाराज सुमारे पाऊण महिना भागानगरात राहून पुढे निघाले.

श्री शैल मल्लिकार्जुनाचे दर्शन –

भागानगरास महाराजांचा मुक्काम तीन आठवडे ते महिनाभर होता. मार्च महिन्याच्या शेवटी महाराज कुतुबशहाचा निरोप घेऊन निघाले, ते कनुल या शहरावर चालून गेले व पाच लाख होनांची खंडणी वसूल केली. त्यानंतर दक्षिणेतील प्रसिद्ध तीर्थस्थानाकडे म्हणजेच मल्लिकार्जुनकडे वळले. या निसर्गरम्य स्थानात प्रवेश करताच त्यांना सर्वस्वाचा त्याग करावासा वाटला. तथापि, जवळच्या लोकांनी त्यांना त्यापासून परावृत्त केले.

जिंजीचा किल्ला काबीज –

श्री शैल दर्शन घेऊन महाराज ससैन्य तिरुपतीवर आले. मद्रासच्या आसमंतात मेच्या प्रारंभी दाखल झाले. तेथून ९ मे १६७७ रोजी ५०,००० स्वार कांचीवरून त्यांनी जिंजीवर रवाना केले. जिंजीचा विजापूर किल्लेदार नसीर महंमदखान यास शिवाजी महाराजांचा अधिकारी (म्हणजे कोण?) किल्ल्यात जाऊन भेटला व त्याला वश करून घेऊन किल्ला ताब्यात घेतला. शिवाजी महाराजांनी तेथे येऊन सयाजी नलगे यास किल्लेदार नेमले व विठ्ठल महादेव अत्रे गराडकर यास किल्ल्याखालील सुभेदारी सांगितली. अशा प्रकारे जिंजी प्रांतात मराठ्यांचा कारभार सुरू झाला.

वेलोरचा किल्ला –

जिंजीहून शिवाजी महाराज २३ मे रोजी ससैन्य वेलोर येथे गेले. त्या किल्ल्यावर अब्दुल्लाखान हा विजापुरी अधिकारी होता. त्याने किल्ला वाचविण्याचा प्रयत्न केला. तथापि शिवाजी महाराजांच्या सैन्याला २२ जुलै १६७८ रोजी म्हणजे तब्बल १४ महिन्यांनी वेलोरचा किल्ला हस्तगत झाला.

शेरखान लोदीचा पराभव –

जिंजी प्रांताच्या दक्षिण विभागावर शेरखानची सत्ता होती. पाँडेचेरीचे फ्रेंच त्याचे साहाय्यक होते. त्यांच्या संमतीनेच फ्रेंचांनी पाँडेचेरीत आपली वखार काढली होती. त्यांच्यामुळेच आपण शिवाजी महाराजांचा पराभव करू शकू, असे शेरखानास वाटत होते. तथापि २६ जून १६७७ रोजी शिवाजी महाराजांचे सैन्य व शेरखानचे सैन्य यांची दृष्टादृष्ट झाल्यावर मराठ्यांपुढे आपला टिकाव लागू शकणार नाही, हे ओळखून तो मागे हटू लागला. शिवाजी महाराजांनी त्याचा पाठलाग करून त्याचा फन्ना उडविला. परिणामी तो शरण आला. २० हजार होन दंड व आपला मुलगा ओलीस ठेवून त्याने आपली सुटका करून घेतली. शिवाजी महाराजांनी कर्नाटकाच्या सुभेदारीवर आपला जावई हरजी महाडिक यास नेमले. त्याने हा कारभार कैक वर्षे केला.[३३]

मदुरेच्या नायकाकडून खंडणी –

शेरखानचा पराभव केल्यावर महाराजांनी आणखी दक्षिणेकडे कूच केले आणि कोलेरुन नदीच्या उत्तर तीरावरील तिरुमलवाडी या ठिकाणी त्यांनी फौजेची छावणी केली. फ्रेंच वकिलाने तेथे त्यांना नजराणा अर्पण केला. मदुरेच्या नायकाचे राज्य कावेरीच्या दक्षिणेला होते. परंतु तोही महाराजांच्या स्वारीने घाबरून गेला. कोलेरुन व कावेरी या नद्यांना पूर आल्याने महाराजांना त्याच्यावर स्वारी करणे अवघड होते. महाराजांनी त्याच्याकडून एक कोट रुपयाची खंडणी मागितली असताना त्याने २५ लाख रुपये कबूल केले. महाराजांनी फारसे ओढून न धरता त्या व्यवहारास मान्यता दिली.

शिवाजीराजे आणि बंधू व्यंकोजी –

मद्रास किनाऱ्यावर मोहीम चालू असतानाच महाराजांचा व्यंकोजी राजांशी पत्रव्यवहार चालू होता. व्यंकोजी राजांनी भेटीस यावे व शहाजीराजांच्या जहागिरीतील अर्धा वाटा द्यावा, असे महाराजांचे म्हणणे होते. तथापि, व्यंकोजीची यास संमती नव्हती. हा प्रश्न सामोपचाराने सुटण्यासारखा दिसेना, तेव्हा महाराजांनी त्याच्या हालचालींवर नजर ठेवली. परिणामी शिवाजी राजे आपणास कैदेत टाकतील अशी भीती वाटून स्नानास जाण्याचे निमित्त करून व्यंकोजीने पलायन केले (२३ जुलै १६७७). महाराजांना हे समजताच त्या घटनेचे दुःख झाले. महाराज उद्गारले, ''अति धाकटे ते धाकटे, बुद्धीही धाकटेपणा योग्य किली.''[३४]

दरम्यान दक्षिणेत व विजापुरांकडे भानगडी उपस्थिती झाल्याची बातमी आल्यामुळे पुढे कर्नाटकात जास्त राहण्याची सोय नव्हती. शिवाय कावेरीच्या उत्तरेस जितका व्यंकोजीचा प्रदेश होता, तितका महाराजांनी हस्तगत केला होता.

अशा परिस्थितीतही व्यंकोजीने शिवाजी महाराजांच्या सैन्याशी लढण्याचा प्रयत्न केला व त्यामुळे शिवाजी महाराजांचे सैन्य आणि व्यंकोजीचे सैन्य यांचे युद्ध १६ नोव्हेंबर १६७७ ला सुरू झाले. सुरुवातीला शिवाजी महाराजांच्या सैन्याचा पराभव झाला. तथापि, रात्री व्यंकोजीचे सैन्य विश्रांती घेत असता शिवाजीमहाराजांच्या सैन्याने अचानक त्यांच्यावर स्वारी करून व्यंकोजीस पराभूत केले. ही बातमी महाराजांना समजली, तेव्हा त्यांनी रघुनाथ पंडित व हंबीरराव मोहिते यांचेकडे निरोप पाठविला, ''व्यंकोजीराजे आपले धाकटे बंधू आहेत. मूलबुद्धी आहेत. त्यास तोही आपला भाऊ. त्यास रक्षणे. त्याचे राज्य बुडवू नका.'' महाराजांचा असा हुकूम येताच मराठा अधिकाऱ्यांनी व्यंकोजीशी तह केला. त्यानुसार व्यंकोजी राजांकडे कोलेरुन नदीच्या दक्षिणेचे राज्य, तसेच त्या

नदीच्या उत्तरेकडील काही किल्ले असावेत असे ठरले. तर व्यंकोजी राजांनी महाराजांना ६ लाख रुपये खंडणी द्यावी. महाराजांकडे जिंजी प्रांत व म्हैसूर प्रांतातील शहाजी राजांच्या जहागिरीतील महाराजांनी जिंकून घेतलेले प्रदेश असावेत, असे ठरले.

कर्नाटक स्वारीची फलश्रुती काय, याची चर्चा अनेकांनी अनेक प्रकारे केली आहे. तथापि मराठी साम्राज्य वर्धनाच्या दृष्टीने विचार करता असे म्हणता येईल की, शिवाजी महाराजांनी पठाणेतर मुसलमान व इतर दक्षिणी यांची एकी राखूनच राजकारण राखले होते. त्यामुळे त्यांना ही मोहीम अत्यंत यशस्वी करता आली व ती 'हिंदवी स्वराज्याचा' इमला विस्तृत व कायम करण्यास कारण झाली हेच खरे.[३५] असे बेंद्रे यांनी मत नमूद केलेले आढळते.

iii) छत्रपती संभाजी महाराज आणि कर्नाटक –

छत्रपती शिवाजी महाराजांच्या मृत्यूनंतर अंतर्गत परिस्थितीशी आणि परकीय सत्ताधीशांशी सामना देत असतानाच संभाजी राजांनी महाराष्ट्रापासून लांब असलेल्या कर्नाटकातील प्रदेशाकडे दुर्लक्ष केले नाही. लांबच्या प्रदेशाची कामगिरी संभाजी महाराजांनी आपला मेव्हणा हरजी राजे महाडीक यावर सोपविली. त्याच्याबरोबर शामजी पुंडे यासही कारभार सांगितला.[३६] त्याचबरोबर जैतजी काटकर व दादाजी काकडे हेही होते. कर्नाटकात म्हैसूर, मदुरा, तंजावर, रामनाड, इक्केरी इत्यादी छोटी छोटी पाळेगारांची राज्ये होती. परंतु त्यांच्यात आपापसात दुही होती. त्याचा पूर्ण फायदा घेण्याचे हरजीने ठरविले. त्याप्रमाणे त्याने कृती केली. त्याने म्हैसूरकरांना त्रिचनापल्लीहून आणि मदुरेच्या हद्दीतून हाकलून दिले. मदुरेच्या नायकाकडून म्हैसूरकरांनी घेतलेले सर्व गडकोट मराठ्यांनी जिंकून घेतले. या प्रगतीमुळे हरजी राजे दूरच्या प्रदेशात कारभार करण्यास किती योग्य आहेत, हे संभाजी राजांच्या ध्यानात आल्यावाचून राहिले नाही. हरजीला कर्नाटकात पाठविण्याचा निर्णय योग्य ठरला होता. हरजीच्या तेथील युद्धकौशल्याबद्दल डॉ. मुद्दाचारी यांनी त्याचे कौतुक केले आहे. तथापि, तो संभाजी राजांशी एकनिष्ठ नसल्याचे मत व्यक्त केले आहे.[३७] डॉ. कमल गोखले यांना तो गैरसमज वाटतो.[३८] सरदेसाईंनीही संभाजी राजांना हरजीबद्दल संशय आला असल्याचे म्हटले आहे.[३९] असे जरी असले, तरी त्यामुळे संभाजी राजांच्या कर्नाटकातील उद्योगाचे मोल कमी होत नाही.

कर्नाटकात संभाजी महाराजांचा म्हैसूरकरांशी तीव्र झगडा झाला. म्हैसूरचा राजा चिक्कदेवराय आणि संभाजी महाराज यांच्यात जून १६८२ मध्ये मोठे युद्ध झाले. त्यात संभाजी राजांचा पराभव झाला.[४०]

संभाजी राजांनी या पराभवाचा बदला घेण्याचे ठरविले व त्याप्रमाणे धोरण आखण्यास

सुरुवात केली. त्यांना एकोजी व हरजीची मदत होती. त्यामुळे संभाजी महाराजांनी म्हैसूरकरांना मदुरेच्या राज्यातून हाकलून देण्याचा सपाटा लावला. त्याच वेळेस संभाजी राजांनी त्रिचनापल्लीला निकराने वेढा घातला होता. संभाजी महाराज, एकोजी आणि हरजी यांच्या उद्योगामुळे व त्याला कोणी मित्र नसल्याने चिक्कदेवरायला औरंगजेबाची मदत मागण्यावाचून गत्यंतर नव्हते.

तथापि, मुघलांची मदत येईपर्यंत त्याला एकट्यालाच कठीण परिस्थितीशी तोंड द्यावे लागले. संभाजी राजांनी म्हैसूरकरांची पाठ सोडली नाही. मराठ्यांपुढे टिकाव धरणे कठीण असल्यामुळे म्हैसूरकरांना माघार घ्यावी लागली. बेदनूरच्या राणीनेही मराठ्यांना साहाय्य दिले होते.

चिक्कदेवरायाने संभाजी राजांशी तहाची बोलणी करून खंडणी देण्याचे कबूल केले. तसेच गोवळकोंडेकर व विजापूरकर यांनीही संभाजी राजांना खंडणी देऊन व नजराणे पाठवून त्यांचा मोठेपणा वाढविला. दरम्यान म्हैसूरकरांनी मुघलांकडे मागितलेली मदत ऑगस्ट १६८४ मध्ये म्हैसूरला पोहोचली. मराठे उभयतांच्या सैन्याला तोंड देण्याच्या तयारीत होते. १६८४ च्या एप्रिल महिन्याच्या अखेरीस मराठ्यांनी धरमपुरीस वेढा घातला. डॉ. कमल गोखले म्हणतात, ही माहिती जेसुदी पत्राच्या नेमकी उलट आहे.[४१]

काही असले तरी १६८२-८३ मधली ही संभाजी राजांची पहिली कर्नाटक स्वारी मराठ्यांच्या साम्राज्य विस्ताराच्या दृष्टीने यशस्वीच ठरली, असे म्हटले पाहिजे.

संभाजी राजांची कर्नाटकातील दुसरी स्वारी –

इ.स. १६८६ मध्ये म्हैसूर राज्यात संभाजी राजांनी दुसरी स्वारी काढली.[४२] या स्वारीत मोरस, तिगुड (तामीळ) कोडग, मलेय येथील नायकांनी संभाजी राजांना मदत केली.[४३] संभाजी राजांनी म्हैसूर राज्याचे केंद्रस्थान श्रीरंगपट्टणवर हल्ला केला. दरम्यान चिक्कदेवरायाला मारवाडांनी मदत दिल्याने मराठ्यांना जय मिळणे कठीण झाले.[४४]

श्रीरंगपट्टणचा वेढा चालू असतानाच मराठ्यांनी म्हैसूर राज्यातील प्रदेश लुटला. दरम्यान औरंगजेब पन्हाळ्याला वेढा देईल म्हणून संभाजीराजे घाईने कर्नाटक सोडून पुण्यास गेले.

इ.स. १६८६ नंतर हरजी महाडिकला कर्नाटकात मुघलांविरुद्ध एकट्यालाच लढा द्यावा लागला. संभाजी राजांनी तो एकटा पडू नये म्हणून ऑक्टोबर-नोव्हेंबर १६८६ मध्ये केसोपंतास तिकडे जाण्याची आज्ञा केली. ते दोघे फेब्रुवारी १६८७ मध्ये १२००० सैन्यासह कर्नाटकात पोहोचले.[४५] मुघली सैन्याचा प्रतिकार केला. तथापि, त्या दोघांच्यात यादवी युद्ध सुरू झाल्याने पुढे-पुढे सरकणाऱ्या मुघल सैन्यास ते मागे हटवू शकले नाहीत.

१६८९मध्ये संभाजी राजे पकडल्याची बातमी कर्नाटकात पोहोचताच हरजीने केसोपंतास कैद करून टाकले. पण पुढे राजाराम महाराज जिंजीस पोहोचण्यापूर्वीच १९ ऑगस्ट १६८९ रोजी हरजीने केसोत्रिमल यास सोडूनही दिले. तो स्वतः २९ सप्टेंबर १६८९ रोजी मरण पावला. हरजी राजे आणि केसोत्रिमल यांच्यात सत्तेसाठी चढाओढ किंवा काही वितुष्ट असले तरी ते दोघेही संभाजी महाराजांशी एकनिष्ठ होते. मुघलांविरुद्ध लढताना ते दोघे एक होत असत. हरजी राजे मुघलांना जाऊन मिळतील अशा अफवा पसरल्या होत्या. परंतु त्यात काही तथ्य नव्हते. शिवाजी महाराजांनी जिंकलेला मुलूख त्यांनी सांभाळला व त्यात थोडीफार वाढही केली, असे दिसते.

डॉ. कमल गोखले संभाजी महाराजांच्या कर्नाटक प्रकरणावर भाष्य करताना लिहितात की, संभाजी राजांनी कर्नाटकच्या बाबतीत शिवाजी महाराजांचेच धोरण पुढे चालू ठेवले. कर्नाटकातील मराठी सैनिकांनी मुघल आक्रमणाला तोंड देऊन मुलूख सांभाळल्यामुळेच राजारामाला संकटकाळी कर्नाटकात आश्रय घेता आला. हरजीसारखा दूरदर्शी आणि धोरणी मुत्सद्दी कर्नाटकात असल्यामुळे काही हिंदू पाळेगारांचा चांगला लाभ होऊन मराठ्यांच्या प्रांताचे संरक्षण झाले. हरजीसारखा शहाणा व धूर्त मुत्सद्दी तेव्हा कर्नाटकात होता, म्हणूनच चंदी प्रांतातील मराठ्यांची सत्ता कायम राहिली आणि त्याचा पुढील काळात राजाराम महाराजांना फारच चांगला उपयोग झाला.[४६] वा. सी. बेंद्रे म्हणतात, संभाजीराजांनी हिंदवी स्वराज्याची व्याप्ती प्रदेश मर्यादेत संकुचित न ठेवता अखिल हिंदवी समाजापुरती विस्तृत ठेवली होती. हेच हिंदवी स्वराज्याच्या संघटनेच्या दृष्टीने मोठे कार्य होते. आणि संभाजीराजांनी आपला मनःक्षोभ होऊ न देता शांतपणे केले. पुढे यामुळे औरंगजेबास सतत १९-२० वर्षे झगडूनही दक्षिण हिंदुस्थान दुर्जेयच राहिला.[४७]

डॉ.के.एन.चिटणीस लिहितात, "If Sambhaji Raje had more time, he would certainly fulfilling his vision of a united and strong South to serve as a bull work against the Mughal."[४८]

संभाजी राजांचा एकूणच पराक्रम व शौर्य पाहता चिटणीसांचे मत मान्य होण्यास हरकत नसावी.

iv) राजाराम महाराज आणि कर्नाटक –

कर्नाटकातील संभाजी महाराजकालीन सर्वाधिकारी हरजी राजे महाडिक ऑक्टोबर १६८९ मध्ये मरण पावले. आणि त्याच महिन्याच्या अखेरीस संभाजी महाराजांच्या वधानंतर रायगडाहून निसटलेले राजाराम महाराज जिंजीला येऊन पोहोचले. राजाराम

महाराजांचा हा प्रवास सरळपणे होणे शक्यच नव्हते. राजाराम महाराजांच्या या प्रवासाचे अनेकांनी वर्णन केले आहे. दरम्यान मुघल फौजा कर्नाटकभर विखुरल्या असल्याने राजाराम महाराजांचा त्यांनी पाठलाग करून त्यांना तुंगभद्रा नदीच्या एका बेटावर गाठले. सुभानगड हे त्या बेटाचे नाव होय. हे बखरीत आलेले आढळते. तथापि, नकाशात त्याचा उल्लेख नाही असे ना. ह. कुलकर्णी म्हणतात.[४९]

राजाराम महाराज कर्नाटकात गेले, त्यावेळेस त्यांच्याबरोबर त्या प्रवासात सेनापती पानसंबल, प्रल्हाद निराजी निळकंठ मोरेश्वर व बहिरो मोरेश्वर पिंगळे, खंडो बल्लाळ, कृष्णाजी अनंत सभासद अशी महत्त्वाची माणसे होती.[५०] साधारण २५० जणांची फौज राजाराम महाराजांच्या रक्षणासाठी होती. संताजी घोरपडे जिंजीच्या प्रवासात राजाराम महाराजांबरोबर नव्हते. तथापि, मजलदरमजल करीत हा अत्यंत खडतर प्रवास करून अखेर राजाराम महाराज नोव्हेंबर १६८९ मध्ये जिंजीला पोहोचले.[५१] ना. ह. कुलकर्णींच्या मते, कर्नाटकातील संस्थानिकांच्या मदतीनेच राजाराम महाराज जिंजीला पोहचू शकले. राजाराम महाराज कर्नाटकात जाताच हिंदू सत्ताधीशांना धीर आला आणि ते आपल्या फौजा, धन व नजराणे घेऊन त्यांस सामील झाले. राजाराम महाराजांच्या नेतृत्वाखाली लोक आणि लष्कर संघटित होत होते.[५२]

वरील सैन्याखेरीज कुतुबशाही सैन्यातून निसटून आलेले काही सैनिकही राजाराम महाराजांच्या आश्रयाला येऊन राहिले. महंमद सादिक, इस्माईलखान आणि याचप्पा नाईक हे तीन कुतुबशाही सरदार महाराजांच्या झेंड्याखाली जमा झाले. तथापि इस्माइलखान मका हा पुढे झुल्फिकारखान यांना मिळाला. पण याचप्पा नाईक राजाराममहाराजांबरोबरच राहिला. राजारामाची अशी प्रगती जिंजीकडे चालली असताना औरंगजेब स्वस्थ बसणेच शक्य नव्हते. तो तसा स्वस्था बसलाही नाही. त्याने राजाराम महाराजांवर झुल्फिकारखानाची नेमणूक केली. तो सप्टेंबर १६९०च्या अखेरीस जिंजीनजीक पोहोचला.[५३]

जिंजीच्या परिसरात पोहोचलेल्या मुघल सैन्याला अनेक अडचणींना तोंड द्यावे लागले. चोहोबाजूंनी मराठे सैन्य मुघल सैन्याची लांडगेतोड करत होते. ही बातमी बादशाहाला समजल्यावर त्याने वजीर असदखानाला मोठ्या सैन्यानिशी झुल्फिकार - खानाच्या मदतीला पाठविले. त्याच्या पाठोपाठ कामबक्षालाही रवाना केले. मुघल सैन्याची एवढी मोठी संख्या जिंजीजवळ जमली, तरी पण काही दिवस मोर्चे बांधण्याचीदेखील मराठी सैन्याने सवड मिळू दिली नाही. अर्थात, मराठ्यांच्या अशा सर्व हालचालींमागे संताजीचे गनिमी डावपेच आणि धाडसी हल्ले यांचे बळ होते. संताजीच्या या उद्योगामुळे झुल्फिकारखानाने कांचीचा फौजदार अलिमर्दानखान यास मदतीसाठी बोलाविले. ही

बातमी संताजीला समजताच संताजी त्याच्या पाठोपाठ आला. मुघल हरले. खान मराठ्यांच्या हाती सापडला. फार मोठी रक्कम देऊन १३ डिसेंबर १६०२ ला त्याने सुटका करून घेतली.[५४]

त्यानंतर पुन्हा लढाई झाली. त्यात पुन्हा मुघलांचा पराभव झाला.[५५]

दरम्यान शहजादा कामबक्ष आणि सेनापती झुल्फिकारखान यांचे मतभेद वाढू लागले. अर्थात संताजीच्या दृष्टीने ही परिस्थिती अनुकूल होती, असे जे गर्गे म्हणतात, ते योग्य होय.[५६]

यानंतर संताजीने कासीमखान आणि इस्माईलखान यांचा जोरदार प्रतिकार केला. झुल्फिकारखानाने कासीमखानाला ७ फेब्रुवारी १६९३ला वाँदिवाशला नेले.[५७] तर इस्माईलखानाला मराठ्यांनी पकडून त्याच्याकडून मोठी रक्कम घेतली व त्याला सोडून दिले.[५८] मार्च १६९३ मध्ये संताजीने त्रिचनापल्लीला वेढा दिला. त्याच्या बरोबर राजाराम महाराजही होते. त्रिचनापल्लीच्या नायकाने महाराजांशी एक तहही केला. १० मे १६९३ नंतर तंजावरास जाऊन त्यांनी शहाजीराजांची भेट घेतली. (मे १६९३)[५९]

यानंतर मुघल–मराठा संघर्षातील महत्त्वाची घटना म्हणजे संताजीचा दुड्डेरीचा महान विजय होय (१६९५). या लढाईचे वर्णन श्री. स. मा. गर्गे यांनी अनेक साधनांच्याद्वारे केले आहे.[६०] त्यावरून संताजींचा कर्नाटकातील पराक्रम व मुघलांची दाणादाण स्पष्ट होते. दुड्डेरीच्या लढाईतील संताजीच्या यशाविषयी श्री. ना. ह. कुलकर्णी लिहितात, "दुड्डेरीच्या या लढाईत संताजीचे अप्रतिम रणचातुर्य दिसून आले. पण त्याचबरोबर चित्रदुर्गच्या संस्थानिकाने त्याला केलेल्या साहाय्याचा खूपच उपयोग झाला. अर्थात, त्याने संताजीला साहाय्य केले, त्याच्या पाठीमागे त्याचा हेतू मुघलांना संताजीने लुटल्यावर त्याच्यातील बराच वाटा मिळेल अशी भरमप्पाची अपेक्षा होती. म्हणजेच भरमप्पाची मदत निरपेक्ष भावनेने दिलेली नव्हती, तर योग्य संधीचा उपयोग करून घेण्याची ती दृष्टी होती. कोणतेही महान तत्त्व त्या मदतीमागे नव्हते, हे उघड दिसते. पुढे हाच भरमप्पा १७०० मध्ये मुघलांना मदत करताना व त्यांच्याकडून मानाची वस्त्रे मिळवतानाही दिसतो."[६१]

दुड्डेरीच्या महान विजयानंतर संताजीने अवघ्या महिनाभरात आणखी एक महान विजय संपादन केला, तो म्हणजे हिंमतखानावरील बसवापट्टणचा विजय (२० जानेवारी १६९६). यानंतर संताजीचा अल्पावधीतच जून १६९७ मध्ये खून झाला आणि महाराष्ट्रात आणि कर्नाटकात मराठी राज्य संकटात सापडले असता, त्याचा बचाव करण्यासाठी रात्रंदिन तळहाती शिर घेऊन लढणाऱ्या एका लढवय्याला मराठी राज्य मुकले.

संताजीच्या मृत्यूनंतर वेळ मारून नेण्यासाठी राजाराम महाराजांनी झुल्फिकारखानाशी तहाच्या वाटाघाटी चालविल्या. ही बातमी बादशहाच्या कानावर गेली. तेव्हा कोणत्याही परिस्थितीत किल्ला घ्या नाहीतर गंभीर परिणाम होतील, अशी ताकीद बादशाहाने खानास दिली. परंतु खानाने राजाराम महाराजांना जिंजीतून बाहेर जाऊ दिले. (डिसेंबर १६९७ च्या आरंभी)

त्यानंतर खानाने जिंजीच्या किल्यावर हल्ला करून तो किल्ला ताब्यात घेतला (७ फेब्रुवारी १६९८). राजाराम महाराज सुखरूपपणे २२ फेब्रुवारी १६९८ मध्ये विशाळगडास दाखल झाले. झुल्फिखारखानाने किल्ला जिंकून घेणे, महाराज बाहेर पडून महाराष्ट्रात सुखरूप परतणे, या घटनेवर भाष्य करताना प्रा. जयसिंगराव पवार म्हणतात, ''राजाराम महाराज आपल्या राण्यांसह जिंजीबाहेर निसटल्यानंतर झुल्फिकारखानाने जोराचा हल्ला करून किल्ला जिंकून घेतला. तथापि, राजाराम महाराजांना कैद करण्याचा जिंजीच्या वेढ्यातील मुघलांचा उद्देश मात्र सफल झाला नाही. आठ वर्षांचा वेढा व श्रम फुकट गेले.[६२]''

v) महाराणी ताराबाई आणि कर्नाटक –

फेब्रुवारी १७०२ सालापासून महाराणी ताराबाईंनी आक्रमक पवित्रा घेतल्याचे दिसून येते. त्यांच्या कारकिर्दीत पहिल्या दोन वर्षांत (१७००-१७०२) मराठे महाराष्ट्राबाहेर फारसे धामधूम करताना दिसत नाहीत. परंतु सन १७०२ सालापासून महाराष्ट्राच्या बाहेर गुजराथ, माळवा, आंध्र, कर्नाटक व तामीळनाडू इत्यादी भागांत मराठे धाडसी आक्रमणे करीत असल्याचे दिसून येते. मुघल बादशाह स्वराज्यातील किल्ले घेण्याच्या उद्योगात असता, त्याच्या साम्राज्याच्या इतर सुभ्यावर स्वाऱ्या योजून त्या यशस्वी करण्याचे ताराबाईचे धोरण अतिशय मुत्सद्दीगिरीचे होते. मराठ्यांच्या या लष्करी धोरणामुळे बादशाहाने जिंकलेल्या दक्षिणेच्या सुभ्यात अराजक तर माजलेच, शिवाय माळव्यासारख्या संपन्न सुभ्यावर मराठ्यांनी आक्रमणे केल्यामुळे मुघल साम्राज्यास जबर धक्का बसला. दक्षिण तर हातातून निसटत आहेच, परंतु मूळच्याच साम्राज्याचे कसे संरक्षण करावे, हा प्रश्न बादशाहास सतावू लागला.

१७०२ मध्येच महाराणी ताराबाईंनी कृष्णा सावंतास माळव्यात पाठविले. मराठ्यांनी बऱ्हाणापूरवर हल्ला चढविला. शहर उद्ध्वस्त केले. तेथील सुभेदाराला कैद केले आणि खंडणी देऊन सोडूनही दिले.

त्यानंतर मराठे गोवळकोंड्याच्या बाजूने सरकले. तेथेही त्यांनी तेथील सुभेदाराला शहर बेचिराख करण्याची धमकी दिली. तो मराठ्यांना शरण आला. त्याने मराठ्यांना

भलीमोठी खंडणी देऊन स्वतःची सुटका करून घेतली.

मराठ्यांनी गोवळकोंड्यात असा विजय मिळविला. तथापि वेलोर मात्र १४ ऑगस्ट १७०२ रोजी दाऊदखान पन्नी याने हस्तगत केले. ही वार्ता बादशाहास समजताच त्याने तंजावरचा राजा, त्रिचनापल्लीची राणी आणि कर्नाटकातील इतर पाळेगार यांच्याकडून मराठे वसूल करीत असलेली खंडणी आपण वसूल करावी, अशी आज्ञा दाऊदखानाकडे पाठविली.

जून १७०४ मध्ये मराठे हैद्राबादच्या प्रदेशात घुसले. गोवळकोंडा शहरावर हल्ला करून त्यांनी ते लुटले. गोवळकोंड्याचा सुभेदार हतबल होऊन भागानगरच्या किल्यात जाऊन लपला होता. परंतु मराठ्यांनी त्याची पाठ सोडली नाही. त्याला अनेक प्रकारच्या धमक्या देऊन त्यांनी त्याच्याकडून मोठी रक्कम उपटली आणि मगच ते पसार झाले.[६३]

मे १७०४ मध्ये धनाजी जाधव, हणमंतराव निंबाळकर, हिंदुराव घोरपडे हे पन्नास-साठ हजार घोडदळासह कर्नाटकी प्रदेशात शिरले.[६४] त्यांच्यापुढे अनेकांनी शरणागती पत्करली. या वेळी कर्नाटकात मुघलांचा दाऊदखान पन्नी हा मातबर सरदार फौजेसह होता. त्याची मराठी फौजेपुढे गाळण उडाली. त्याने आपला वकील पाठवून मराठ्यांना विनंती केली की, त्यांनी आपणास त्रास देऊ नये. त्याच्या मोबदल्यात आपण दोन लक्ष रुपये खंडणी देऊ. मराठ्यांनी खानाच्या वकिलाकडे लक्ष दिले नाही. त्यांनी वकिलाकरवी खानाकडे निरोप पाठविला की, खानाने मराठ्यांना पैसे देण्याविषयी यातायात करू नये, पैसे वसूल कसे करावयाचे, हे मराठे चांगले जाणतात. मराठ्यांकडून अशा प्रकारचे प्रत्युत्तर आल्यावर खानाने अर्काट सोडून वेलोरच्या किल्यात स्वतःला कोंडून घेतले.

दरम्यान, मराठ्यांची एक फौज गोवळकोंड्याकडे गेली. तर एक फौज कर्नाटकातील ठाणी व प्रदेश काबीज करण्याच्या उद्योगास लागली. मराठ्यांचा असा धुमाकूळ चालू असताना दाऊदखानाने त्यांच्याशी तह करण्याचा प्रयत्न केला. मराठ्यांनी कर्नाटकात निघून जावे, म्हणून त्याने त्यांना पाच लाख रुपये दिले. मराठ्यांनी पैसे घेतले, पण ते अदोनी व सिरा यांच्या आसपास लुटी करतच राहिले.

ऑगस्ट १७०४ मध्ये खान अदोनीकडे जात असता खानाला मराठ्यांनी घेरले. तथापि, खानाने धर्मावरन किल्याचा आश्रय घेतला. खानाचा अशा वेळेस बीमोड होणार नाही, हे ताडून मराठ्यांनी सात लाख रुपये दंड घेऊन दुसरीकडे कूच केले.[६५]

बादशाहाची वाकिणखेड्याची मोहीम (१७०४-१७०५) –

कृष्णा व भीमा यांच्या दुआबान बेरड लोकांनी मराठ्यांप्रमाणेच बंड उभारले होते. ते मोडण्यासाठी बादशाहाने आपले अनेक नामांकित सेनानी वारंवार पाठविले

होते. ते बंड मात्र मोडले नाही. म्हणून बादशाहाच ऑक्टोबर १७०४मध्ये बेरडांची राजधानी वाकिणखेडा घेण्यासाठी मोहिमेवर निघाला.[६६] बादशाहाशी चाललेल्या युद्धात बेरड आणि मराठे यांची युती जमली होती. तथापि, बादशहालाच या युद्धात विजय मिळाला (२७ एप्रिल १७०५). अर्थात विजय मिळूनही त्याला उत्तर कर्नाटकातील मराठे आणि बेरडांचा धुमाकूळ मात्र थांबविता आला नाही.[६७]

वाकिणखेडा जिंकल्यापासून बेरड आणि मराठे विशेषतः घोरपडे कर्नाटकात सतत धुमाकूळ घालत होते. मराठी फौजा ओरिसा व गुजरात या प्रदेशात मोहिमा करत होत्या, त्या वेळी मराठ्यांची एक फौज हिंदुराव घोरपड्यांच्या नेतृत्वाखाली कर्नाटकात धामधूम माजवित होती. हिंदुरावाच्या साहाय्यास पिरनायक बेरडाची फौज होतीच. या संयुक्त फौजेने पेनुकोंडा किल्ला घेऊन किल्लेदारास कैद केले.[६८] पेनुकोंडा किल्ला म्हणजे विजापुरी कर्नाटक व गोवळकोंडा कर्नाटक या विस्तीर्ण प्रदेशांच्या संरक्षण व्यवस्थेची किल्लीच होती.

हे सर्व राजकारण चालू असतानाच २० फेब्रुवारी १७०७ रोजी औरंगजेबाचा मृत्यू झाला. त्याच्या मृत्यूने हिंदुस्थानाच्या इतिहासातील एक पर्व संपले. १६८१ मध्ये सुरू झालेले मराठ्यांचे युद्धही संपले. सतत २५-२६ वर्षे तो मराठ्यांशी झगडला, पण त्यात तो अपेशी ठरला. शेवटी मराठ्यांचे राज्य त्याला जिंकता आले नाही. दक्षिणेतच त्याला चिरशांती घ्यावी लागली. बादशाहाच्या मृत्यूनंतर अवघ्या दोन-तीन महिन्यांत मुघल किल्लेदारांकडून महाराणी ताराबाईंनी सिंहगड, पुरंदर, पन्हाळा, पावनगड, विशाळगड, सातारा, परळी हे अत्यंत महत्त्वाचे किल्ले जिंकून घेतले. बादशाहाच्या पराभवावर भाष्य करताना प्रा. जयसिंगराव पवार म्हणतात, "बादशाहाची कित्येक वर्षांची मेहनत व कित्येक मुघल सैनिकांचे बलिदान असे पूर्ण वाया गेले."[६९]

vi) छत्रपती शाहू महाराज -

औरंगजेबाच्या मृत्यूनंतर अल्पावधीतच छत्रपती शाहू महाराजांचे महाराष्ट्रात आगमन झाले. महाराणी ताराबाईंशी झालेल्या युद्धात तो विजयीही झाला. १२ जानेवारी १७०८ रोजी त्यांनी स्वतःला राज्याभिषेकही करविला. पुढे बाळाजी विश्वनाथास त्यांनी पेशवेपद दिले. आणि मराठा साम्राज्य वृद्धीला अधिक गती आली (१७ नोव्हेंबर १७१३). कोकण आणि कर्नाटक आपल्या तब्यात आणावे, असा त्यांनी विचार केला व कर्नाटकातील अनेक पाळेगारांना त्यांनी आपली सत्ता मानण्याचे अवाहनही केले. तसेच हरजीराजे महाडीक याचा मुलगा शंकराजी यास कर्नाटकचे बंदोबस्तास रवाना केले.

सन १७१९ च्या बादशाही सनदांनी मुघल प्रदेशावर चौथाईचे हक्क मराठ्यांस प्राप्त

झाले. त्यांची अंमलबजावणी करीत असताना कर्नाटक प्रांत आपल्या ताब्यात यावा ही शाहू महाराजांची मनीषा होती. म्हणून कर्नाटकाच्या हद्दीवरील अक्कलकोटचा प्रदेश त्यांनी आपले मानसपुत्र फत्तेसिंग भोसले यांना जहागिरी म्हणून दिला. हेतू हा की, कर्नाटक प्रदेशावर फत्तेसिंगाची नजर राहील. कर्नाटकात जोपर्यंत मुसलमान सत्ता रूढ झालेली नाही, तोपर्यंतच तो प्रदेश आपल्या सत्तेखाली येईल असे शाहू महाराजांना वाटत होते. शिवाय कर्नाटकाचे धनी निजामाऐवजी मराठे आहेत, असेही शाहू महाराजांना दाखवावयाचे होते, म्हणून त्यांनी दोनदा मराठे सरदार कर्नाटकात रवाना केले.[७०]

श्रीमंत पेशवा बाजीराव आणि कर्नाटक –

बाजीराव पेशवेंनी १७२५–२६ सालात एक आणि १७२६–२७ सालात एक अशा दोन स्वाऱ्या कर्नाटकात केल्या. पहिल्या स्वारीला चित्रदुर्गची स्वारी तर दुसरीला श्रीरंगपट्टणची स्वारी असे म्हणतात.

१७२५–२६ या वर्षीच्या कर्नाटकच्या बाजीरावाच्या स्वारीची योजना केव्हा मुक्रर झाली हे समजत नाही, असे खरे म्हणतात.[७१] या स्वारीची योजना आखताना प्रथम बाजीराव पेशवेंना या स्वारीस धाडण्याचा शाहू महाराजांचा मानस कदाचित नसावा, पण पुढे बाजीराव पेशव्यांनाही या स्वारीवर धाडण्यात आले. तेव्हा या स्वारीचे आधिपत्य बाजीराव पेशवेंकडे नसून प्रतिनिधीकडेच होते, असे म्हटले पाहिजे.

प्रस्तुत कर्नाटकचे स्वारीत जाण्याची शाहू महाराजांनी खंडेरावास आज्ञा केली. तथापि त्याने आपला पुत्र त्र्यंबकराव यास चार हजार फौजेनिशी प्रतिनिधीच्या मदतीस पाठविले.[७२] बाजीराव पेशव्यांनी पहिली स्वारी २० नोव्हेंबर १७२५ ला पुण्याहून सुरू केली. १२ मार्च १७२६ ला मराठे चित्रदुर्गला पोहोचले. दरम्यान बाजीराव पेशव्यांना वाटेत बेदहरी येथे ता. १४ फेब्रुवारी १७२६ रोजी अब्दुल गफार पठाण येऊन भेटला. हा कोण, कुठला कोणत्या हेतूने बाजीराव पेशव्यांना भेटला व भेटीतून काय निष्पन्न झाले, याविषयी काहीच माहिती मिळत नाही. पण हा सावनूरच्या नबाबाचा पूर्वज असून मराठ्यांशी मैत्री करावी व तिच्या जोरावर कर्नाटकात स्वतःची सत्ता वाढवावी, या उद्देशाने आला असावा.[७३] याच सुमारास सोंधेकरांकडून मदतीची मागणी झाल्याने शाहू महाराजांनी माफक खंडणी घेऊन सोंधे संस्थानचे रक्षण करण्याचे ठरविले. आणि त्याविषयी बोलाचाली करण्यासाठी गोपाळ राम नावाच्या मनुष्यास ता. २१ फेब्रुवारी १७२६ रोजी प्रतिनिधी व प्रधान यांजकडे धाडले.[७४]

दरम्यान मराठ्यांच्या फौजा बाहेर पडून दोन महिने होऊन गेले तरी शाहू महाराजांना काही खबर कळली नाही, म्हणून ते अस्वस्थ झाले. प्रतिनिधी, बाजीराव पेशवे व

सरलष्कर, त्रिंबकराव दाभाडे या सर्वांस त्यांनी ता. २१ मार्च १७२६ रोजी एक खरमरीत पत्र लिहिले. त्यात शाहू महाराज म्हणतात, ''तुम्ही सर्व कुलअखत्यारी सेवक कोठपर्यंत गेला, काय मनसुबा करीता हे गेत्यादारभ्य कळविले नाही यावरून अपूर्व भासते तरी प्रतिदिनी स्वामीस कळवित जावे.''[७५] या स्वारीत मराठी फौजांनी जाऊन तुंबलेल्या खंडण्या वसूल केल्या. चित्रदुर्गाहून येताना बाजीराव पेशवे दुरगुंड, गोकाक, बहे बोरगाव, कालागावमार्गे सातारास २३ मे १७२६ रोजी पोहोचले.

श्रीरंगपट्टणची स्वारी –

बाजीराव पहिल्या स्वारीतून परत येताच निजामाने किंवा त्याच्या हुकमात वागणाऱ्या हस्तकांनी हिंदू सत्ताधीशांवर (कर्नाटकातील) चढाई केली. सरदेसाई लिहितात, 'यावरून शाहू महाराजांनी केलेला उद्योग निजामाने मोडून काढण्याचा प्रयत्न केला, हे स्पष्ट होते.'[७६]

इ. स. १७२६ च्या पावसाळ्याच्या आरंभी लक्ष्मेश्वर परगण्याचा देशमुख खानगौडा आणि सुरेराव यांनी सावनूरच्या नबाबाविरुद्ध शाहू महाराजांकडे तक्रार करून मदतीची याचना केली. महाराजांनी त्यास मदतीचे आश्वासन देऊन दसऱ्यास आपण फौजा रवाना करू, असे सांगितले. त्यानुसार त्यांनी पेशवे बाजीराव, खंडेराव दाभाडे आणि सुलतानजी निंबाळकर यांना फौजा जमविण्याचा हुकूम केला. तथापि या हुकमानंतर दोन महिने गेले, तरी फौजा जमल्या नाहीत.

तेव्हा बाजीराव पेशवे आणि दाभाडे यांस छत्रपती शाहू महाराजांनी स्वहस्ताक्षरी आज्ञा लिहून कळविले की, विजयादशमीच्या मुहूर्ते उभयतां स्वार होऊन दिवसगत न लावता अतिसत्वर फौजेची तयारी करून पंढरपूरच्या रोखे येणे.

या स्वहस्ताक्षरी आज्ञेचा परिणाम होऊन बाजीराव पेशवे आणि दाभाडे दोघेही स्वारीवर निघाले. सरलष्कर मात्र स्वारीवर आल्याचे दिसत नाहीत. कारण यापुढे दोन महिन्यांनी म्हणजे तारीख १८ नोव्हेंबर १७२६ रोजी छत्रपती शाहू महाराजांनी सरलष्करास पाठविलेल्या पत्रात प्रधान व सेनापती असे दोघेच दक्षिण प्रांती मसलतीस गेल्याचा उल्लेख आहे.

या स्वारीची सुरवात २१ ऑक्टोबर १७२६ला झाल्याचा उल्लेख खरे करतात.[७७] तर खोब्रेकर २३ ऑक्टोबर १७२६ ला या स्वारीची सुरुवात झाली, असे म्हणतात.[७८]

२१ किंवा २३ डिसेंबर १७२६ ला निघालेले मराठे १३ डिसेंबर १९२७ ला श्रीरंगपट्टणास पोहोचले व तेथे त्यांनी महिना काढला. याच सुमारास साताऱ्याकडे काही मनसुब्याचा प्रसंग आल्यामुळे छत्रपती शाहू महाराजांनी सेनापती व प्रधान यांस परत बोलाविले. त्यामुळे म्हणा किंवा परत फिरण्याचा समय आला म्हणून म्हणा, तारीख ८

मार्च १७२७ ला सैन्ये परत निघाली, ती २७ एप्रिल १७२७ला साताऱ्यात परत आली.[७९]

निजामाच्या स्वारीमुळे सन १७२७ ला कर्नाटकाच्या स्वारीत बाजीराव पेशव्यांचे चित्त अत्यंत अस्वस्थ राहिले. त्यामुळे पाहिजे होती तितकी कार्यसिद्धी स्वारीत होऊ शकली नाही. तथापि, या दोन स्वाऱ्यांची कामगिरी पुष्कळच यशस्वी झाली आणि कर्नाटकात वावरणाऱ्या एकाकी घोरपड्यांना पाठिंबा मिळून मराठेशाहीच्या त्या भागातील फैलावास सुरवात झाली, हे स्पष्ट आहे. असे सरदेसाई लिहितात.[८०]

खरे लिहितात, या स्वाऱ्यांचा हेतू व फलित यांविषयी नीट माहिती मिळत नाही. स्थळे-किल्ले सोडवावे, पालेगार-मांडलीक राजे यांच्यापासून ठरावाप्रमाणे खंडण्या घ्याव्यात, हा हेतू असल्यास तो कितपत साध्य झाला हे समजणे कठीण आहे. तथापि एवढे निश्चित की या दोन्ही स्वाऱ्यांत पाळेगार, मांडलिक राजे व इतर यांकडून खंडणी वगैरेच्या रूपाने द्रव्यप्राप्ती मुळीच झाली नाही. ठाणी बसविण्याचा उद्योग कितपत यशस्वी झाला, हे समजण्याचेही साधन नाही. पण लक्ष्मीमेश्वर देसाई, सौंधेकर यांच्याकडून मदतीची याचना केली गेली. त्याअर्थी मराठ्यांच्या सामर्थ्याविषयी कर्नाटकातील लोकांच्या अनुकूल व चांगल्या कल्पना असाव्यात आणि दोन स्वाऱ्यांत द्रव्यप्राप्ती झाली नसली तरी मराठ्यांचा नक्श त्याबाजूस रहाण्याचे कामी या स्वाऱ्यांचा चांगला उपयोग झाला असावा.[८१]

सन १७४० मध्ये बाजीराव पेशव्यांचा मृत्यू झाल्यावर त्यांचा मुलगा बाळाजी बाजीराव उर्फ नानासाहेब पेशवे पदावर आले. त्यांच्या काळात मराठ्यांनी कर्नाटकात १७६०पर्यंत अनेकवार स्वाऱ्या केल्या. मराठ्यांना विजयही मिळाले. तथापि, पेशव्यांनी कर्नाटकात कोणासही शिरकाव न दिल्याने हैदरअली पुढे कर्नाटकात प्रबळ होऊ शकला.

खोबरेकर म्हणतात, पेशव्याने कर्नाटक मामला स्वतःकडेच न घेता मुराराव घोरपडे यावर सोपवून त्यासच त्याबाबतीत मुख्याधिकार दिले पाहिजे होते. म्हणजे मराठ्यांच्या उत्तरेत झालेल्या दाणादाणीचा परिणाम कर्नाटकातून मराठ्यांची सत्ता विस्कळीत होण्यात झाला नसता. बुंदेले, शिंदे, होळकर यांच्यासारखेच कर्नाटक प्रांत मुराराव घोरपडे किंवा गोपाळराव पटवर्धन यांपैकी कोणा सरदाराकडे सोपविला असता, तर कर्नाटकातील मराठ्यांच्या सत्तेस धक्का लागला नसता. पेशव्याने कर्नाटकात मुलूखगिरी करून मराठी सत्ता १७५९ पर्यंत कर्नाटकात फैलाविली. ती एवढी जबरदस्त होती की, त्या सत्तेला विरोध करणे अशक्य हे पोर्तुगीजांनीही मान्य केले. तथापि, मुलूखगिरी करून पैसा मिळविताना पेशव्यांनी जिंकलेल्या प्रांताचा अंमल व्यवस्थित चालविण्यासाठी आपली राज्यकारभार यंत्रणा पक्की केली नाही.[८२]

संदर्भ टिपा

१) भारतीय संस्कृती कोश, खंड २, पृ. १२६

२) याविषयी मतभेद आहेत. बेंद्रेंच्या मते शहाजी महाराजांचा जन्म १६०१ चा आहे.

३) पवार, जयसिंगराव मराठी सत्तेचा उदय, मुंबई १९७९, पृ.४५-४६

४) म. रि., खंड १, पृ. ९२-९३

५) बेंद्रे वा. सी., मालोजी राजे आणि शहाजी महाराज, मुंबई १९७६, पृ. ४२४

६) म. रि., खंड १, पृ. ९७

७) खरे, ग. ह. ऐ. फा. सा., खंड ४, ले.१

८) बेंद्रे, उपरोक्त, पृ.४५३

९) कित्ता, पृ. ४६०
   बेंद्रे ज्या दडपणांचा उल्लेख करतात, ती कोणती याचा मात्र निर्देश करताना आढळत नाहीत.

१०) पवार, उपरोक्त, पृ. ४८

११) म. रि., खंड १, पृ. ११३

१२) बेंद्रे, उपरोक्त, पृ. ५२७

१३) म. रि., खंड १, पृ. १२३ नवे संदर्भ, संदर्भ क्र. ५

१४) कित्ता, पृ. ११७

१५) डॉ. बाळकृष्ण नुसत्या ७५ कवींचा उल्लेख करतात.
   Dr. Balkrishna 'Shivaji the Great' Bombay 1932, p. 57
   तर बेंद्रे सर्व कवींची नावे देतात. उपरोक्त, पृ. ५३५

१६) म. रि., खंड १, पृ. ११७

१७) राजवाडे, राधामाधवचंपू, पुणे १९९१, पृ. १०१ (दु.आ.)

१८) म. रि., खंड १, पृ. ११९

१९) कित्ता, पृ. ३१३

२०) Jadunath Sarkar 'Shivaji and his times', Calcutta 1919, p. 365

२१) शेजवलकर, त्र्यं. शं. श्री छत्रपती, मुंबई १९६४, पृ. १६७

२२) पगडी, सेतुमाधवराव शिवचरित्र एक अभ्यास, पृ. २२६

२३) Muddachari Dr. B., 'Mysore Martha relations', Mysore 1969, p. 98

२४) केळकर आणि आपटे, शिवकालीन पत्र सारसंग्रह, पुणे १९३०, प. २३-३२

२५) बेंद्रे, वा. सी. छत्रपती शिवाजी महाराज यांचे चरित्र, मुंबई १९७२, पृ. २०७

२६) पवार, जयसिंगराव उपरोक्त, पृ. २०७

२७) कुलकर्णी, भीमराव (सं.), स.ब., पुणे १९७७, पृ. ८६-८७

२८) ऐ. फा. सा., खंड ३, ले.१८

२९) खरे, ग. ह., निवडक लेख, पृ. ६७

३०) म. रि., खंड १, पृ. ३१२-६

३१) कुलकर्णी, भीमराव उपरोक्त, पृ. ७९

३२) कित्ता, पृ. ८०

३३) म.रि., खंड १, पृ. ३१८

३४) कुलकर्णी, भिमराव उपरोक्त पृ. ८४

३५) बेंद्रे, उपरोक्त, पृ. ९८६

३६) आपटे, शिवचरित्र प्रदिप, पुणे १९२५, पृ. ३०–१

३७) Dr. Muddachari, Op.Cit.,

३८) गोखले, कमल शिवपुत्र संभाजी, पुणे १९७१, पृ. ३२४

३९) म.रि., खंड २, पृ. १०३

४०) Dr. Muddachari, Op.Cit., p. 102
   शिवचरित्र वृत्त, खंड १, पृ. ३२

४१) गोखले, कमल उपरोक्त, पृ. ३२८

४२) Dr. Muddachari, Op.Cit., p. 108

४३) शिवचरित्र वृत्त संग्रह, खंड १, पृ. ३०

४४) कित्ता, पृ. २९

४५) शिवचरित्र प्रदिप, पृ. ३३–३४

४६) गोखले, कमल उपरोक्त, पृ. ३४१–४२

४७) बेंद्रे, वा. सी. छत्रपती संभाजी महाराज, पुणे १९६०, पृ. ४८३

४८) चिटणीस के. एन. – जयसिंगराव पवार संपादित, संभाजी स्मारक ग्रंथ, पृ. ४८८

४९) कुलकर्णी, अ. रा. आणि खरे ग. ह. (सं.), मराठ्यांचा इतिहास, खंड १, पृ. ४८३

५०) डॉ. पवार आप्पासाहेब (सं.), ता.का., खंड १, पृ. ४७३

५१) याविषयी मतभेद दिसतात.

५२) कुलकर्णी आणि खरे, उपरोक्त, पृ. ४८५

५३) पगडी, सेतुमाधवराव मो.म., पृ. १०३
   पगडी, म.स्वा.यु., पृ.२६

५४) पगडी, मो.म., पृ. ११५

५५) कित्ता, पृ. ११७

५६) गर्गे, स. मा. कापशीकर सेनापती घोरपडे घराण्याचा इतिहास, पुणे १९७४, पृ. ५३

५७) पगडी, मो.म, पृ. १२०

५८) पगडी, म.स्वा.यु., पृ. २६

५९) Pagadi Setu Madhavrao, Maratha Mughal Relation, p. 91

६०) गर्गे, स. मा. उपरोक्त, पृ. ५७–६७

६१) कुलकर्णी – खरे, उपरोक्त, पृ. ४७५

६२) पवार, जयसिंगराव उपरोक्त, पृ. ३७०

६३) पगडी, मो. म., पृ. १७३

६४) कित्ता, पृ. १७४

६५) असे होते मोगल, पृ. ३९१

६६) पगडी, म. औ., पृ. १८४

६७) कित्ता, पृ. १२४-७

६८) पगडी, मो. म., पृ. १८४

६९) पवार, जयसिंगराव उपरोक्त, पृ. ३७८

७०) राजवाडे, म. इ. सा., खंड ३, पृ. ५३

७१) खरे ग. ह., निवडक लेख, पृ. १२८

७२) राजवाडे, उपरोक्त, खंड २, पृ. ५३

७३) खरे, उपरोक्त, पृ. १२८

७४) कित्ता, पृ. १२९

७५) राजवाडे, उपरोक्त, खंड २, पृ. ५३

७६) म. रि., खंड ३, पृ. २७७

७७) खरे, उपरोक्त, पृ. १३०

७८) खोबरेकर, वि. गो. मराठ्यांचा इतिहास, खंड २, पृ. ८१

७९) खरे ग. ह., उपरोक्त, पृ. १३१

८०) म. रि. खंड ३, पृ. २७७-९

८१) खरे ग. ह., उपरोक्त, पृ. १३१

८२) खोबरेकर, उपरोक्त, पृ. २१९

६ उपसंहार – मराठ्यांच्या साम्राज्यविस्ताराचे परिणाम

महाराष्ट्रामध्ये १७ व्या शतकामध्ये मराठ्यांचे राज्य निर्माण झाले. मराठ्यांचे राज्य निर्माण करण्याचे श्रेय स्वराज्य संस्थापक शिवाजी महाराजांनाच दिले पाहिजे, हे निःसंशय. अलीकडे काही विद्वानांनी मराठी सत्तेच्या उदयाला फक्त शिवाजी महाराज आणि शिवाजी महाराजांची कामगिरीच कारणीभूत होती, असे जे म्हटले आहे, ते पटणारे नव्हे. शिवपूर्वकाळात स्वराज्य निर्मितीची पार्श्वभूमी निश्चित तयार झाली होती. तिचा यथायोग्य उपयोग महाराजांनी करून घेऊन मराठ्यांचे राज्य स्थापन केले, यात वाद नाही.

छत्रपती शिवाजी महाराजांनी जे साध्य केले, ते त्यांचे वडील छत्रपती शहाजीराजे यांना प्रत्यक्षात करता आले नसेल. पण छत्रपती शहाजी महाराजांनी दक्षिणेत जो इतिहास घडविला किंबहुना बंगलोरला जे स्वतःचे एक राज्य निर्माण केले, ते बघता सरदेसायांनी छत्रपती शहाजी महाराजांना जी "स्वराज्य संकल्पकाची"[१] उपमा दिली आहे, ते बरोबर ठरते.

शहाजी राजांचे मोठेपण व्यक्त करणारी व दक्षिणेचे तो संरक्षण करणारा आहे, असे राधामाधवविलासचंपू काव्यातही मत व्यक्त झालेले दिसते.[२]

अर्थात, शहाजी राजांचे मोठेपण व कर्तबगारी मान्य करून तसेच त्यांच्या कार्याचा छत्रपती शिवाजी महाराजांच्या कार्यावर जो प्रभाव पडला असेल, तो मान्य करूनही शिवाजी महाराजांचे स्वराज्य निर्मितीचे कार्य मात्र एकूणच मध्ययुगीन भारताच्या इतिहासात फार मोठे आहे. म्हणून तर सभासद बखरीत म्हटले आहे की, "मऱ्हाटा पातशाहा येवढा छत्रपती जाहला, ही गोष्ट काही सामान्य झाली नाही."[३]

सभासद म्हणतो, त्याप्रमाणे खरोखरीच शिवाजी महाराजांची कामगिरी अद्वितीय होती. अंधारात चाचपडत असलेल्या मराठ्यांना संघटित करून आपला पराक्रम कोठल्या

ना कोठल्या शाहीसाठी खर्च करणाऱ्या मराठ्यांमध्ये स्वराज्याची भावना शिवछत्रपतींनी निर्माण करून मराठ्यांचा एक स्वत्वाचा इतिहास घडवून आणला. म्हणूनच बंग इतिहासकार सर जदुनाथ सरकार त्याच्याविषयी म्हणतात, "The greatest constructive genious of medieval India."[४]

छत्रपती शिवाजी महाराजांच्या काळाचा विचार करता त्यांनी मराठ्यांच्या साम्राज्यविस्ताराचे स्वप्न पाहिले होते का, असा प्रश्न पडतो. एक दिल्ली घ्यायचे तेवढे राहून गेले असे जे बखरकार म्हणतात, त्यावरून शिवाजी महाराजांना स्वतःचा साम्राज्यविस्तार करावयाचा असावा, असे अनुमान काढण्यास जागा आहे. तथापि, त्या संदर्भात कागदपत्र मात्र निदान आजतरी उपलब्ध नाहीत.

एक मात्र निश्चित की, उत्तरेकडे छत्रपतींनी आपली दृष्टी वळविली नाही. मात्र १६७४ नंतर त्यांनी जो दक्षिण दिग्विजय केला, तो पाहता एक प्रकारे त्यांचा तो साम्राज्य विस्तारच होता. प्रा. ओतुरकर यांनीही मराठ्यांच्या साम्राज्य विस्तारास तेव्हापासूनच सुरुवात झाली, असे मत नमूद केले आहे.[५]

तथापि, छत्रपती शिवाजी महाराजांचे कार्य स्वराज्य निर्मिती आणि त्याची जास्तीत जास्त उत्तम व्यवस्था निर्माण करणे, हेच होय. ते कार्य म्हणजे स्वराज्य अधिकाधिक काळ चांगल्या प्रकारे टिकेल अशी परंपरेवर आधारित शासनव्यवस्था निर्माण करण्यावर महाराजांचा भर होता. त्यामुळे प्रत्यक्ष साम्राज्य विस्तारावर महाराजांनी लक्ष दिले नाही. उलट आहे; त्या मराठी राज्यात लष्करी प्रशासन, आर्थिक प्रशासन, जास्तीतजास्त चोख ठेवण्यावर महाराजांनी लक्ष केंद्रित केले. आपल्या अधिकाऱ्यांना त्यांच्या कर्तव्याची जाण करून देताना महाराज म्हणतात, 'तुम्ही लोकांना उपद्रव देऊ लागलात, त्यांच्याकडून माल किंमत न देता उपटू लागलात तर मोगल मुलखात आले त्याहूनही अधिक तुम्ही । ऐसा तळतळाट होईल.... मरठि यांची तो इज्जत वाचणार नाही.'[६] स्वराज्याचे साम्राज्य व्हावे असा विचार आणि कृती यांविषयी मतभेद होऊ शकतील; परंतु महाराजांनी स्वराज्य निर्माण केले, त्याचे सुराज्य होण्याचे स्वप्न पाहिले व प्रत्यक्षात आणले याविषयी दुमत होऊ नये. आपल्या राज्याचा व्यापार-व्यवहार वाढावा, त्यायोगे आयात-निर्यात व्हावी, यासाठी त्यांनी व्यापाऱ्यांना आपल्या राज्यात स्थान दिले; पण त्याचबरोबर त्यांचा कावाही महाराजांनी चांगलाच ओळखला होता.

आज्ञापत्रात म्हटले आहे, साहुकार म्हणजे राज्याची शोभा. साहुकाराच्या योगे राज्य आबादान होते. न मिळे त्या वस्तू राज्यात येतात. ते राज्य श्रीमंत होते. तथापि, पुढे जाऊन असेही म्हटले आहे की, हे युरोपीय साहुकार वरकड सावकारासारखे नव्हते. यांचे खावंद प्रत्येक राज्यच करीत आहेत.... राज्य करणारास स्थळ लोभ नाही असे

काय घडो पहाते? त्यासही हट्टी जमात आले स्थळ मेल्याने ही सोडावयाचे नाही.[७]

एकंदरीत, शिवाजी महाराजांनी सामान्य माणसाचा विचार केला. प्रशासन, अर्थकारण, लोकसंग्रह, समाजकारण या सर्वच बाबतीत अत्यंत प्रागतिक विचार केला होता. हे निःसंशय म्हणूनच रियासतकार सरदेसाई महाराजांचे वर्णन करताना काळाच्या पुढे असलेला प्रतिभावान राजा, असे करताना आढळतात.[८]

छत्रपती शिवाजी महाराजांनी अनेक बाबतीत पुढचे पाऊल टाकले. तथापि, महाराज काळाच्या पुढे होते म्हणजे काय होते, असेही विचारता येईल. याबाबतीत असे सांगितले जाते की, शिवाजी राजांनी वतनदारांची वतने खालसा केली व त्यांना वठणीवर आणले, ते मात्र बरोबर नाही. वतनदार वठणीवर आला की त्याचे वतन परत केले जाईल.[९] आज्ञापत्रात या वतनदारांविषयी म्हटले आहे. "हे लोक म्हणजे राज्याचे दायादच. आहे वतन इत्तकियावर कालक्रमणा करावी, सर्व देशाचा स्वामी म्हणजे राजा, त्याशी निष्ठेने वर्तावे, कोणाचा अन्याय न करावा, ही त्यांची बुद्धी नाही."[१०]

वर म्हटल्याप्रमाणे शिवाजी महाराजांनी एकदम वतने खालसा केली नाहीत. कारण वतनसंस्था ही एक त्या काळची गरज होती. मात्र हेही खरे की, महाराजांनी उठसूट कोणालाही वतने दिली, असेही झाले नाही. याबाबतीत त्यांचा जावई हरजीराजे महाडिक याचे उदाहरण देता येईल. त्याने महाराजांकडे वतन मागितले असता त्यास त्यानी जो नकार दिला,[११] तो म्हणजे महाराजांची मुत्सद्दिगिरी म्हणता येईल, पण त्याचबरोबर नवीन स्वराज्यात नवे वतन आपल्या नातेवाईकांसही देण्यात येत नाही, हेही महाराजांनी दाखवून दिले.

महाराजांनी नवी वतने करून दिली नाहीत. जुन्यांना मोडले नाही. तथापि, हेही करताना आणीबाणीच्या परिस्थितीत प्रजेचे रक्षण करण्याची वतनदारांची नैतिक जबाबदारी आहे, हे सांगण्यास महाराज विसरले नाहीत.

शत्रूचा हल्ला होणार अशी जासुदांनी बातमी आणली की, संबंधित अधिकाऱ्यांना खलिता पाठविला जात असे. "गावाचा गाव हिंडोनु रातीचा दिवस करून लोकांची माणसे घाटाखाली जागा असेल तेथे पाठविणे या कामास घडीचा दिरंग न करणे अन्यथा तुम्हापासून अंतर पडिलिया तरी मोगल जे बांद धरून नेतील त्याचे पाप तुमचा माथा बैसेल."[१२]

प्रशासकीय बाबतीत, स्वराज्याचे सुराज्य करण्याच्या दिशेने जशी महाराजांनी चार पावले टाकली, तसेच त्यांनी धर्मवेड्या इस्लामी सत्तांना शह देऊन हिंदूंना त्यांच्या धर्मरक्षणासाठी सज्ज केले. त्यांच्या धार्मिक धोरणामध्ये धार्मिक स्वातंत्र्याचे मूलभूत तत्त्व अभिप्रेत होते. प्रा. सदाशिव आठवले म्हणतात, "धार्मिक आचाराचे स्वातंत्र्य

प्रत्येकालाच मिळाले पाहिजे. परंतु मुसलमान, ख्रिश्चन वगैरे इतर सर्व धर्मपंथांच्या अनुयायांना ते मिळावे, येथील बहुसंख्य हिंदूंना मात्र ते मिळण्याची जरुरी नाही असे मानण्याइतके शिवाजी महाराज निधर्मी नव्हते. शिवाजी महाराज निधर्मी नव्हते, म्हणून खंत वाटण्याचे काहीच कारण नाही. ते तसे नव्हते, ही या देशाच्या भाग्याचीच गोष्ट होय.[१३]''

स्वधर्माच्या प्रतिष्ठेविषयी कायम जागरूक असलेले शिवाजी महाराज अन्य धर्माचे बाबतीत अत्यंत सहिष्णू होते. मुसलमानी राजवटीत हिंदूंना सुरक्षितता नव्हती, पण शिवाजी महाराजांच्या राज्यात मात्र मुसलमांनाच्या मशिदी आणि ख्रिश्चनांचे चर्च वगैरे कशालाही धक्का लागण्याची भीती नव्हती. उद्दामपणे वागणाऱ्या काही मुसलमान अधिकाऱ्यांची आणि गोव्यातील ख्रिस्ती पाद्र्यांची त्याने डोकी उडविली. पण हिंदूंशी सभ्यपणाची वागणूक ठेवणाऱ्या कोणत्याही अहिंदूना ते केवळ अहिंदू म्हणून त्यांनी कधीच त्रास दिला नाही.

असा हा मध्ययुगातला राजा तत्कालीन इतर राजांपेक्षा सर्वच बाबतीत वेगळा वाटतो. म्हणून तर सर जदुनाथ सरकार त्यांचे वर्णन करताना म्हणतात, 'Hero as a king'[14] आधी नेता आणि नंतर राजा अशा या 'Hero as a king' महाराजांना त्यांच्या अखेरच्या दिवसांत स्वराज्याची काळजी वाटू लागली होती. ती स्वाभाविक होती. कारण राजाराम महाराज वयाने लहान तर संभाजी राजे एकदा मुघलांना जाऊन मिळालेले. अशा वेळेस राज्याचे साम्राज्य तर राहोच, पण राज्यच आपल्या पश्चात टिकेल की नाही असे महाराजांना वाटणे स्वाभाविकच होते. तथापि त्या वेळेस ते म्हणतात, ''मोडिले राज्य हे तिघे ब्राह्मण (प्रल्हादपंत, रामचंद्रपंत, निळोपंत) व तिघे मराठे (संतांजी, बहिरजी घोरपडे व धनाजी जाधव) सावरतील.[१५]''

वरील वाक्यावरून छत्रपती शिवाजी महाराजांचे धोरण ब्राह्मण-मराठे यांच्यावर अधिक लोभ ठेवणारे असे होते, असे वाटण्याचा संभव नाकारता येत नाही. तथापि, महाराजांनी कोणा एका विशिष्ट जातीचा आहे, म्हणून त्याचा पुरस्कार केला नाही हे मशहूरच आहे. शत्रूला सामील झालेल्या प्रभानवल्लीच्या जिवाजी विनायक सुभेदारास ''ऐशा चाकरास ठीके-ठीके केले पाहिजेत. ब्राह्मण म्हणून कोण मुलाहिजा करू पाहतो?''[१६] असे महाराज बेधडक विचारतात, त्यातच त्यांचे ध्येय-धोरण स्पष्ट होते.

अशा या मध्ययुगीन भारतातील महाराजांनी अनेक नवीन-नवीन उद्योग करून स्वराज्याचे सुराज्य करण्याचा व तत्त्वाने राज्य चालविण्याचा उद्योग केला. त्यांच्या साम्राज्याचाच विचार करावयाचा झाल्यास त्यांनी केलेल्या दक्षिण दिग्विजयाचाच विचार करावा लागेल. पण महाराजांवर सरकारांनी अनेक आरोप करण्यास मागे-पुढे पाहिलेच

नाही. त्यांच्या सुरत स्वारीला, कर्नाटक स्वारीला सरकारांनी लूट असेच संबोधले आहे.१७ तथापि, सरकारांचा दावा टिकण्यासारखा नाही. कारण शिवाजी महाराजांनी लुटी केल्या, पण त्यात एक सूत्र दिसते. ते सूत्र मल्हार रामराव चिटणीसाच्या राजनीतीत स्पष्ट झाले आहे. ते म्हणतात, ''शंधी लक्षून शत्रू जिंकावा व शत्रुच्या प्रजा आहेत त्या तो कालपर्यंत आपल्या जाहल्या नाहीत तोवरी त्यास लुटाण्या, माराव्या त्यांचा अनेकप्रकारे करून नाश करावा. आपल्या असे जाहल्या बरी त्यांचे पालन पुत्रवत करावे.१८''

चिटणीसाच्या या उक्तीचा अर्थ समजून घेण्यासाठी महाराजांच्या दक्षिण दिग्विजयाकडे पाहता येईल. गोवळकोंड्यांच्या कुतुबशहाशी जेव्हा मैत्रीचे संबंध प्रस्थापित केले, तेव्हा त्याचे मुलखातून जाताना प्रजेला आपल्या लष्कराचा जराही त्रास होता कामा नये, असा सक्त हुकूम त्यांनी आपल्या सरदारांना दिला होता. प्रस्तुत ठिकाणी मराठी साम्राज्याच्या विस्ताराच्या परिणामांची चर्चा करत असताना शिवाजी महाराजांच्या आणि त्यांच्या नंतरच्या राज्यकर्त्यांमुळे दक्षिणेत काय परिणाम झाले, हे नमूद करताना पगडी लिहितात, ''कर्नाटकात मुघल आणि मराठे यांचे फार मोठे संघर्ष झाले. त्यामुळे मुघलांचा भक्कम जम असा दक्षिण कर्नाटकात बसला नाही. त्याही काळी शृंगेरीचे पीठ सुरक्षित राहिले. औरंगजेबाच्या मृत्यूनंतर मराठे दक्षिणेत चहूकडे पसरले. मराठ्यांच्या शृंगेरीनिष्ठेमुळे आणि त्यांचे साम्राज्य भारतभर पसरल्यामुळे शृंगेरीचे स्वामी हे जगद्गुरू म्हणून भारतभर गाजले. शृंगेरीला हा जो मान मिळाला तो मान त्या प्रमाणात बद्रिनाथ, द्वारकानाथ आणि जगन्नाथ पुरी येथील जगद्गुरूंना मिळाला नाही. शृंगेरीचे अखिल भारतीय महत्त्व हे अशा रीतीने मराठ्यांच्या साम्राज्य विस्ताराशी निगडित झाले आहे.१९''

छत्रपती शिवाजी महाराज ३ एप्रिल १६८० रोजी मरण पावले आणि औरंगजेब २० फेब्रुवारी १७०७ रोजी पैगंबरवासी झाला. दरम्यानचा सत्तावीस वर्षांचा कालखंड अनेक संघर्षांनी भरलेला होता. शककर्त्याच्या निधनानंतर मुघल आक्रमणाला तोंड देण्यासाठी सह्याद्रीच्या दऱ्याखोऱ्यात जे भीषण नाट्य घडले, यशापयशाचे जे प्रसंग मराठी माणसाने अनुभवले आणि संहारक शक्तींशी लढा दिला व ज्याला त्यांनी आपला जीवन-मरणाचा लढा मानले, असा तो विलक्षण इतिहास आहे. त्या सत्तावीस वर्षांच्या प्रतिकूल काळात महाराष्ट्रातील लक्षावधी भूमिपुत्रांनी धैर्याने आणि शौर्याने जो विलक्षण संग्राम केला, त्याला मराठ्यांचे स्वातंत्र्ययुद्ध असे जे म्हटले जाते, ते योग्य म्हटले पाहिजे. शिवाजी महाराजांना स्वराज्य स्थापन करण्यासाठी जेवढे श्रमसाहस करावे लागले, तेवढेच त्या स्वराज्याचे रक्षण करण्यासाठी पुढच्या सत्तावीस वर्षांच्या काळात महाराष्ट्रातील सामुदायिक नेतृत्वाला ते करावे लागले. त्यांनी ते केले, म्हणून तर बलाढ्य साम्राज्य सत्तेविरुद्ध त्या स्वातंत्र्य-युद्धात मराठ्यांना अपूर्व यश लाभले.

छत्रपती शिवाजी महाराजांचा पुत्र छत्रपती संभाजी राजे १६८० मध्ये सत्तेवर आले व १६८९मध्ये त्यांचा औरंगजेब बादशाहाने खून केला. या ८-९ वर्षांच्या काळात छत्रपती संभाजी महाराजांनी अनेक पराक्रम केले. तथापि, मराठ्यांचे हे दुसरे छत्रपती अनेक अर्थांनी दुर्दैवी ठरले. खुद्द शिवाजी महाराजांच्या तालमीत वाढलेल्या काही प्रधानांचे सहकार्य त्यांना मिळू शकले नाही. त्यांची त्यांच्या विरोधातील कटकारस्थाने त्यांच्या मृत्यूपर्यंत चालूच होती. अशाही परिस्थितीत त्यांनी मोगल बादशाह औरंगजेब यांच्याशी ८-९ वर्षे प्रतिकार केला. तथापि, ते पकडले गेले आणि त्यांचा बादशाहाने खून केला, हे ज्ञात आहेच. छत्रपती संभाजी महाराजांच्या कारकिर्दीत मराठ्यांच्या सत्तेचा विस्तार झालाच नाही. उलट संकोचच झाला, हे तर मान्यच करावे लागले. तथापि, साम्राज्य विस्ताराच्या योजना वगैरे आखल्याचे संभाजी महाराजांच्या बाबतीत कागदोपत्री नमूद नाही. या संदर्भात जदुनाथ सरकारांच्या मताचा विचार करावयास हवा. ते म्हणतात, "सुरक्षितता असलेले आपले राज्य सोडून उत्तर भारतात जाण्याचा अव्यापारेषु व्यापार त्यांनी कशासाठी करावयास हवा होता?"[२०]

सरकारांच्या मताचा आणि तत्कालीन परिस्थितीचा विचार करता संभाजी महाराजांनी दक्षिणेतच राहून सिद्दी, इंग्रज, पोर्तुगीज आणि मुघल शक्तींचा चांगलाच मुकाबला केला, हीच त्यांची मोठी कामगिरी होय. शत्रूच आपल्या दारात येऊन ठेपला असता संभाजीराजांनी स्वराज्य वाचविण्याचाच विचार करणे, व त्या दृष्टीने कार्य करणे हेच योग्य होते व तेच त्यांनी केले, व ते करता करताच त्यांना मृत्यू आला. ज्या पद्धतीने त्यांचा बादशाहाने खून केला आणि संभाजी महाराजांनी ज्या धीरोदात्तपणे स्वदेश व स्वधर्म यांच्यासाठी प्राणाची आहुती दिली, त्यामुळे तर खरे म्हणजे भावी काळात शत्रूशी लढण्यासाठी मराठ्यांना चेव आला, हे मान्यच करावयास हवे. तथापि, सरदेसाईंपासून अगदी रियासतीच्या नव्या उग्रप्रकृती संभाजी महाराजांच्या आवृत्तीपर्यंत ज्या अनेक लेखकांनी संभाजी महाराजांवर लेखन केले आहे, त्यांनी संभाजी महाराजांनी एकंदर राज्य बुडविले, ते गैरवर्तनी होते, व्यसनी होते असाच एकंदर सूर लावला आहे. वा. सी. बेंद्रे, कमल गोखले, पी. एस. जोशी या लोकांनी संभाजी महाराजांना ऐतिहासिकदृष्ट्या न्याय देण्याचा बराचसा प्रयत्न केलेला दिसतो. तथापि प्रा. जी. टी. कुलकर्णी सारख्यांना तो प्रयत्न अमान्य दिसतो.[२१] प्रा. सदाशिव आठवले यांनी तर संभाजी, महाराजांबद्दल फारच प्रतिकुल मतप्रतिपादन केलेले दिसते.[२२] प्रा. आठवले यांच्या म्हणण्यात काही अंशी तथ्य असेल पण १६८९ मध्ये अवघे स्वराज्य मुघलांनी व्यापले होते हे खरे नाही. प्रस्तुत पुस्तकाच्या परिशिष्टात दिलेल्या नकाशावरून छत्रपती संभाजी महाराजांच्या काळात अवघे स्वराज्य मुघलांनी व्यापले होते. हे कसे खरे नाही हे स्पष्ट होते.

एक गोष्ट तर स्पष्ट आहे की, स्वराज्यातच तीन तीन शत्रू घुसले असताना संभाजी महाराज स्वराज्यवर्धनाऐवजी स्वराज्य संरक्षणाचाच विचार करत होते व तसा त्यांनी करून कृतीही केली. परंतु पुढे पुढे १६८५-८६ नंतर त्यांच्या कृतीतील जोम कमी झाला व मराठ्यांचा हा दुसरा छत्रपती मुघलांकडून ठार झाला. त्याने मुघल बादशाहापुढे जो बाणेदारपणा दाखविला, त्यामुळेच मराठी जनता त्यांच्यावर खूश झाली. संभाजी महाराजांबद्दल प्रतिकूल मते प्रकट करणारे इतिहासकारदेखील संभाजी महाराजांच्या मृत्यूला ताठपणे सामोरे जाण्याच्या कृतीलाच पुढच्या मराठ्यांच्या सत्ता विस्ताराच्या कार्याची चेतना म्हणतात. डॉ. कदम यांनी छत्रपती संभाजी महाराज आणि कवी कलश, असा लेख लिहिला असून या संदर्भात संभाजी महाराजांस दोष दिला आहे. तसेच ज्या कवी कलशाच्या प्रेमात संभाजी महाराज नको इतके पडले होते, ते औरंगजेबाला फितूर असण्याची शक्यता डॉ. कदम बोलून दाखवितात. पण लेखाचा शेवट करताना ते लिहितात, ''एका अर्थाने अष्टप्रधानांनीच छत्रपती संभाजी महाराजांना कवी कलशाखेरीज दुसरा पर्याय ठेवला नाही. अनुभवी सरकारकुनांनी साथ सोडली. म्हणून राजकीय व लष्करी अनुभव नसलेल्या आणि प्रामुख्याने धार्मिक कर्मकांडाचीच माहिती असणाऱ्या कवी कलशाकडे छत्रपती संभाजी महाराज आकर्षित झाले. तथापि, अत्यंत कठीण परिस्थितीत आलेल्या अपयशातून मराठ्यांना पुढील दिशा आणि स्फूर्ती दिली, ती छत्रपती संभाजी महाराजांच्या धीरोदात्त बलिदानानेच.''[२३]

अशाच प्रकारचे मत प्रा. जयसिंगराव पवार यांनी व्यक्त केलेले आहे. ते लिहितात, ''हुतात्म्याचे कार्य मरणाने संपत नाही. खरे तर त्याचे कार्य मरणानंतरच सुरू होते. कारण आपल्या बलिदानाने तो लाखो देशबांधवांना स्वातंत्र्याच्या लढ्यासाठी चेतना देत असतो. पुढच्या अनेक पिढ्यांचे तो चेतना केंद्र बनलेला असतो. संभाजी महाराजांच्या मृत्यूने त्यांचे कार्य संपले नाही. तसे ते संपेल या आशेने औरंगजेबाने त्यांना ठार केले. पण त्याच्या आशेची निराशा झाली. महाराष्ट्रात संभाजी महाराजांचे कार्य दुप्पट-चौपट वेगाने वाढले.''[२४]

औरंगजेबाने संभाजी महाराजांना मारणे ही घोडचूक केली. त्यामुळेच मुघल-मराठा संघर्ष अधिक दाहक झाला. त्यात बादशाहाचा शेवट झाला. ही मुघल बादशाहीची शोकांतिका असली तरी ती मराठ्यांची अमर विजयगाथा आहे. या विजयगाथेचा पहिला व श्रेष्ठ मानकरी आहे छत्रपती संभाजी राजा. डॉ. आपटे यांनीही संभाजी महाराजांच्या कार्यावर भाष्य करताना वरील लेखकांसारखेच मत दिलेले आढळते. ते लिहितात, ''संभाजी राजांचा युद्धातील धडाका त्यांच्या अतुल धैर्यास व पराक्रमास साजेसा होता. त्यांची ९ वर्षांची कारकिर्द अत्यंत धामधुमीची होती. नियतीने त्यांना जीवनात यश दिले

नाही. पण त्यांच्या वधाने मराठ्यांच्या स्वातंत्र्ययुद्धास नवचैतन्य दिले. ते शहीद झाले. जीवनात जे मिळाले नाही, ते मृत्यूने त्यांना दिले.''[२५]

थोडक्यात, संभाजी महाराजांच्यावर टीका करणाऱ्यांनीदेखील संभाजी महाराजांच्या मृत्यूनेच मराठ्यांना चेव आला व ते अधिक वेगाने कार्याला लागले, असाच निष्कर्ष काढलेला दिसतो. व पुढचा सर्व विशेषतः राजाराम महाराजकालीन व राणी ताराबाईकालीन मराठ्यांचा इतिहास तरी तेच दाखवितो, याबद्दल दुमत असण्याचे कारण नाही. संभाजी महाराजांच्या निर्घृण वधाने भावी काळासाठी मराठे अधिक सज्ज झाले, असे म्हटले तरी हेही मान्य करावयास हवे की, या दुःखद घटनेमुळे मराठे काही काळ दिङ्मूढ झाले. मराठी राज्याच्या अधिकाऱ्यांचे नीतिधैर्य खचून त्यांनी आपल्या हाती असलेले गडकोट व ठाणी शत्रूच्या स्वाधीन केली. शिवाजी महाराजांनी एवढ्या जिद्दीने व कष्टाने उभारलेल्या राज्याचा संकोच मोठ्या प्रमाणावर झाला. इतका की काही काळ मराठी राज्य संपल्याचा भास परकीयांप्रमाणेच स्वकीयांनाही झाला, हेही खरेच.

संभाजी महाराजांच्या हत्येच्या वेळीच राजधानी रायगडास मुघल सेनापती झुल्फिकारखान याने वेढा दिला होता. तो दिवसेंदिवस अधिक आवळत जाऊन गडावरील राजकुटुंबीयांची अवस्था बिकट बनत चालली होती. अशा परिस्थितीत राजाराम महाराज महाराष्ट्र सोडून जिंजीला गेले व तेथून त्यांनी स्वराज्याचे रक्षण केले व मराठ्यांच्या साम्राज्याचे स्वप्नही पाहिले व उत्तरेकडे त्यांच्याच काळात मराठे नर्मदोत्तर घौडदौड करू लागले.[२६] अर्थात याविषयी ग. ह. खरे यांच्यासारख्या इतिहास तज्ज्ञानेही शंका व्यक्त केलेली दिसते.[२७] तथापि राजाराम महाराजांनी घोरपड्यांना पत्र लिहिलेले दि. ४ जून १६९१ चे पत्र पाहिले, म्हणजे राजाराम महाराजांच्या मनात उत्तरेची सत्ता काबीज करण्याचे घोळत होते, हे निश्चित होते. त्या पत्रात असे म्हटले होते की, महाराष्ट्र धर्म रक्षावा हा तुमचा संकल्प स्वामींनी जाणून उभयतांस जातीस व फौज खर्चास सहा लक्ष होनांची नेमणूक चालविण्याचा निश्चय करून दिधला असे. पैकी रायगड प्रांत व विजापूर, भागानगर व औरंगाबाद हे चार काबीज केल्यावर दर कामगिरीस पाऊण लाख याप्रमाणे एकंदर तीन लाख आणि बाकीचे तीन लाख प्रत्यक्ष दिल्ली घेतल्यावर द्यावयाचे असा निश्चय केला आहे. एकनिष्ठपणे सेवा करावी. स्वामी तुमचे बहुतेक प्रकारे चालवितील.''[२८]

राजाराम महाराजांच्या वरील पत्राने खऱ्यांची शंका उरत नाही. तथापि, खरेच पुढे म्हणतात की, ''राजाराम महाराजांना बनारस आणि इतर हिंदू पवित्र स्थाने मुस्लिमांच्या ताब्यातून सोडवावयाची होती, हे निश्चित.''[२९]

अलीकडे ज्या फारसी साधनांची मराठी भाषांतरे प्रसिद्ध झाली आहेत, त्यातूनही हेच स्पष्ट होते की मराठे राजाराम महाराजांच्या काळातच नर्मदोत्तर गेले. कृष्णा सावंत हा

पहिला मराठी वीर की, जो राजाराम महाराजांच्या काळातच नर्मदोत्तर गेला.[३०] हे आम्हाला फारसी साधने सांगतात. परंतु मराठी साधनांत त्याविषयी कुठेही माहिती आढळत नाही.

छत्रपती राजाराम महाराजांच्या कारकिर्दीचा विचार करता विशेषतः मराठा राज्य विस्ताराच्या बाबतीत असे म्हणता येईल की, महाराज वयाच्या १९ व्या वर्षापर्यंत कैदेतच होते. इ.स. १६८९ मध्ये संभाजी महाराजांचा वध झाल्यावर ज्या वेळी त्यांना मुक्त करून छत्रपती बनविण्यात आले, त्या वेळेपर्यंत लष्करी डावपेचांचा किंवा मुलकी कारभाराचा वगैरे कसलाच अनुभव त्यांना नव्हता. कैदेतून बाहेर आल्यावर अपरिहार्यपणे त्यांना जिंजीचा आश्रय घ्यावा लागला. १६९७-९८ पर्यंत ते तिकडे एकप्रकारे बंदिवासातच होते.

तथापि, याच सुमारास मराठी मुलखात एक चमत्कार घडून आला. संताजी घोरपडे, धनाजी जाधव, रामचंद्रपंत अमात्य, शंकराजी नारायण या चौघांनी लष्कर संघटित करून मुघल सेनानींना पराभूत केले. अनेकांना कैद केले. खंडण्या वसूल केल्या. त्याचबरोबर महाराष्ट्रातील मुघल-मराठा संघर्ष दूर कर्नाटक प्रांतातही गेला. तथापि, तिकडे मोगलांना यश आलेच नाही.

याचे कारण राजाराम महाराजांचा सर्वांना बरोबर घेऊन काम करून घेण्याचा स्वभाव होय. तसेच सर्वसामान्य मराठी माणसाच्या मनातील शिवाजी महाराजांचा स्वराज्याचा संदेश, हेच होय.

या राजाराम महाराजांच्या काळातील मराठ्यांच्या स्वातंत्र्ययुद्धाचे वर्णन करताना प्रा. आठवले म्हणतात, ''अकरा वर्षे निकराचा लढा झाला आणि मराठी राज्य शाबूत राहिले. राक्षसी सामर्थ्याची मुघल सत्ता ते नष्ट करू शकले नाहीत. ही कर्तबगारी एकट्या राजाराम महाराजांची नाही, एकट्या रामचंद्र पंताची नव्हे की, एकट्या संताजीची नव्हे. ती त्यांच्यापैकी कुणाचीही नाही. पण प्रत्येकाची आहे. एका अर्थाने तमाम जनतेने एका तत्त्वासाठी दिलेली ती झुंज होती. ते तत्त्व म्हणजे मराठ्यांचे सार्वभौम स्वराज्य. राजाराम महाराज आणि त्यांचे सहकारी धावपळ करीत राहिले. महाराष्ट्र सोडून छत्रपती कर्नाटकात राहिला. काही काळ महाराष्ट्रात कदाचित एकही किल्ला मराठ्यांकडे राहिला नसेल, पण मराठी स्वराज्य शिल्लक होते. ते स्वराज्याचे तत्त्व दूरच्या जिंजीच्या किल्ल्यात शिल्लक होते. मराठ्यांचे सार्वभौम स्वराज्य म्हणजे एक जिंजीचा किल्ला, एवढेच राहिले तरी बिघडत नाही. पण स्वराज्य कल्पनेचे प्राणपणाने रक्षण झाले, ही इतिहासातील एक महान कथा आहे. शिवाजी महाराजांचा स्वराज्याचा मंत्र कुणी विसरले नव्हते. कुणीही टाकला नव्हता. उलट स्वराज्याची हद्द हिमालयापर्यंत पोहोचण्याची आणि दिल्लीपतीसह सर्वांना जिंकण्याची भाषा बोलली जात होती. औरंगजेबाला शरण जाणे तर राहोच, पण त्यालाच बडतर्फ करून दिल्लीच्या तख्तावर जाऊन बसण्याची मराठ्यांची जिद्द होती.''[३१]

औरंगजेबाच्या मराठ्यांचे स्वराज्य बुडविण्याच्या दुराग्रहामुळे व औरंगजेबाने संभाजी महाराजांच्या संदर्भात केलेल्या कृष्णकृत्यांमुळे मराठ्यांचे अंगचे असामान्य गुण प्रकट झाले, हा स्वातंत्र्ययुद्धाचा अगर राजाराम महाराजांच्या काळातील मराठ्यांच्या राज्य विस्ताराच्या धोरणाचा परिणाम म्हटला पाहिजे.

याविषयी रियासतकारांनी मोठ्या गौरवपूर्ण शब्दांत मराठ्यांचे कौतुक केले आहे. ते लिहितात, ''शिवाजी महाराजांनी जरी मराठ्यांचे स्वतंत्र राज्य स्थापिले तरी त्या राज्याचा विस्तार व शक्ती ही वाढण्यास वरील युद्धच पुष्कळ अंशी कारणीभूत ठरले. सर्वांवर सारखा प्रसंग गुदरल्यामुळे राष्ट्रीयत्वाची बंधने थोडीबहुत दृढ झाली आणि ज्याला इंग्रजीत टीम वर्क म्हणतात, अशी जुटीने काम करण्याची सवय लोकांस लागली. मनात आणले तर आपण महत्कृत्ये करू शकू अशी धमक व भरवसा त्याजमध्ये उत्पन्न झाला.''[३२]

मुसलमानास हार न गेलेले असे दुसरे एकही राष्ट्र हिंदुस्थानात नाही. उत्तरेतील रजपूतही पादाक्रांत झाले. पण मुसलमानांच्या एकछत्री राज्यास विरोध एकट्या मराठ्यांनी दाखविला. पुढे जाऊन रियासतकारांनी असेही म्हटले आहे की, मराठ्यांना वतनाची आसक्ती भारी हे जाणून राजाराम महाराजांनी त्या गुणांचा फायदा करून घेतला. वतनाच्या सनदा भराभर देऊन त्यांनी लोकांस बादशाहीशी लढण्यास उद्युक्त केले. अर्थात, रियासतकारांनी याची भलावण केली असली, तरी त्यांनी मराठ्यांच्या स्वार्थी वतनासक्त धोरणाचा कडक शब्दांत समाचारही घेतलेला आहे. ते लिहितात, ''अशा रीतीने राज्याचा विस्तार होत असतानाच अनेक अनिष्ट प्रकार राज्यकारभारात शिरले. व्यक्तीचे प्रस्थ वाढले. सामवायिक कारभारात गौणत्व आले. शिवाजी महाराजांनी बांधलेली शिस्त बिघडली. कामांची वाटणी नाहीशी होऊन प्रत्येक इसम पूर्ण स्वतंत्रतेने वागू लागला. मुलूख जिंकावा व तो जागीर म्हणून आपणच मारावा हा प्रघात सुरू झाला. हिंदुस्थानात ठिकठिकाणी स्वतंत्र लहान लहान राज्ये निर्माण झाली. मराठेशाहीचा बलाढ्य भपका वाढत असता अंतःशक्तिहीन होऊ लागला. या वतनांमुळेच अंदाधुंदी निर्माण झाली, असेही रियासतकार सांगतात व म्हणतात, ''पाहिजे त्याने उठावे, घटकेत बादशाहाकडे जावे, लगेच रामचंद्रपंतास किंवा शंकराजी सचिवास भेटावे, घटकेत छत्रपतीकडे जाऊन जिंजीस गाऱ्हाणे करावे, खरे बोलावे, खोटे बोलावे, गैरकावा समजणे, अडचण दाखवून कागद करून घ्यावे, स्वतःचा स्वार्थ साधत असताना कोणतेही अपकृत्य करण्यास कचरू नये. असा हा अव्यवस्थित कारभाराचा मामला दहावीस वर्षं चालला. तेणे करून शिस्त सर्व बिघडून गेली. मन मानेल तसे वागावे, कोणाचीही हुकमत मानू नये, शिवाजी महाराजांची शिस्त संपली, शिस्तीचा अभाव म्हणजेच फुटीचा स्वभाव. मराठी नाशाचे हे आद्य कारण आहे.[३३]

म्हणजेच मराठ्यांचा सत्ताविस्तार राजाराम महाराजांच्या काळात झाला. मराठ्यांचे अनेक गुण आणि अवगुणही त्या काळातच अधिक प्रमाणात दिग्दर्शात आले, हेच खरे.

छत्रपती राजाराम महाराजांचा ऐन तिशीत मृत्यू झाला आणि पंचविशीतील तरुण विधवा स्त्री मराठ्यांची राणी बनली. पती-निधनाचे दुःख करत न बसता तिने राज्यकारभार हाती घेऊन मराठ्यांना आक्रमक बनविले. मराठ्यांच्या साम्राज्य विस्ताराचा विचार करता १६९९ मध्ये मराठे नर्मदापार झाले. कृष्णा सावंत हा पहिला मराठा वीर, की जो नर्मदोत्तर गेला व ही सुरुवात राजाराम महाराजांच्या काळातच झाली. तथापि, मराठे खरे आक्रमक बनले, ते महाराणी ताराबाई काळातच.

सह्याद्रीच्या बिकट प्रदेशात आपल्या फौजा घुसवून डोंगरी किल्ले घेण्याच्या उद्योगात बादशाह असता, महाराणी ताराबाईंनी मात्र आपले सरदार बादशाही घुसविण्यास सुरुवात केली होती. माळवा, खानदेश, तेलंगण इत्यादी प्रदेशांत मराठी फौजा धुमाकूळ घालू लागल्या होत्या. त्यांनी बऱ्हाणपूर, गोवळकोंडा यांसारखी शहरे लुटली होती. सारांश १७०२ पासूनच महाराणी ताराबाईंनी मुघल साम्राज्याविरोधात आक्रमक पवित्रा घेतला होता.

महाराणी ताराबाईंच्या आक्रमक धोरणामुळे आतापर्यंत बचावात्मक लढाया करणारे मराठे आक्रमक बनले, तर बचावात्मक लढाया खेळण्याची पाळी मुघल सुभेदारांवर आली होती. अर्थात असे असले, तरी महाराणी ताराबाईंनीही जिंकलेला मुलूख सरदारांत वाटून देण्याचे धोरण स्वीकारले. परिणामी एकेका परगण्यात दोन-दोन जहागीरदार निर्माण झाले. सर्वत्र गोंधळ माजला. या गोंधळात रयतेची स्थिती मात्र दयनीय झाली होती. तथापि, अशा वेळेस बादशाह तहास तयार असे. परंतु मराठे नसत. स्वराज्यात आणि स्वराज्याबाहेर मुघलांशी लढत असता मराठ्यांच्यात नेहमीच एकजूट राहिली असे नाही. अनेक प्रसंगी त्यांच्यातील हेव्यादाव्यांनी गंभीर स्वरूप धारण केले.

अशा मराठ्यांना आपल्या धाकात ठेवून त्यांच्याकडून राष्ट्रकार्य करवून घेण्यात ताराबाई महाराणींचे खरे कर्तृत्व होते. मराठ्यांच्या अंगी असणाऱ्या शौर्य, पराक्रमादी गुणांना त्यांनी वाव दिला. मुघल मुलखात त्यांना धाडून त्यांच्याकडून तेथे धामधूम माजविली व मुघलांची राज्यकारभार यंत्रणा उद्ध्वस्त करण्यास सुरुवात केली. मराठे गुजरात, माळवा, तेलंगणा यांसारख्या दूरच्या मुलखात यशस्वी लष्करी मोहिमा काढत असल्याचे पाहून बादशाहासह सर्व मुघलांचे नीतिधैर्य खचले होते. याउलट, मराठी राज्यकर्त्यांचे व लष्कराचे नीतिधैर्य वाढले होते. या नीतिधैर्याच्या जोरावरच मराठ्यांना शत्रूचे भय वाटेनासे झाले होते. पुढे अर्धशतकात हिंदुस्थानावर मराठ्यांची जी अधिसत्ता निर्माण झाली, तिची बीजे या काळातील ताराबाई महाराणींच्या आक्रमक लष्करी धोरणात

आढळून येतात. मुघली मुलखात धुमाकूळ घालणारे मराठे पुढे-पुढे आपले बस्तान बसवू लागले. अशा प्रकारे मराठी अधिसत्तेचा उदय ताराबाई राणींच्या काळातच घडून आला होता.

औरंगजेब बादशाहाच्या मृत्यूने दक्षिणेस २६ वर्षे चाललेले प्रदीर्घ युद्ध संपले. मराठी राज्य एका मोहिमेत चिरडून टाकू, अशी धमक बाळगून दक्षिणेत धावून आलेल्या मुघल बादशाहाला मराठ्यांनी पाव शतकभर खेळविले आणि शेवटी महाराणी ताराबाईंच्या नेतृत्वाखाली मराठ्यांशी लढा देत औरंगजेबाला इथेच चिरनिद्रा घेणे भाग पडले. २५-२६ वर्षांच्या एका तरुण विधवा राणीने एका रणझुंझार आणि कुटील नीतीज्ञ बादशाहाशी दिलेला हा लष्करी लढा मराठ्यांच्याच नव्हे, तर अखिल हिंदुस्थानच्या इतिहासातील एक सोनेरी पान होय, हेच खरे.

इ.स. १७०७ पर्यंत औरंगजेब आणि इतर शत्रू यांचेशी कौतुकास्पद लढा देणाऱ्या राणी ताराबाई १७६१ पर्यंत जगल्या. तथापि, तेथून पुढे राजकारणात छत्रपती शाहू महाराज आणि त्यांचे पेशवे यांचेच वर्चस्व निर्माण झाले. त्यातही छत्रपती मागे पडले व पेशवेच पुढे आले. त्यांनी मराठी सत्तेचा पुष्कळच विस्तार केला, परंतु घटनात्मकदृष्ट्या राजाराम महाराजांनंतरचे सर्व मराठे सत्ताधीश म्हणजे दिल्लीपतीचे लहान-मोठे सेवकच होत, असेच म्हटले पाहिजे.

छत्रपती शाहू महाराजांच्या काळातच १७१९मध्ये पेशवे बाळाजी विश्वनाथ यांनी स्वराज्य चौथाई आणि सरदेशमुखीच्या सनदा आणल्या. त्यामुळे मराठ्यांच्या विस्तारवादाला खतपाणी मिळाले. त्यातूनच संपूर्ण १८ वे शतक मराठ्यांनी गाजविले. तथापि, या काळातही मराठ्यांनी प्रत्यक्ष दिल्लीचा ताबा कधीच घेतला नाही, हे अगदी स्वच्छ दिसते. याला कारण छत्रपती शाहू महाराजांची सुटका करतेवेळी त्यांनी जी बादशाही सेवेची अट मान्य केली होती, तीच. पेशव्यांच्या काळात मराठ्यांच्या सत्तेचा विस्तार झाला. परंतु मराठ्यांचे राज्य मुघलांचे मांडलिक बनले व त्यास छत्रपती शाहू महाराजांची मनोवृत्तीच कारणीभूत आहे. या मनोवृत्तीतूनच छत्रपती शाहू महाराजांनी स्वतःचे नाणेसुद्धा पाडले नाही. पेशवाईत सर्व रुपये मुघल बादशाहाच्या नावाने फारसी अक्षरे कोरून पाडण्यात येत असत.[३४]

पेशवे बाळाजी विश्वनाथांनी मराठ्यांना मराठी सत्तेच्या फैलावाची संधी प्राप्त करून दिली, हे खरे. परंतु बादशाहाकडून सनदा मागत बसण्यापेक्षा जिंकलेल्या प्रदेशावर मराठ्यांची सत्ता स्थापण्याचा उपक्रम ठेवला असता, तर बरे झाले असते. पण तसे झाले नाही. कारण मराठ्यांची ताबेदारी मनोवृत्ती.[३५]

दुसरा एक महत्त्वाचा मुद्दा असा की मराठ्यांनी दिल्ली घेण्याचे स्वप्न पाहिले; पण

दिल्ली कधीच घेतली नाही. पहिले बाजीराव पेशवे १७३७ मध्ये दिल्लीपर्यंत गेले. परंतु ते लिहितात ''पुऱ्यास आग देवून शहर खाक करावे, त्यास दिल्ली महास्थळ पातशाह बरबाद झाली यात फायदा नाही. अमर्यादा केल्यास राजकारणाचा दोरा तुटतो.''[३६]

अशा प्रकारे बाजीराव पेशवे दिल्लीपर्यंत जाऊनही दिल्ली घेतली नाही. तर मग त्यांच्या साम्राज्यविस्ताराचा उपयोग काय? सरदेसाईंसारखे इतिहासकार म्हणतात, पेशवे बाजीराव यांच्या साम्राज्यविस्तारामुळे हिंदूपदपातशाहीची स्थापना झाली.[३७] परंतु मराठ्यांच्या ऐतिहासिक कागदपत्रांत हिंदू हा शब्द क्वचितच वापरला आहे. रामदास स्वामींनी हिंदू धर्माचा उल्लेख केला नाही, तर महाराष्ट्र धर्माचा पुरस्कार केला. अगदी स्तुतिपाठक ब्राह्मणांनीही राजा अथवा देशमुख या आपल्या धन्याचा उल्लेख हिंदू धर्म प्रतिपालक असा न करता गोब्राह्मणप्रतिपालक असा केला आहे. वसईच्या तहात पेशवे बाजीराव यांनीसुद्धा पोर्तुगीजांनी महाराष्ट्र धर्माचे रक्षण करावे असे कलम घातले आहे.[३८] म्हणजेच सरदेसाईंचा हिंदू-पदपातशाहीचा मुद्दा टिकत नाही. मग प्रश्न पडतो की, मराठ्यांनी संपूर्ण १८ वे शतक आपल्या पायाखाली घातले, याचा उद्देश तरी काय होता व त्याचा परिणाम भारताच्या इतिहासावर तरी काय झाला?

पेशवे काळात स्वराज्याचे साम्राज्य झाले, पण त्याच बरोबर छत्रपतींचे महत्त्व मागे पडून पेशवेच राज्याचे मालक बनले. अर्थात हा घटनात्मक बदल झाला असला, तरी रजपूत, बुंदले, पठाण, रोहिले आदी सत्ता मराठ्यांना मानू लागल्या. त्यांना चौथाई देऊ लागल्या. मराठ्यांचा सर्वत्र दबदबा वाढला.

दिल्लीची बादशाही सांभाळण्याची जबाबदारी स्वपराक्रमामुळेच मराठ्यांवर येऊन पडली. जिकडेतिकडे त्यांचे नाव दुमदुमू लागले. मराठेशाहीतील कर्तबगारीमुळे मराठ्यांच्याकडे हिंदुस्थानातील इतर प्रांतियांचे व राज्यकर्त्यांचे लक्ष वेधले गेले. सर जदुनाथ सरकार लिहितात, मराठ्यांना हिंदुस्थानामध्ये अद्वितीय ऐतिहासिक महत्त्व प्राप्त झालेले आहे. त्यांच्या अगदी अलीकडल्या पूर्वजांनीसुद्धा शेकडो लढाया मारून धारातीर्थी आपली देह ठेवले. व्यवस्थित रीतीने मोठमोठ्या फौजांच्या हालचाली केल्या. विलक्षण राजकारणे लढविली. साम्राज्यातील राजकीय प्रश्न उलगडून दाखविले. सारांश, त्यांनी आपल्या कृतीने अलीकडचा इतिहास बनविला. बुद्धीची तीक्ष्णता, दीर्घोद्योग, साधी राहणी, उच्च विचारसरणी, कोणताही विचार आचरणात आणण्याची धमक, चारित्र्य इत्यादी सर्व गुणांचा मिलाफ मराठ्यांच्यात झालेला असल्यामुळे आजतरी हिंदुस्थानात त्यांच्यापेक्षा वरचढ कोणी असेल, अशी कल्पनासुद्धा करण्याचे कारण नाही. वरील सद्गुण समुच्चयात जर मराठ्यांमध्ये संघटन, चातुर्य, सहकारिता, आधुनिक यांत्रिक कलेचे ज्ञान आणि आहे त्याहून अधिक दूरदृष्टी इतक्या गुणांची भर पडेल, तर पृथ्वीच्या

पाठीवर त्यांची बरोबरी कुणीही करू शकणार नाही. मराठे उत्तरेत, पूर्वेस, गुजरातेत, मुलखगिरी करण्यासाठी गेले होते, असे म्हणण्यापेक्षा त्या वेळच्या मुसलमानी सत्तेचा जुलूम हिंदू रयतेस सहन न होऊन त्यांनी मराठ्यांना बोलाविले. त्यावरून मराठ्यांचे राज्य गायकवाडांनी गुजरातेत, शिंदे-होळकर-पवारांनी उत्तर हिंदुस्थानात, नागपूरकर-भोसल्यांनी बंगालमध्ये वाढविले. हे राज्य वाढविण्याच्या कामगिरीसाठी या मराठे सरदारांनी आपल्या बरोबर दक्षिणेतून ज्या शूर सरदारांना नेले होते, त्यांना जहागिऱ्या आणि वतने दिली. जहागीरदारांना पूर्ण प्रतिष्ठा आणि महत्त्व प्राप्त करून दिले. त्यामुळे मराठ्यांच्या सत्तेचा विस्तार होत असताना मराठा मंडळाच्या राज्यकारभाराची जहागीरदारी प्रथा एक महत्त्वाचे अंग बनले. आपापल्या भाराचे एक महत्त्वपूर्ण अंग बनले. आपापल्या जहागिरीची अंतर्गत व्यवस्था राखण्याच्या बाबतीत ही जहागीरदार मंडळी पुष्कळ अंशी स्वतंत्र होती. या जहागीरदारांना पायदळ व घोडदळ नेहमीच तयार ठेवावे लागे. वेळ पडल्यास राज्याची सेवा करण्यास ते नेहमीच तयार असत. राजकीय आज्ञा त्यांना काटेकोरपणे पाळाव्या लागत. त्यांच्या कारकिर्दीत लोकांस चोर, दरोडेखोर यांच्यापासून अभय मिळाले. भिल्लांवरच त्यांनी यात्रेकरूंच्या संरक्षणाची जबाबदारी सोपविली. त्यामुळे यात्रेकरूंना लुटणारे भिल्लच त्यांचे संरक्षक बनले. मराठ्यांच्या राज्याचा विस्तार होत असताना शिपाई गडी वर्षभर मुलूखगिरीवर राहत असत. त्यांना मनोरंजन हवे असे. त्यातून हरदासी संस्था अस्तित्वात आल्या. शिपाईगड्यांचे मनोरंजन करण्यासाठी एक तुणतुण्याच्या नादावर व तालावर नृत्यगान करणारी तमाशा ही संस्था अस्तित्वात आली. या संस्थेने समाजावर आपली पकड घट्ट बसविली. त्यामुळे लोक विलासी बनले. उत्तरेशी संबंध आल्याने तेथील संगीताचे सूर महाराष्ट्रात निनादू लागले.

मराठ्यांनी साम्राज्यविस्तार करताना राज्याच्या सांपत्तिक स्थितीची काळजी घेतली नाही. त्या वेळची जनता राजकारणातून अलिप्त होती. राजकारण हा राजे लोकांचा खेळ आहे व आपण मुके, बिचारे आहोत असेच ते मानीत होते. जनजागृती व उत्स्फूर्त जनप्रतिकार हा जवळजवळ नव्हताच. उलट इंग्रज आले दरारा बसला. जीवनाला सुरक्षितता आली. म्हणून मनातले मनात प्रजा आनंदली. मराठ्यांचे-इंग्रजांचे युद्ध सुरू असता कलकत्याला एक जाहीर सभा झाली. त्या सभेत मराठ्यांचा पराभव व्हावा, म्हणून सार्वजनिक प्रार्थना करण्यात आली. त्याचे कारण लुटारू मराठ्यांची दहशत बंगालने इतकी घेतली की, आम्हाला मुसलमान तर नकोच पण मराठे विजयी व्हावयास नको, इंग्रज परवडले असे कलकत्यातील स्वदेशीयांना वाटले. मराठ्यांनी स्वराज्याचे साम्राज्य करताना सर्व हिंदूंना आपणाकडे आकर्षण्यासारखे धोरण ठेवलेले दिसत नाही. आपल्याविषयी इतर प्रांतीयात प्रेम उत्पन्न करण्यासारखे वर्तन ठेवलेले नव्हते. धनाढ्य

व्यापारी मराठ्यांना अनुकूल असल्याचे दिसत नाही. म्हणजे राज्यात पैशाची पैदास दिसत नाही. प्रत्येक स्वारीचा व्यवहार आतबट्ट्याचा असण्याचा संभव फार. मराठ्यांच्या राज्याचे अवशेष म्हणून मुसलमानी राज्यकर्त्यांप्रमाणे टोलेजंग इमारती दिसत नाहीत. ह्याचे कारण मराठ्यांजवळ पैसा नव्हता. शिवछत्रपतींनी लूट करून खजिना तुडुंब भरला. तो त्यांचे चिरंजीव संभाजी राजे यांच्या काळात रिता झाला. राजाराम छत्रपतींना निर्वासित होऊन जिंजीस जावे लागले आणि तेथून कर्ज काढून व काही मराठी प्रदेशाची विक्री करून निर्वाह करावा लागला. महाराष्ट्रात मराठे तळहाती शिर घेऊन औरंगजेबाशी सतत सत्तावीस वर्षे लढले. सतत धावपळीचे जीवन जगलेल्यांच्या खजिन्यात खडखडाट असावयाचाच. औरंगजेब मेल्यावर पेशवे व मराठे सरदार उत्तरेत व दक्षिणेत अनिरुद्ध संचार करू लागले. तरी मराठेशाहीचा सरकारी खजिना रिताच होता. थोरल्या बाजीराव पेशव्यांचे सरदार कोटकोट खजिना बाळगून होते, पण कर्जापायी त्यांचे कपाळ छिनत चालले होते.[३९]

मराठ्यांच्या पत्रातून सतत पैशाचीच भाषा केली होती. जानेवारी १७२९ मध्ये बाजीराव पेशवे चिमाजी यांस लिहितात, जिकडे पैका मिळेल तिकडे जाणे. बहुतयुक्तीने चौकशीने पैका मिळविणे. माळवा प्रांत लुटून टाकणे. आम्ही छत्रसालचे मुलखात आलो आहोत, तुम्ही इकडे येऊ नये. तुम्ही तिकडे पोट भरणे आम्ही इकडे भरतो. दोन्ही लष्करे ही एका जागा होऊन पैका कैसा मिळेल?[४०] एप्रिल १७३७ मध्ये बाजीभीवराव पेशव्यांस लिहितात की, तुमच्या आज्ञेप्रमाणे दुतीयेकर वगैरे राजांकडून दांडगाईने पैसे वसूल केले आहेत.[४१] मे १७३९मध्ये चिमाजी आप्पा यांना आलेल्या पत्रात म्हटले आहे, ‘‘मराठी सैन्याने रामनगरच्या रयतेची चिरगूट पांघरुणेसुद्धा पळविली.’’[४२] हे एवढे सर्व स्वच्छ दिसत असताना मराठ्यांच्या साम्राज्यविस्तारामागे फार मोठे ध्येय होते. हिंदू धर्मप्रसाराचा उच्च भाव होता वगैरे सारखी विधाने करणे, म्हणजे ती आत्मवंचना ठरेल.

एक गोष्ट मात्र निश्चित की, मराठे पराक्रमी होते, लढवय्ये होते, मुलूखगिऱ्या करत होते. त्यामुळे त्यांची म्हणून एक सत्ता तयार झाली. मात्र मराठ्यांचे साम्राज्य मात्र झाले नाही.

दुसरा एक महत्त्वाचा मुद्दा असा की, छत्रपती शाहू महाराजांच्या नेतृत्वाखाली श्रीमंत बाळाजी विश्वनाथ पेशवे आणि श्रीमंत पहिले बाजीराव पेशवे यांच्याद्वारे मराठ्यांच्या सत्तेचा विस्तार होत होता, तेव्हाही पूर्वीप्रमाणेच आपापसातील भांडणे चालूच होती. पेशवे बाळाजी विश्वनाथ यांना चंद्रसेन जाधव, खटावकर वगैरेंचे उपद्रव तर बाजीराव पेशव्यांना प्रतिनिधीचा, बाजीराव दाभाडे संघर्ष तर प्रसिद्ध त्रिंबकराव दाभाडेच्या बाबतीतले

बाजीराव पेशवे यांचे वर्तन तर कधीच समर्थनीय होऊ शकत नाही.

पेशवेकाळात मराठ्यांची सत्ता वाढत होती, त्याच वेळेस हिंदूंअंतर्गत समाजात ब्राह्मण वर्गाचे महत्त्व वाढत होते. त्यांना श्रावणमास दक्षिणा मिळू लागल्या. अगदी पहिल्या बाजीराव पेशव्यांनीही १७३१पासून ब्राह्मणांस दक्षिणा दिल्या. त्यामुळेच शेजवलकर म्हणतात त्याप्रमाणे समाजात एक ऐतखाऊंचा वर्ग तयार झाला. त्यामुळे देशाची प्रगती न होता अधोगतीच झाली, हे मान्य करावे लागते.

अर्थात, असे असले तरी मराठ्यांच्या सत्ता विस्ताराने काहीच साधले नाही, असे म्हणणे म्हणजे मराठ्यांच्या इतिहासावर अन्याय केल्यासारखेच होईल.

मराठ्यांचा कर्नाटकाशी जो संबंध आला, त्यामुळे त्यांचे ते कधी मित्र तर कधी शत्रू झाले. तर कर्नाटकातील पाळेगार काही वेळेस मराठ्यांचे मांडलिकही झाले. पण मराठे तेथे गेले, म्हणूनच कर्नाटकातील संस्थानिकांचे इस्लामीकरण झाले नाही. ही मराठ्यांची कामगिरी मान्यच करावयास हवी.४४

मराठे सरदार उत्तर हिंदुस्थानात, कर्नाटकात जेथे जेथे कायम होत, तेथे त्यांजबरोबर काही महाराष्ट्रीय, ब्राह्मण कामदार असल्याने आणि त्याशिवाय त्यांचे उपाध्ये, शिष्य, पुराणिक, जोशी, वैद्य वैदिक, याज्ञिक, कथेकरी, हरिदास वगैरे मंडळी येत असत व आपल्या विद्येचा व कलेचा प्रसार करीत. नवीन जिंकलेल्या प्रांतात महाराष्ट्रीय ब्राह्मणांच्या शुद्ध संस्कृतीचा प्रसार होत गेला आणि एतद्देशीय ब्राह्मण विद्वान व सदाचारसंपन्न होऊ लागले. अशा रीतीने मुसलमानी आमदानीत नष्ट, भ्रष्ट झालेल्या हिंदूंच्या पूर्व संस्कृतीचे पुनरुज्जीवन मराठी राज्याचे उदयकालापासून होत आले. मराठी अंमल जेथे कायम होई, तेथील मुसलमानी अमदानीपासून अपूजित राहिलेल्या देवस्थानांचा जीर्णोद्धार होई. पूजा-अर्चा, धूपदीप, नैवेद्य, उत्सव यांचा बंदोबस्त होऊ लागला. देवळातून पाठ, अनुष्ठाने, सप्ताह, पारायणे, जप-जाप्य इत्यादी गोष्टी सुरू झाल्या. मुसलमानी अमदानीत नष्ट झालेल्या आचारांचा पुनःप्रचार सुरू झाला. धर्माचा जीर्णोद्धार संबंध हिंदुस्थानात मराठेशाहीमुळे होत गेला. क्षेत्राच्या ठिकाणी मोगलांनी विछिन्न केलेली देवळे, घाट, कुंड, तीर्थ इत्यादी पुन्हा कायम केले. धर्मशाळा बांधून अन्नछत्रे घातली.

काशी, प्रयाग, मथुरा, उज्जयनी, इत्यादी क्षेत्री चांगले विद्वान, स्नान-संध्याशील, तपस्वी ब्राह्मण बसवून त्यांना स्वास्थे करून दिली. वाचन-पठणास उत्तेजन दिले. ग्रंथलेखन चालविले. त्यामुळे दुर्मीळ ग्रंथ मिळू लागले. ते शिकून विद्वान पंडित तयार झाले. त्यांनी क्षेत्राचे ठिकाणी संस्कृती विद्येची पीठे पुन्हा स्थापिली. त्यामुळे मुसलमानी आमदानीत सनातन धर्मास व आचारास आलेली ग्लानी दूर होऊ लागली. काश्मीर-नेपाळपासून नर्मदापावेतो सर्वत्र दक्षिणी पंडितांस विशेष मान मिळत गेला.

बद्री नारायणपासून उज्जयनीच्या महांकाळपर्यंत या बाजूस अनेक छिन्न देवस्थानांत पूजाअर्चा नीट चालत नव्हती. ती चांगली चालावी या करीता बहुतेक ठिकाणी कर्नाटक, तेलांगण, द्रवीड देश येथून चांगले शुद्ध आचाराचे ब्राह्मण बोलावून त्यांचेकडे देवस्थानांच्या पूजेअर्चेची व्यवस्था सोपविली. कथा, कीर्तने, पुराणे हे राष्ट्रीय शिक्षणाचे प्रकार महाराष्ट्रात फार दिवसांपासून चालत आले. या शिक्षण साधनांतून महाराष्ट्रातील जनतेचा अतिशय लाभ झालेला आढळतो. कथा, पुराणे, नाटके, याशिवाय सर्कस, कुस्त्या इत्यादी मनोरंजन-प्रधान शिक्षणाचे राष्ट्रीय प्रकार उत्तर हिंदुस्थानी रयतेने उचलले.

मुसलमानांचे वेळी ब्राह्मणांवर बरीच सक्ती होत असे. पण हिंदू राज्य सुरू झाल्यापासून सक्ती नाहीशी होऊन धर्माचरण होऊ लागले. स्वराज्य स्थापनेनंतर हिंदूंच्या देवालयावरील वक्रदृष्टी थांबली. देवालयांना संरक्षण मिळू लागले. मुलखात देव-देवस्थाने जिथे होती त्यास दिवाबत्ती, नैवेद्य स्थान पाहून चालविले.

मराठ्यांनी माळवा, बुंदेलखंड, उत्तरेकडील प्रदेश आणि गुजराथ या ठिकाणी आपली सत्ता स्थापन केली. वरील प्रत्येक ठिकाणी त्या वेळच्या मुसलमानी रयतेचा जुलूम त्या रयतेस सहन न होऊन त्या त्या ठिकाणच्या रयतेने त्यांना बोलाविले. त्या वेळेचे मुसलमान सत्ताधीश सत्तेने मदांध होऊन स्त्रियांच्या पातिव्रत्याचा भंग करीत. दिवसाढवळ्या बलात्कार, अब्रू घेणे ही कामे त्यांच्या हातचा मळ झाली होती. कुणबीण सुंदर स्त्रिया त्यांना त्यांच्या जनानखान्यात कुंटीण म्हणून हव्या, असे वाटू लागले. याहून वरच्या वर्गालाही तोच त्रास सोसावा लागत होता. गाव पाटील, देसाई, पाटीलदार वगैरे वजनदार हिंदू लोक या छळातून मुक्त झाले नव्हते. त्यांच्या बायका, मुली वगैरेंची तीच गत होती. त्यातून मुक्त होण्याकरिता पिलाजी गायकवाडास गुजरातने बोलाविले. शिंदे, होळकर, पवार यांना माळवा, बुंदेलखंड, दिल्ली, पंजाब वगैरेच्या वतनदार लोकांनी पाचारण केले. या सर्व लोकांनी तेथे खंडण्या वसूल करून रयतेस जीवित, वित्त व सुरक्षिततेची हमी दिली. हिंदूंनी मुसलमान होणे थांबले. बाटगेपणा गेला.

मराठ्यांच्या सत्ताविस्ताराचा आणखी एक परिणाम, म्हणजे मराठ्यांच्या संपर्कात आल्यामुळे मुसलमान राज्यकर्तेसुद्धा होळीसारखा मोठा सण मोठ्या उत्साहाने साजरा करीत आणि आपल्या हिंदू प्रजेच्या आनंदात सहभागी होत. गावोगावी होळीचा सण साजरा होई. त्याचप्रमाणे प्रत्येक गड-किल्ल्यावरही होळीचा समारंभ साजरा होई. रंगपंचमीच्या दिवशी मात्र एक खास दरबार भरवून मोठा रंगसोहळा साजरा करण्यात येई. हुजऱ्यापासून हुजुरांपर्यंत सारे लहानथोर ह्या समारंभात रंगून जात.[४५] हा मराठी सत्तेच्या विस्ताराचा परिणाम म्हणून मान्यच केला पाहिजे. तथापि, प्रा.आठवले यांच्यासारखे इतिहासतज्ज्ञ मराठ्यांचा इतिहास म्हणजे फक्त शिवाजी महाराज आणि शिवाजी

महाराजांचाच इतिहास असे म्हणून मराठ्यांना शिवाजी महाराजांपूर्वीही इतिहास नव्हता आणि शिवाजी महाराजांनंतरही नाही. मराठ्यांचा इतिहास म्हणजे फक्त शिवाजी महाराज आणि शिवाजी महाराजच असे जे म्हणतात,[४६] ते फारच एकांगी वाटते.

तथापि, १९७१ मधील हे प्रा. आठवले यांचे मत जरा बदललेले दिसते. मराठ्यांच्या इतिहासाविषयी ते लिहितात, ''मराठ्यांचा इतिहास म्हणजे प्रारंभी स्वराज्य मिळविण्याकरिता, नंतर काही काळ ते टिकविण्यासाठी आणि त्यापुढे त्या स्वराज्याचा हिंदुस्थानभर विस्तार करण्यासाठी दिलेल्या, त्या सत्तेच्या स्थापनेपासून तर अखेरीपर्यंत केव्हाही न थांबता चालू राहिलेल्या लढ्यांची एक प्रदीर्घ कथा आहे.'' पुढे जाऊन ते म्हणतात, ''बाजीराव पेशव्यांच्या काळात काय किंवा अगदी शिवाजी महाराजांपासून मराठी सत्तेच्या अखेरीपर्यंत, मराठ्यांच्या इतिहासात फक्त मोहिमांमागून मोहिमाच आहेत. असे असले, तरी त्यामुळे मराठ्यांनी काही इतिहास घडविलाच नाही असे मुळीच म्हणता येणार नाही. अशीही कधी काळी जी गरज निर्माण होते की, जेव्हा फक्त लढायाच करणे प्राप्त होते. त्यातून भरीव अशी निर्मिती पुढे होऊ शकते. किंवा तशी झाली नाही तरी निदान संभाव्य असे एखादे संकट परतविलेले असते, हे निश्चित.''

छत्रपती शाहू महाराज आणि पेशवे बाळाजी विश्वनाथांच्या निर्धाराने मराठी सत्तेची उभारणी बरीचशी व्यवस्थित अशी झाली होती. त्या पेशव्यांनी पूर्णपणे नाहीतरी बऱ्याच यशस्वीपणे मराठ्यांना संघटित करून, रणांगणावर आणून उत्तरेची दिशा दाखविली होती. तथापि, त्या दिशेने हिमतीने आणि वेगाने पुढे जाणे आवश्यक होते. आणि तसेच इतर दिशांनाही हातपाय पसरणे आवश्यक होते. क्रमप्राप्त अशी ही कामगिरी बाजीराव पेशव्यांच्या अंगावर पडली. आणि त्यांनी दोन दशके समर्थपणे सांभाळली.

औरंगजेब हा शेवटचा कर्तबगार मुघल सम्राट. त्याच्यानंतर १७०७ ते १७२० या काळात मोगल बादशाही ढासळल्याचे चित्र स्पष्ट झाले होते. १७२० मध्ये तख्तावर असलेला महंमदशाहा किंवा त्याच्या नावे किंवा त्याला हुसकावून आणखी कोणीतरी बादशाही पुन्हा समर्थपणे उभी करील, असे दिसत नव्हते. पण याचा फायदा उठवायला कित्येक यवन पुढे सरकण्याचा धोका निर्माण झाला होता. या संधीत मराठे पुढे सरसावले. बाजीराव पेशव्यांच्या नेतृत्वाखाली हिंदुस्थानच्या राजकारणाची सूत्रे सगळी नाही, तरी बरीचशी त्यांनी हाती घेतली. सत्तेचा मामला पुष्कळसा हिंदूंच्या हाती आला. आता पेशवे, शिंदे, होळकर आदी करून हिंदू सत्ताधीश प्रदेशात काही फार मोठी क्रांती करणार होते असे नाही; पण देशाच्या बऱ्याच मोठ्या प्रदेशात प्रजेचे धार्मिक स्वातंत्र्य अबाधित राहणार होते. हिंदूंच्या पोथ्या, शिल्पे सुरक्षित राहणार होती. अर्थात गरीब जनतेला युद्धाच्या झळा पोहोचणारच होत्या. पण त्या पेशवे बाजीराव काय किंवा निजाम काय

कोणाच्याही मोहिमा निघाल्या असत्या, तरी त्या चुकणार नव्हत्या. परंतु बाजीराव पेशवे आणि त्यांचे सरदार यांचेऐवजी कुणा असहिष्णू, धर्मांध जुलमी मुसलमानांचे हाती भारतीय राजकारण जाते, तर येथील बहुसंख्य हिंदू जनतेच्या दृष्टीने ती फार मोठी आपत्ती झाली असती. बाजीराव पेशव्यांनी ठरवून निर्धारपूर्वक आणि ध्येयनिष्ठेने हिंदुपदपातशाहीचे काम हाती घेतले, असा दावा करता येणार नाही. परंतु अगदी वैयक्तिक महत्त्वांकाक्षेनेच बाजीराव पेशवे आणि त्यांचे साथी लढले असले तरी एखाद्या नव्या संभाव्य मुसलमानी सत्तेचा प्रसंग टळला, हे खरेच.[४७]

प्रा. आठवले यांचे वरील मत काही अंशी खरे मानता येईल. पण सर्वस्वी खरे मानता येणार नाही. कारण त्यांचे मत हे Hypothetical म्हणजे एका गृहीतावर आधारलेले दिसते. आणि ते गृहीतक म्हणजे मराठी सत्तेचा विस्तार म्हणजे हिंदू-मुसलमानांतील झगडा होय. आणि दुसरे गृहीतक म्हणजे मुसलमानांचे सर्व काही वाईटच. आणि मुसलमान राजेही वाईटच. तथापि, एकूण मध्ययुगीन भारताचा इतिहास पाहिला तरी मराठ्यांचा झगडा केवळ मुसलमानांशीच नव्हता. अगदी शिवाजी महाराजांपासून ते पुढे पेशवे दुसऱ्या बाजीरावांच्या काळापर्यंत हिंदू विरुद्ध हिंदू लढल्याचीही अनेक उदाहरणे आहेतच.

मराठ्यांचा साम्राज्यविस्तार होत असताना विशेषतः पेशवे बाळाजी विश्वनाथापासून हिंदूंच्या मध्ये असलेला वरिष्ठ ब्राह्मण समाज विशेषतः चित्पावन ब्राह्मण यांनाच अधिक मानमरातब मिळू लागला. सर्वसामान्य हिंदू समाज पूर्वी होता तिथेच राहिला. पेशवे राज्याचे मालक बनले व छत्रपती मागे पडले. पेशव्यांच्या मुळेच रास्ते, पेठे, भानू, पुरंदरे, पटवर्धन इत्यादी घराणी पुढे आली.

बाजीराव पेशवे किंवा त्यांच्या वंशजांनी केवळ हिंदू धर्माचा कैवार घेऊन काही केले म्हणावे, तर तसेही दिसत नाही. कारण शिवाजी महाराजांनी दक्षिण दिग्विजयानंतर तिकडील मुसलमानांनी भ्रष्ट केलेली देवळे पुन्हा बांधून हिंदू धर्माच्या पुनरुज्जीवनाचा उपक्रम चालू ठेवला होता. तसेच औरंगजेबाला जिजीया कराराबद्दल खरमरीत पत्र लिहिले होते, ते सर्वज्ञात आहे.

तथापि, बाजीराव पेशव्यांपर्यंत तरी असे कोणी काही केल्याचे नमूद नाही. उलट पेशवाईत टोक्याची देवळे व पुण्याची पर्वती भ्रष्ट करणाऱ्या निजामाला कोणतेही शासन झाल्याचे दिसत नाही. शिवाजी महाराजांनी जसा राज्यव्यवहार कोश तयार केला, तसाही काही उपक्रम पेशव्यांनी केलेला आढळत नाही.[४८]

त्यामुळे प्रा.आठवले यांचे वरील हिंदू धर्माविषयीचे मत लटके पडते.

पेशवे बाळाजी विश्वनाथ व पेशवे बाजीराव यांच्या उत्तरेकडे जाण्याच्या धोरणामुळे

दक्षिण मोकळे सुटले व तेथे इंग्रज, फ्रेंच इत्यादी पाश्चिमात्यांनी डोके वर काढण्यास सुरुवात केली. त्यामुळे मराठी राज्याचे नुकसानच झाले.[४१]

उत्तरेकडे गेलेल्या हिंदूंनी ठिकठिकाणी केलेल्या मुलूखगिरीमुळे कळत नकळत हिंदू शेतकऱ्यांवर दुष्परिणाम झाले. मराठ्यांच्या चौथाई गोळा करण्याच्या पद्धतीमुळे शेतकऱ्यांवर शेतसाऱ्याचा बोजा पडून मराठा राजवट तिकडे अप्रिय ठरत गेली. पण त्याचबरोबर हेही लक्षात घ्यावे लागेल की, काही ठिकाणी मराठा सरंजामदारांनी चांगले प्रशासनही त्या त्या भागात दिले. दुसरा एक महत्त्वाचा परिणाम म्हणजे, मराठ्यांच्या लढायांसाठी आवश्यक असलेला पैसा ते खाजगी सावकारांकडून घेऊ लागल्याने महाराष्ट्रात काही सावकार उदयास आले. त्याचप्रमाणे उत्तरेकडच्या शीख, जाट, रजपूत अशा सर्व हिंदूंनी मराठ्यांपासून स्फूर्ती घेऊन आपापल्या भागात मुघल सत्तेविरुद्ध उठाव केले. त्यामुळे मुघल सत्ता खिळखिळी होण्यास मदत झाली.

थोडक्यात मराठ्यांच्या सत्ता विस्ताराचे केवळ चांगले अथवा वाईटच परिणाम झाले, असे कोणालाही म्हणता येणार नाही. तथापि, सतराव्या शतकानंतर ज्या तडफेने आणि ज्या वेगाने मराठी सत्ता वाढत होती, त्यामुळेच १७६१ पर्यंत सतत मराठ्यांचा दबदबा निर्माण झाला आणि एक विशिष्ट काळ हा संपूर्ण हिंदुस्थानच्या इतिहासात मराठ्यांचा काळ म्हणून ओळखला जाऊ लागला, ही त्यांच्या प्रदेश विस्ताराची फलश्रुती होय.

संदर्भ टीपा

१) म. रि., खंड १, पृ. १७
२) राजवाडे वि. का. (संपा.) राधा माधव विलास, पुणे १९८९, पृ. २५० (दु.आ.)
३) गाडगीळ स. रा. (संपा.), स.ब., पुणे १९६०, पृ. १०५
४) Jadunath Sarkar, 'Shivaji and his times' Calcutta 1919, p. 496
५) कुलकर्णी आणि खरे (सं.), मराठ्यांचा इतिहास, खंड २, पृ. २३५-३६
६) राजवाडे (सं.), म. इ. सा., खंड ८, लेख २८
७) जोशी, प्र. न. (संपा.), आज्ञापत्र, पुणे १९६९, पृ. २४-२५ (दु.आ.)
८) Sardesai G. S., 'New History of the Marathas', Bombay 1971, p. 297-99
९) कुलकर्णी, अ. रा., शिवकालीन महाराष्ट्र, पुणे १९९३, पृ. ४४
१०) जोशी प्र. न., उपरोक्त, पृ. २६
११) जोशी शं. ना., ग. ह. खरे, शिवचरित्र साहित्य खंड ३, पुणे १९६०, लेख ४३८
१२) राजवाडे, म. इ. सा., खंड १५, लेख २७६
१३) आठवले सदाशिव, शिवाजी आणि शिवयुग, पृ. १४९

१४) Jadunath Sarkar, Shivaji and his times, p. 486
१५) गाडगीळ स. रा. उपरोक्त, पृ. १२८
१६) राजवाडे, म. इ. सा., लेख ३१
१७) Jadunath Sarkar, 'Shivaji and his times', p. 110-3, 218-28
१८) जुवेकर प्रमोदिनी, संपा, चिटणीस बखर, पुणे १९६३, पृ. ५०
१९) पगडी, सेतुमाधवराव, महाराष्ट्र कर्नाटकातील सुवर्णकाळ, मुंबई १९९०, पृ. १६१-६२
२०) Jadunath Sarkar, History of Aurangjeb, Vol.4, p. 283
२१) कुलकर्णी गो. त्र्यं., (संपा.), मराठी रियासत खंड २, विभाग संपादकाचे मनोगत, पृ. २
२२) आठवले उपरोक्त, पृ. १७
२३) पवार जयसिंगराव, (संपादक), संभाजी स्मारक ग्रंथ, पृ. १५९-७१
२४) कित्ता, प्रस्तावना, पृ. ९५
२५) कित्ता, पृ. २४६
२६) पगडी, मो. म., पृ. १४३
२७) Khare G. H., Select Articles, Poona 1962, p. 111
२८) राजवाडे, म. इ. सा., खंड ५, ले. ६
२९) Khare G. H., Op.Cit., p. 111
३०) मो. म., पृ. १४३
३१) आठवले, उपरोक्त, पृ. १८
३२) म. रि., खंड २, पृ. ३१६
३३) कित्ता, पृ. २४२-५
३४) शेजवलकर त्र्यं. शं., पे.नी.सं., पुणे १९६३, पृ. १३-२२
३५) H. N. Sinha, Rise of Peshwas, Alahabad 1954, p.120
३६) पे. द., खंड १५, पृ. ४८-४९
३७) म. रि., खंड ३, पृ. २७१-६२२
३८) पिसुर्लेकर, पो. म. सं., पृ. २०१
३९) खोबरेकर वि. गो., मराठी अमलाचे स्वरूप, कोल्हापूर १९८८, पृ. १०६-९
४०) पे. द., खंड १३, लेख ३३
४१) कित्ता, खंड १५, ले. ४०
४२) कित्ता, खंड ४०, ले. १४
४३) शेजवलकर, उपरोक्त पृ. ३३
४४) कुलकर्णी आणि खरे, मराठ्यांचा इतिहास, खंड १, पृ. ४७७
४५) खोबरेकर, उपरोक्त, पृ. ८८,८९
४६) आठवले, उपरोक्त, पृ. २०६
४७) म. रि.खंड ३, विभाग संपादकाचे मनोगत, पृ. २०३-५
४८) शेजवलकर, उपरोक्त, पृ. १५६
४९) कित्ता, पृ. २७

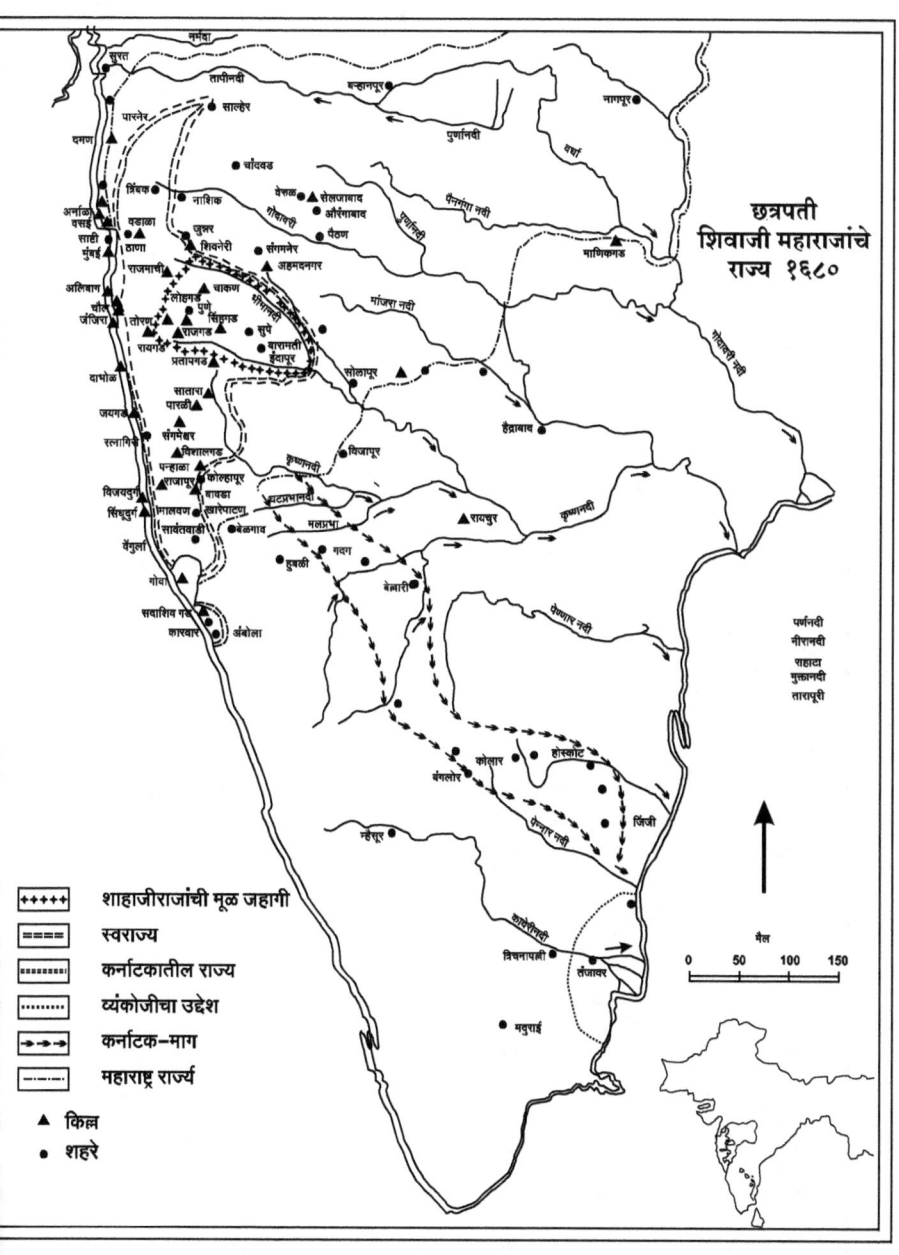

छत्रपती शिवाजी महाराजांचे राज्य १६८०
शाहाजीराजांची मूळ जहागी
स्वराज्य
कर्नाटकातील राज्य
व्यंकोजीचा उद्देश
कर्नाटक–माग
महाराष्ट्र रार्ज्य
किल्ल
शहरे
मैल
0 50 100 150
नर्मदा
सुरत
तापीनदी
ब्ऱ्हानपूर
नागपूर
पारनेर
साल्हेर
दमण
पुर्णानदी
वर्धा
चांदवड
त्रिंबक
नाशिक
सेलजाबाद
औरंगाबाद
पैनगंगा नदी
वडाळा
ठाणा
जुन्नर
शिवनेरी
संगमनेर
पैठण
माणिकगड
अहमदनगर
राजमाची
चाकण
लोहगड
पुणे
अलिबाग
जंजिरा
तोरणा
सिंहगड
राजगड
सुपे
रायगड
बारामती
इंदापूर
प्रतापगड
मांजरा नदी
सोलापूर
दाभोळ
सातारा
पारली
जयगड
रत्नागिरी
संगमेश्वर
विशालगड
हैद्राबाद
विजापूर
पन्हाळा
राजापूर
कोल्हापूर
कृष्णानदी
विजयदुर्ग
बावडा
सिंधुदुर्ग
मालवण
घटप्रभानदी
मलप्रभा
रायचुर
कृष्णानदी
सावंतवाडी
बेळगाव
वेंगुर्ला
गदग
हुबळी
बेल्लारी
गोवा
सदाशिव गड
कारवार
अंबोला
पेण्णार नदी
पर्णनदी
नीरानदी
पाहाटा
मुक्तानदी
तारापूरी
कोलार
होस्कोट
बंगलोर
जिंजी
म्हैसूर
कावेरीनदी
त्रिचनापल्ली
तंजावर
मदुराई

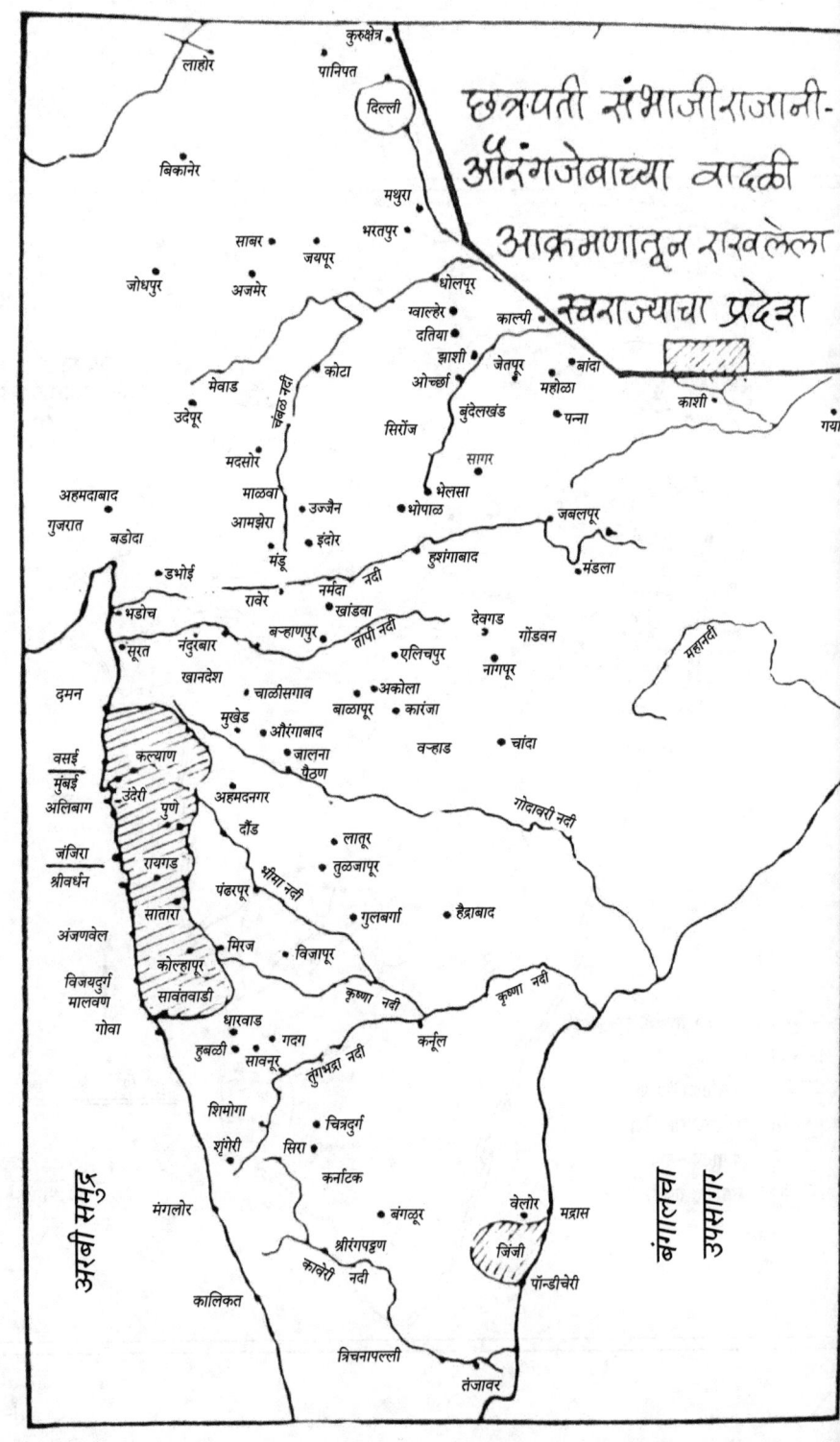

छत्रपती संभाजीराजांनी औरंगजेबाच्या वादळी आक्रमणातून राखलेला स्वराज्याचा प्रदेश

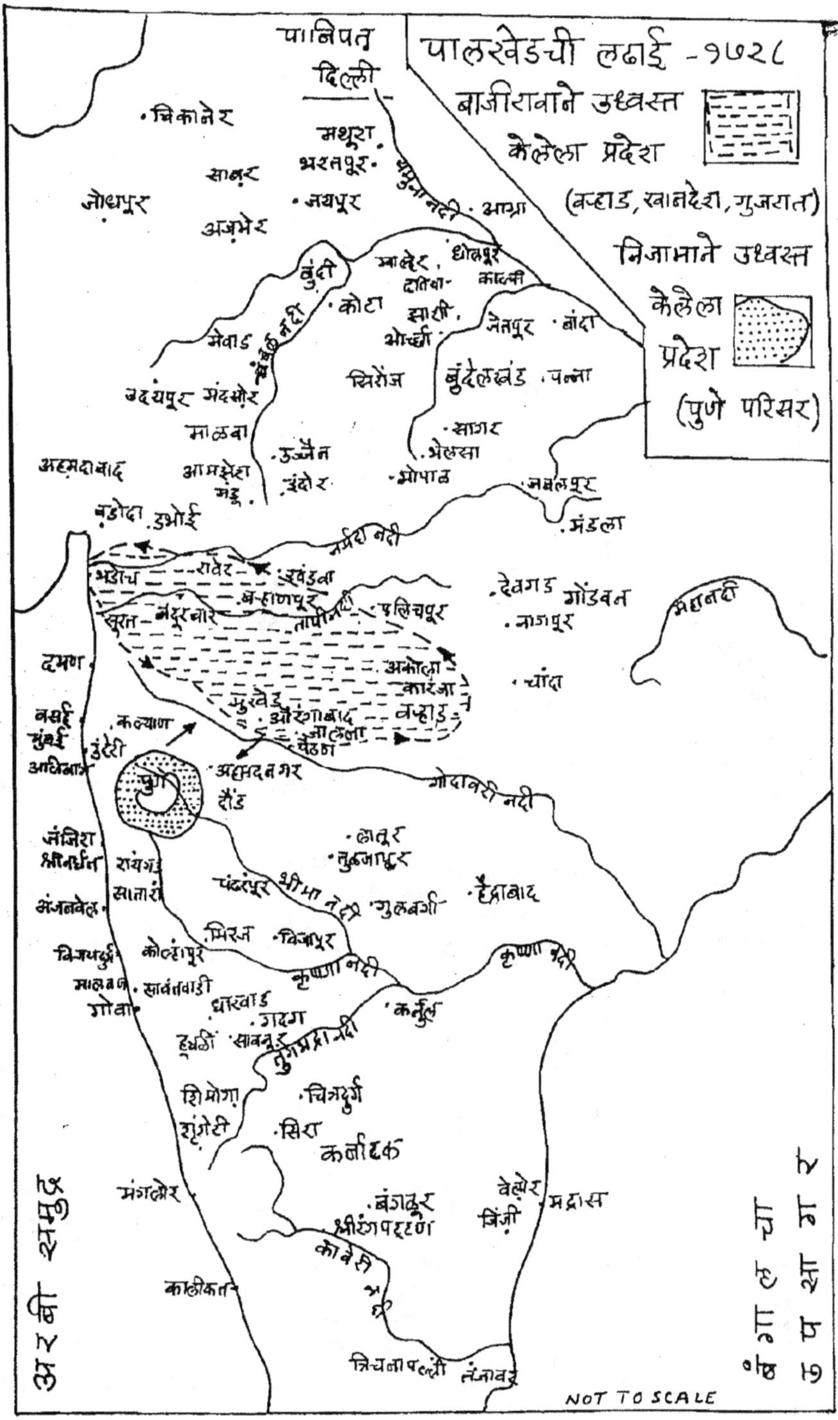

पालखेडची लढाई - १७२८

पानिपत
दिल्ली

बिकानेर
मथुरा
सांभर
भरतपूर
जोधपूर
जयपूर
अजमेर

बाजीरावाने उध्वस्त केलेला प्रदेश
(व्हाड, खानदेश, गुजरात)

निजामाने उध्वस्त केलेला प्रदेश
(पुणे परिसर)

बुंदी
ग्वालेर
धौलपूर
कालपी
दातीया
कोटा
झाशी
नेतपूर
बांदा
मेवाड
भोपची
सिरोंज
बुंदेलखंड
चन्ना

उदयपूर
मंदसोर
सागर
माळवा
भेलसा
अहमदाबाद
आमझेरा
उज्जैन
भोपाळ
जबलपूर
मंडू
इंदौर
मंडला

बडोदा
डभोई
नर्मदा नदी

भडोच
रावेर
बुन्हाणपूर
यमुना
देवगड
गोंडवन
महानदी
सुरत
नंदूरबार
तापी नदी
बालिचपूर
नागपूर

दमण
अकोला
कारंजा
चांदा
मुखेड
औरंगाबाद
व्हाड
नसई
मुंबई
कल्याण
उंदेरी
अधिमान
बेतला

अहमदनगर
दौंड
गोदावरी नदी

जंजिरा
श्रीवर्धन
रायगड
लातूर
तुळजापूर

अंजनवेल
सातारा
पंढरपूर
भीमा नदी
गुलबर्गा
हैद्राबाद

मिरज
विजयदुर्ग
कोल्हापूर
विजापूर
कृष्णा नदी
कृष्णा नदी

मालवण
सावंतवाडी
धारवाड
गोवा
गादग
सावनूर
कर्नूल
हुबळी
तुंगभद्रा नदी

शिमोगा
चित्रदुर्ग
शृंगेरी
सिरा
कर्नाटक

मंगळूर
बंगळूर
श्रीरंगपट्टण
कोवेरी
वेल्लोर
जिंजी
मद्रास

काळीकत

त्रिचनापल्ली
तंजावूर

अरबी समुद्र

बंगालचा उपसागर

NOT TO SCALE

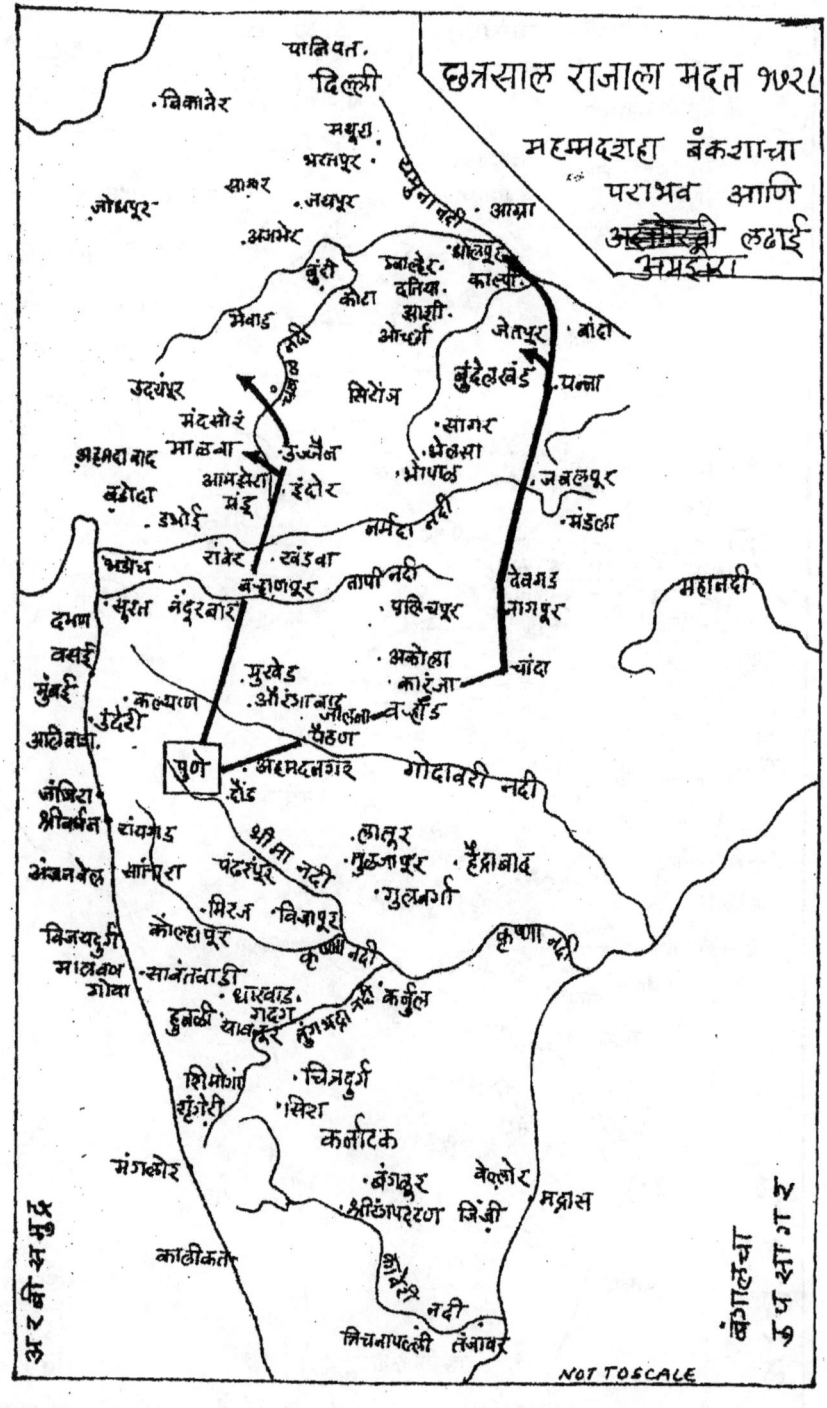

छत्रसाल राजाला मदत भर्ा
महम्मदशहा बंकऱ्याचा पराभव आणि
अटकेपर्यंत लढाई

NOT TO SCALE

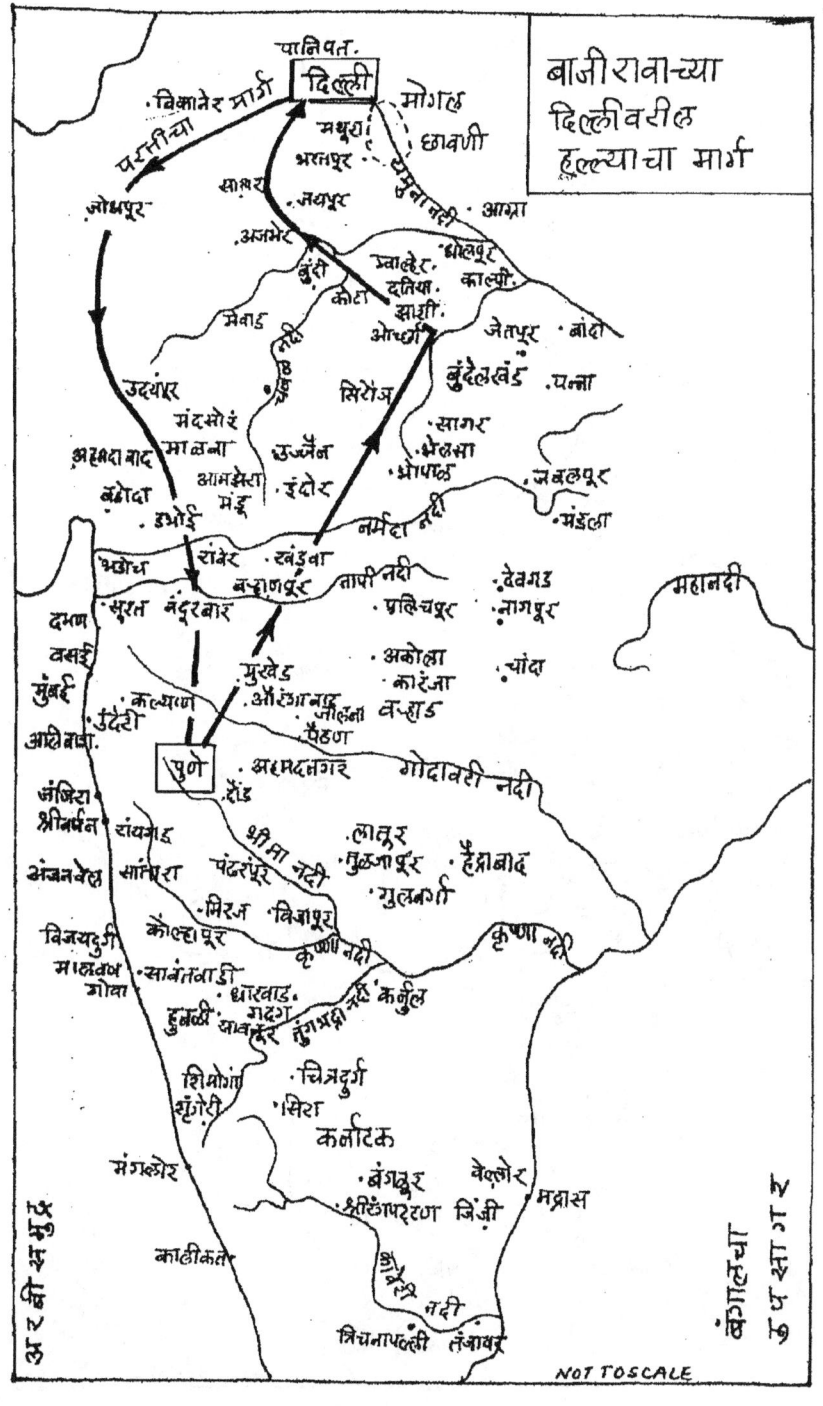

बाजीरावाच्या
दिल्लीवरील
हल्ल्याचा मार्ग

NOT TO SCALE

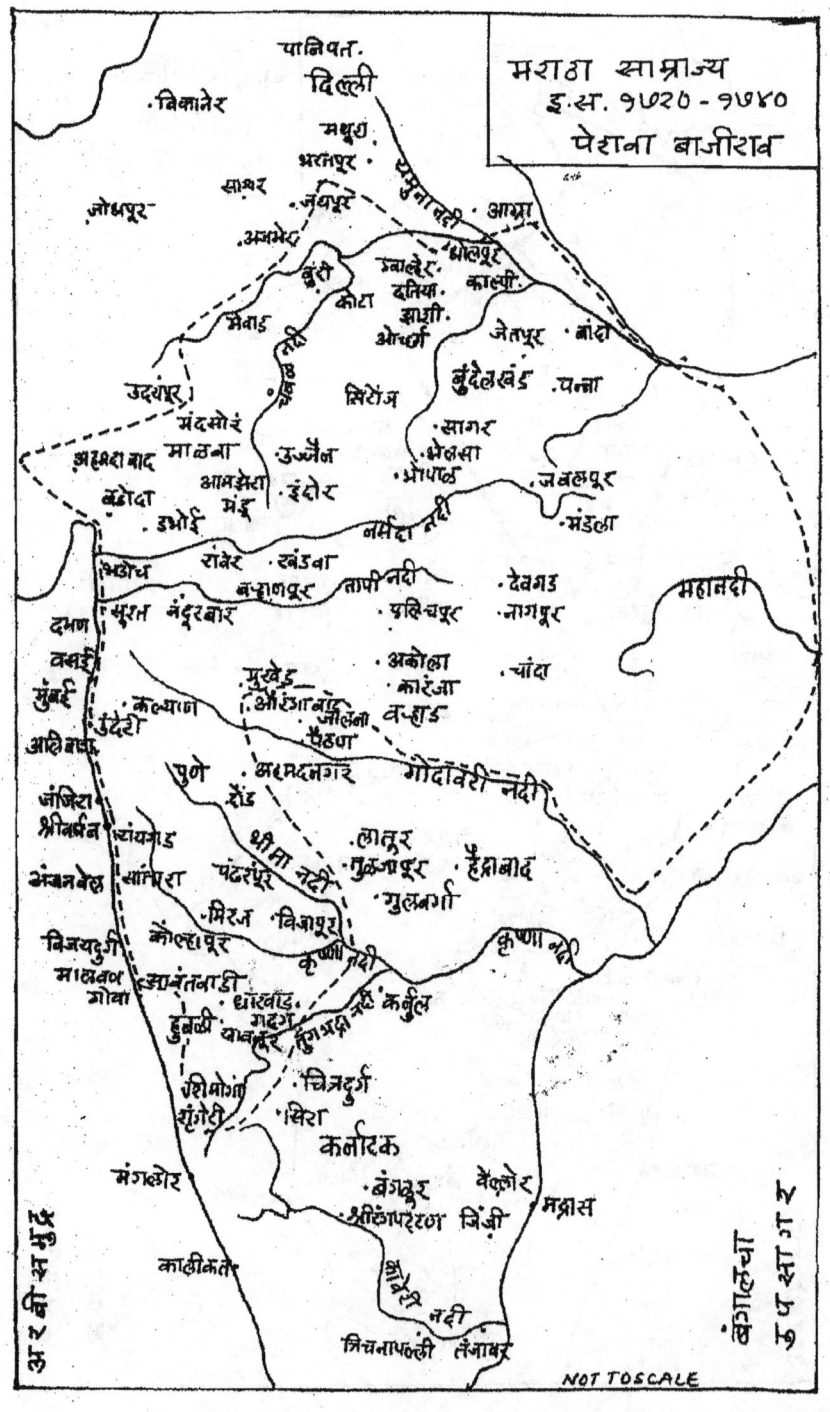

मराठा साम्राज्य
इ.स. १७२० - १७४०
पेशवा बाजीराव

निवडक संदर्भ सूची

१) अप्रकाशित साधने

पुणे येथील पेशवा दफ्तरातील घेतलेली पत्रे – संशोधनासाठी निवडलेले कागद

द. क्र. १	पृ. क्र. १	पत्र क्र. १७९५
द. क्र. १	पृ. क्र. १	पत्र क्र. ७
द. क्र. १	पृ. क्र. २	पत्र क्र. १५१६
द. क्र. १	पृ. क्र. ३	पत्र क्र. ३६६
द. क्र. १	पृ. क्र. ४	पत्र क्र. ६५०

२) अव्वल प्रकाशित मराठी साधने

१) केळकर, न. चि. आणि द. वि.आपटे, शिवकालीन पत्रसारसंग्रह, पुणे १९३०

२) गाडगीळ स. रा., सभासद बखर, पुणे १९६०

३) गुजर, मा. वि., करवीर छत्रपती घराण्याची कागदपत्रे, खंड १,२, पुणे १९६२

४) जुवेकर प्रमोदिनी, छत्रपती राजाराम महाराजांची बखर, पुणे १९६२

५) जोशी, प्र. न., (सं.) आज्ञापत्र, पुणे १९६०

६) पवार, आप्पासाहेब, ताराबाईकालीन कागदपत्रे, कोल्हापूर, १९६९ (खंड १)

७) पारसनीस, द. ब., शाहू रोजनिशी

८) पिंगुळकर, व्ही. पी., सावंतवाडी संस्थानाचा इतिहास, सावंतवाडी १९११

९) बेंद्रे, वा. सी., महाराष्ट्रेइतिहासाची साधने, (खंड २) मुंबई १९६६

१०) राजवाडे, वि. का. मराठ्यांच्या इतिहासाची साधने, खंड २,३,५,६,८,१५ (१९००-१९१२)

११) वर्टीकर, श. ह. कापशीकर सेनापती घराण्याची कागदपत्रे, कोल्हापूर १९७१

१२) सरदेसाई, गो. स., पेशवे दफ्तरातून निवडलेले कागद, खंड ७, १०, १२, १३, १४, १५, १७, २०, ३०, ४०, ४४, ४५, मुंबई १९३१ – ३४

३) अनुवादित प्रकाशित फारसी साधने

संपा. पगडी, सेतुमाधवराव

१) मराठे व औरंगजेब (मासिरे आलमगिरी), पुणे १९६३ ले. साकी. मुस्तैदखान

२) मराठे व निजाम (उर्दू फारसी सा), मुंबई १९६१

३) मराठ्यांचे स्वातंत्र्ययुद्ध (खाफीखान), पुणे १९६२

४) मोगल आणि मराठे (तारीखे दिल्कुशा – भीमसेन सक्सेना), पुणे १९६३

५) १) मोगल दरबारची बातमीपत्रे – खंड १, मुंबई १९७८

   २) मोगल दरबारची बातमीपत्रे खंड २, मुंबई १९८३

पं. सेतुमाधवराव पगडी हे प्रख्यात इतिहास संशोधक त्यांनी इतिहास आणि साहित्याबद्दल प्रचंड लेखन केले आहे. २०१० मध्ये त्यांची जन्मशताब्दी झाली. त्यानिमित्ताने हैद्राबादच्या मराठी साहित्य परिषदेने त्यांचे समग्र साहित्य प्रकाशित केले आहे. त्यातील इतिहास विषयक खंड दुसरा विभाग – अ आणि खंड तिसरा इतिहास विभाग – ब या दोन खंडाचे संपादन प्रसिद्ध इतिहास संशोधक डॉ. राजा दीक्षित यांनी केले असून या दोन खंडांना त्यांनी दीर्घ प्रस्तावना लिहिल्या आहेत. अभ्यासकांनी त्या जरूर वाचाव्यात.

४) अनुवादित प्रकाशित पोर्तुगीज साधने

संपा. देसाई स. शं

१) करवीर छत्रपती आणि पोर्तुगीज, कोल्हापूर १९७८

२) पोर्तुगीज दफ्तर, खंड ३, मुंबई १९६८

३) पोर्तुगीज मराठे संबंध, मुंबई १९८९

४) मराठ्यांच्या इतिहासाची साधने, खंड २, मुंबई १९८९

५) शिवशाही पोर्तुगीज कागदपत्रे, कोल्हापूर १९८३

   पिसुर्लेंकर पां. स.

१) पोर्तुगीज मराठे संबंध, पुणे १९६७

५) निवडक मराठी ग्रंथ

१) आठवले, सदाशिव, शिवाजी आणि शिवयुग, कोल्हापूर १९७१

२) आपटे, द. ब., लेखसंग्रह, पुणे १९४५
३) ओक, प्रमोद, पेशवे घराण्याचा इतिहास, पुणे १९९१
४) ओतुरकर, रा. वि., महाराष्ट्राचा पत्ररूप इतिहास, पुणे १९६३
५) काळे, दि. वि., छत्रपती शिवाजी महाराज, पुणे १९७१
६) कुलकर्णी, अ. रा., शिवकालीन महाराष्ट्र, पुणे १९९३
७) केळकर, य. न., ऐतिहासिक पोवाडे, पुणे १९६९
८) केळुसकर, अ. कृ., शिवाजी महाराजांचे चरित्र, मुंबई १९९१
९) खरे, ग. ह. आणि कुलकर्णी अ. रा., संपादक, मराठ्यांचा इतिहास, खंड १ आणि २, पुणे १९८५-८६
१०) खोबरेकर, वि. गो., गुजरातेतील मराठी राजवट, पुणे १९६२
११) खोबरेकर, वि. गो., मराठी अमलाचे स्वरूप, कोल्हापूर १९८८
१२) खोबरेकर, वि.गो., मराठ्यांचा इतिहास, खंड २, मुंबई १९८८
१३) गर्गे, स. मा., करवीर रियासत, पुणे १९६८
१४) गर्गे, स. मा., घोरपडे घराण्याचा इतिहास, पुणे १९७४
१५) गोखले, कमल, शिवपुत्र संभाजी, पुणे १९७१
१६) दिघे, वि. गो., मराठ्यांच्या उत्तरेतील मोहिमा, पुणे १९३३
१७) पगडी, सेतुमाधवराव, शिवचरित्र एक अभ्यास, कोल्हापूर १९७१
१८) पवार, जयसिंगराव, संपादक, छत्रपती संभाजी स्मारक ग्रंथ, कोल्हापूर १९९०
१९) पवार, जयसिंगराव, महाराणी ताराबाई, कोल्हापूर १९७५
२०) पुरंदरे, कृ. वा., चिमाजी आप्पा पेशवे यांचे चरित्र, पुणे १९४५
२१) बेंद्रे, वा. सी., छत्रपती शिवाजी महाराजांचे चरित्र, मुंबई १९७२
२२) बेंद्रे, वा. सी., छत्रपती संभाजी महाराज, पुणे १९६०
२३) बेंद्रे, वा. सी., छत्रपती राजाराम महाराज आणि नेतृत्वहीन हिंदवी स्वराज्य, मुंबई १९७५
२४) बेंद्रे, वा. सी., मालोजी राजे आणि शहाजी महाराज, पुणे १९६७
२५) वाकसकर, वी. स., शिवाजी व शिवकाल, पुणे १९३०
२६) शेजवलकर, त्र्यं. शं., शिवछत्रपती, मुंबई १९६४
२७) शेजवलकर, त्र्यं. शं., निजाम पेशवे संबंध, पुणे १९६३
२८) सरदेसाई, गो. स., मराठी रियासत, (नवी आवृत्ती) खंड १ ते ४, मुंबई १९८८-९२
२९) सरदेसाई, गो. स., मुसलमानी रियासत, (नवी आवृत्ती) खंड १ आणि २, मुंबई

१९९२-९३

६) निवडक इंग्रजी ग्रंथ

1) Bal Krishna, Shivaji the Great, Vol. I, Bom. 1932
डॉ. बाळकृष्ण यांनी इंग्रजीतून १९३२ ते १९४० या काळात चार खंडांमध्ये शिवचरित्र लिहिले होते व मुंबईतून ते प्रकाशित झाले होते. बऱ्याच काळापासून ते दुर्मिळ झाले होते. कोल्हापूर चे प्रसिद्ध इतिहास संशोधक डॉ. जयसिंगराव पवार यांनी त्याचारही खंडांचे संपादन करून प्रत्येक खंडाला इंग्रजीतून स्वतंत्र Introduction लिहिल्या असून त्या Introduction वाचकांनी मूळातूनच वाचल्या पाहिजेत. Shivaji the Great, Dr Balkrishna, MA., Ph.D, Edited by Dr Jayasingrao Pawar, Kolhapur 2018.
2) Brij, Kishore, Tarabai and her Times, Bom. 1963
3) Dighe, V. G. Peshva Bajirao and Expansion of the Maratha Power Bom. 1944
4) Duff, Grant. History of the Marathas, Ed. S. M. Edwards, Oxford, 1921
5) Khare, G. H. Select Articles, Pune 1962
6) Kulkarni, A. R., Maharashtra in the Age of Shivaji, Pune 1969
7) Muddachari B. Mysore - Maratha relations in the 17th century Mysore, 1969
8) Pagadi, Setumadhavrao, Chatrapati Shivaji, pune 1974
9) Ranade, M. G. Rise of the Maratha Power, Delhi 1961
10) Sarkar, Jadunath Shivaji and His Times, Culcutta, 1919 G1. 73
11) Sarkar, Jadunath Histrory of Aurangazeb, Vol. IV, V Culcutta G1. 73
12) Sardesai, G. S., New History of the Marathas, Bombay 1971
13) Sen, Surendranath., Military system of the Marathas Calcutta 1928
14) Shrinivasan, C. K., Peshva Bajirao I Bombay 1961
15) Sinha, H. N., Rise of Peshvas, Alahabad 1954

७) कोश वाङ्मय

१) केळकर, य. न. ऐतिहासिक शब्दकोश, खंड १/२, पुणे १९६२
२) चित्राव, सिद्धेश्वरशास्त्री मध्ययुगीन चरित्र कोश, पुणे १९३७

३) जोशी महादेवशास्त्री, भारतीय संस्कृती कोश, खंड ३,६,७
४) जोशी लक्ष्मणशास्त्री, मराठी विश्वकोश, खंड ५, १३
५) दात्ये, य. र. महाराष्ट्र शब्दकोश, पुणे १९८४
६) कर्वे, महाराष्ट्र शब्दकोश, पुणे १९८६

८) संशोधनात्मक मासिके/त्रैमासिके/ साप्ताहिके इत्यादी

१) भारत इतिहास संशोधक मंडळ, पुणे त्रैमासिक, वर्ष १३, अंक २, वर्ष २१, अंक २/३

२) भारतीय इतिहास आणि संस्कृती, मुंबई
त्रैमासिक वर्ष ३, पुरवणी १०
त्रैमासिक वर्ष १०, पुरवणी ३८
त्रैमासिक वर्ष १४, पुरवणी ५४

३) मासिक नवभारत, वाई, फेब्रुवारी १९६९

४) लोकप्रभा, मुंबई, (साप्ताहिक) २८ मे १९९४ (मराठा इतिहास विशेषांक)
०३ जून १९९४

५) 'सह्याद्री', बाजीराव विशेषांक, पुणे १९४०

६) 'वीरश्री', बाजीराव विशेषांक, पुणे २०००

लेखक-परिचय

संपूर्ण नाव	–	डॉ. रमेश हरिभाऊ कांबळे
जन्म तारीख	–	२० एप्रिल १९६१
जन्मस्थळ	–	अहमदनगर
शिक्षण	–	एम. ए., एम. फील.,(इतिहास), पीएच. डी.
व्यवसाय	–	नोकरी; गेली ३५ वर्षे रत्नागिरीच्या गोगटे जोगळेकर महाविद्यालयात इतिहास विषयाचे प्राध्यापक

लेखन –

- यशवंतराव चव्हाण महाराष्ट्र मुक्त विद्यापीठ, नाशिक यांच्या बी. ए.च्या अभ्यासक्रमाची तीन पुस्तके प्रकाशित.
- एस. एन. डी. टी. विद्यापीठाच्या अभ्यासक्रमावर आधारित दोन पुस्तके प्रकाशित
- स्वातंत्र्यवीर सावरकरांचे रत्नागिरीतील सामाजिक कार्य, डायमंड पब्लिकेशन, पुणे, २०१६.
- मराठ्यांच्या इतिहासातील चिमाजीआप्पांचे योगदान' हा पुणे विद्यापीठाला सादर केलेला पीएच. डीचा प्रबंध, डायमंड पब्लिकेशन, पुणे, २०१६.
- ऐतिहासिक शोधनिबंध, डायमंड पब्लिकेशन, पुणे, २०१८.

प्रकाशित शोधनिबंध –

- प्राचीन, मध्ययुगीन आणि अर्वाचीन कालखंडावर विशेषतः कोकणच्या संदर्भात वेगवेगळ्या इतिहास परिषदा, चर्चासत्रे तसेच इतिहास आणि संस्कृति' (मुंबई) आणि संशोधक' (धुळे) ह्या इतिहास संशोधनाला वाहिलेल्या त्रैमासिकांमधून मिळून सुमारे ४० शोधनिबंध प्रकाशित
- आकाशवाणी रत्नागिरी केंद्रासाठी चिंतन' या सदरासाठी सुमारे २५ चिंतनिकांचे लेखन तसेच विविध विषयांवर भाषणे व मुलाखतींचे कार्यक्रम
- तरुण, भारत, सकाळ, रत्नागिरी टाईम्स, इत्यादी वृत्तपत्रांमधून प्रासंगिक लेखन
- मराठी विश्वचरित्रकोश, मराठी विश्वकोश, साप्ताहिक विवेक चरित्र कोश या कोशांमध्ये विविध घटना आणि व्यक्तींवर ४० पेक्षा जास्त नोंदींचे लेखन

पुरस्कार –

- मराठ्यांच्या इतिहासात चिमाजीआप्पांचे योगदान' या ग्रंथास कोकण इतिहास परिषदेचा उत्कृष्ट संशोधनात्मक ग्रंथ' पुरस्कार २०१६-१७
- २०१६-१७ सालचा ग्रंथोत्तेजक सभा, पुणे यांच्याकडून ल. ना. जोशी पुरस्कार' प्राप्त
- २०१७-१८ या वर्षीचा इतिहास शिक्षक महामंडळाचा इतिहास अध्यापनातील विशेष योगदानाबद्दल गुरुवर्य म. कृ. केरुळकर' पुरस्कार प्राप्त
- स्मिता प्रकाशन, गुहागर, रत्नागिरी यांच्यातर्फे इतिहास लेखनासाठी दिला जाणारा सम्राट अशोक प्रियदर्शी पुरस्कार' २०१५

विशेष मानसन्मान : पदे –

- आजीव सभासद: रत्नागिरी एज्युकेशन सोसायटी, रत्नागिरी
- आजीव सभासद: अखिल महाराष्ट्र इतिहास परिषद
- आजीव सभासद: शिवाजी विद्यापीठ इतिहास प्राध्यापक परिषद
- कार्यकारिणी सभासद: अखिल महाराष्ट्र इतिहास परिषद २००७ ते २०१०
- महाराष्ट्र राज्य माध्यमिक व उच्च माध्यमिक शिक्षण प्रसारक मंडळाचे सदस्य: २००३-२००८ आणि २००८-१३
- मुंबई विद्यापीठ इतिहास अभ्यास मंडळाचे सदस्य: (कुलगुरू नियुक्त) २००४-०५ आणि २००५-०६
- शिवाजी विद्यापीठ इतिहास प्राध्यापक परिषदेच्या फेब्रुवारी २००९च्या कुरुंदवाड अधिवेशनात मध्ययुगीन सत्राचा अध्यक्ष
- २००६ ते २००९ या काळात रत्नागिरीच्या गोगटे जोगळेकर महाविद्यालयात कला शाखेचे उपप्राचार्य
- जिल्हाधिकारी, रत्नागिरी नियुक्त रत्नागिरी जिल्हा केबल नियंत्रण कक्षाचे सदस्य
- सदस्य इतिहास संकलन समिती, रत्नागिरी जिल्हा
- १९ मार्च २०१६ ते २० ऑक्टोबर २०१६ या काळात गोगटे - जोगळेकर वरिष्ठ महाविद्यालय आणि अभ्यंकर - कुलकर्णी कनिष्ठ महाविद्यालयाचे प्रभारी प्राचार्य
- कोकण इतिहास परिषदेच्या वैभववाडी जि. सिंधुदुर्ग येथे दि. २८ आणि २९ जानेवारी २०१७ रोजी झालेल्या सातव्या राष्ट्रीय अधिवेशनामध्ये मध्ययुगीन विभागाचे अध्यक्ष.